ಬೊಗಸೆಯಲ್ಲಿ ಕಥೆಗಳು

(ಅತಿಸಣ್ಣ ಕಥೆಗಳ ಸಂಗ್ರಹ)

AA000544
B08K8SJKSD

ಆಶಾರಘು

ಸಾಹಿತ್ಯಲೋಕ ಪಬ್ಲಿಕೇಷನ್ಸ್
ರಾಜಾಜಿನಗರ, ಬೆಂಗಳೂರು – 560 010

BOGASEYALLI KATHEGALU : A Collection of Tiny Stories by
Asha Raghu

Published by
Sahithyaloka Publications
745, 12th Main Road
3rd Block, Rajajinagar
Bengaluru 560 010
Mob: 9945939436

First Edition : 2018

Pages : 196

Copies : 1000

Price: 195/-

Size : Demy 1/8

Paper Used : 70 GSM NS Book print

© : Author

ಪ್ರಥಮ ಮುದ್ರಣ: 2018

ಪುಟಗಳು: 196

ಪ್ರತಿಗಳು: 1000

ಬೆಲೆ: 195/–

ಅಳತೆ: ಡೆಮಿ 1/8

ಕಾಗದ: 70 ಜಿಎಸ್ಎಂ ಎನ್.ಎಸ್. ಬುಕ್‌ಪ್ರಿಂಟ್

ಮುಖಪುಟ ವಿನ್ಯಾಸ: ಎಸ್.ಮಂಜುನಾಥ್

ಸ್ವಾನ್ ಪ್ರಿಂಟರ್ಸ್
svanprint@gmail.com
☎ 080 - 26742233

ಅರ್ಪಣೆ

ನೀಳಜಡೆಯ, ಉದ್ದಲಂಗದ ಬಾಲೆ..
ನನ್ನ ಮುದ್ದುಮಗಳು..
ಉಪಾಸನಾಳಿಗೆ

ಅರಿಕೆ

ಅತಿಸಣ್ಣ ಕಥೆಗಳನ್ನು ಬರೆಯುವ ಖುಷಿಯೇ ಬೇರೆ. ನನ್ನ ಮಗಳನ್ನು ಮುದ್ದು ಮಾಡುವಾಗಿನ ಖುಷಿಯನ್ನೇ ಅವುಗಳಲ್ಲಿ ಕಂಡಿದ್ದೇನೆ. ಬೊಗಸೆಯಲ್ಲಿ ಕಥೆಗಳನ್ನು ತುಂಬಿ ಸುರಿದಿದ್ದೇನೆ. ಇಗೋ ಓದಿ.

ಪ್ರಕಟಿಸುತ್ತಿರುವ ಸಾಹಿತ್ಯಲೋಕದ ರಘುವೀರ್‌ರವರಿಗೆ, ಕಥೆಗಳಿಗೆ ಒಪ್ಪುವ ಅಂದದ ಚಿತ್ರಗಳನ್ನು ಬರೆದುಕೊಟ್ಟ ಸೃಜನ್ ಅವರಿಗೆ, ಮುಖಪುಟ ವಿನ್ಯಾಸ ಮಾಡಿರುವ ಎಸ್. ಮಂಜುನಾಥ್ ಹಾಗೂ ಮುದ್ರಿಸುತ್ತಿರುವ ಸ್ವ್ಯಾನ್‌ಪ್ರಿಂಟರ್ಸ್ ರವರಿಗೆ ನಾನು ಋಣಿ.

– ಆಶಾ ರಘು

ಪರಿವಿಡಿ

1. ಅರಮನೆಯ ಗವಾಕ್ಷಿಗಳಿಂದ!

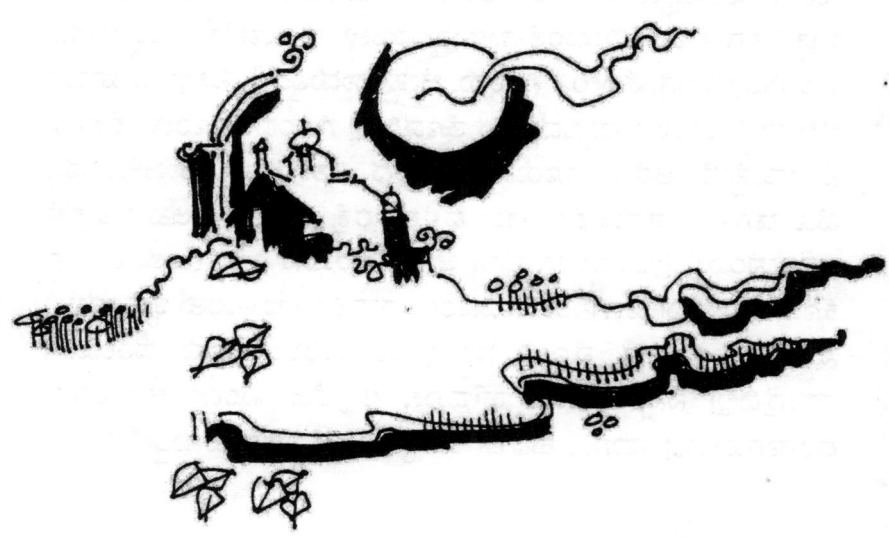

ಸುಮಾರು ನೂರು ವರ್ಷಗಳಿಂದ ನದಿತೀರದಲ್ಲಿ ದೊಡ್ಡಚಾಚು ಬಂಡೆಗಲ್ಲಿನ ಮೇಲಿರುವ ವಿಶಾಲವಾದ ನಲವತ್ತು ಕೋಣೆಗಳ ಆ ಅರಮನೆಯಲ್ಲಿ ಯಾರೂ ವಾಸವಿಲ್ಲವೆಂದು ಎಲ್ಲರೂ ಹೇಳುತ್ತಾರೆ. ಆದರೆ ಆಮಾರ್ಗದಿಂದ ತೆಪ್ಪದ ಮೇಲೆತೇಲಿ ಬರುವಾಗಲೆಲ್ಲಾ ಗಮನಿಸಿದ್ದೇನೆ ನಡುವಿನೊಂದು ಕೋಣೆಯ ಮೂರು ಗವಾಕ್ಷಿಗಳಿಂದಲೂ ಬೆಳಕುಕಾಣುತ್ತದೆ! ಕಿಟಕಿಗಳ ಕಂಬಿಗಳ ಮೇಲೆ ಉರಿಮಧ್ಯಾಹ್ನದ ವೇಳೆ ಹೆಣ್ಣುಮಕ್ಕಳ ಸೀರೆರವಿಕೆ ಲಂಗಗಳನ್ನು, ಗಂಡಸರ ಜುಬ್ಬ, ಪಯಜಾಮಗಳನ್ನು ಒಣಹಾಕಿರುವುದ ನೋಡಿದ್ದೇನೆ. ಹಿಂಬದಿಯ ಪಾಕಶಾಲೆಯಿಂದ ಹೊಗೆಯೇಳುವುದನ್ನೂ ಕಂಡಿದ್ದೇನೆ, ಚಕ್ಕೆ, ಲವಂಗ, ಏಲಕ್ಕಿಗಳ

ಪರಿಮಳವನ್ನೂ ಆಘ್ರಾಣಿಸಿದ್ದೇನೆ! ಇಷ್ಟಾದರೂ ಯಾರೂ ನನ್ನಮಾತು ನಂಬುವುದಿಲ್ಲ! ಒಮ್ಮೆ ನಂಬಿಸುವ ಹಠಕ್ಕೆಬಿದ್ದು ಅರಮನೆಯ ಮಗ್ಗುಲಿನ ಮರವೇರಿ ಮೇಲಿನ ಕಿಟಕಿಯ ಕಂಬಿಯಿಂದ ಇಳಿಬಿದ್ದಿದ್ದ ಕೆಂಪುಬಣ್ಣದ ಜರಿಯ ಸೀರೆಯೊಂದನ್ನು ಕೈಲಿಹಿಡಿದು ಹಾಗೇ ನದಿಯದಂಡೆಯವರೆಗೂ ಸಾಗಿ, ಅಲ್ಲಿ ಕುಳಿತಿದ್ದ ತೆಪ್ಪದವ, ಮತ್ತವನ ಸಂಗಡಿಗ, ಇನ್ನಾವನೋ ಅಲ್ಲಿಂದ ಇನ್ನೊಂದು ದಡಕ್ಕೆ ಹೊರಟಿದ್ದ ಸಹಪ್ರಯಾಣಿಕನಿಗೆ ತೋರಿಸಿದೆ. ತೆಪ್ಪದವನು ಕೇಳಿದ 'ಇದೇಕೆ ಸೋಗೆಗರಿಯನ್ನು ಎಳೆದುತಂದೆ?' ಅವನ ಸಂಗಡಿಗನೆಂದ 'ಈ ನೀಲಿ ರುಮಾಲಿನ ಬಟ್ಟೆ ನಿನಗೆ ಸೋಗೆಗರಿಯಂತೆ ಕಾಣುತ್ತದೆಯೇ?' ಪ್ರಯಾಣಿಕ 'ನಿಮ್ಮಿಬ್ಬರಿಗೂ ಏನಾಗಿದೆ? ಬರಿಗೈ ತೋರಿಸಿ ನಿಮ್ಮನ್ನು ಚೇಷ್ಟೆಮಾಡುತ್ತಿದ್ದರೆ, ನೀವೂ ತಮಾಷೆಗೆ ಬಿದ್ದಿರಪ್ಪ!' ಎಂದು ಬಿದ್ದುಬಿದ್ದು ನಗ ತೊಡಗಿದ!! ಗೊಂದಲಗೊಂಡು ಹೊರಳಿ ನೋಡುತ್ತೇನೆ' ಅರೆ..!! ನೂರುವರ್ಷಗಳಿಂದ ವಿಶಾಲವಾಗಿ ಚಾಚಿಕೊಂಡು, ಮೋಡಗಳಿಗೆ ತಗುಲಿಕೊಂಡು ಬೆಳೆದೆತ್ತರಕ್ಕೆ ನಿಂತಿದ್ದ ಅವಶೇಷಗಳ ಅರಮನೆಯೆಲ್ಲಿ..!?.....ಇದೀಗ ಪುನಃ ಆಗಾಗ ಅರಮನೆ ಎದ್ದು ನಿಂತು ದರ್ಶನ ಕೊಡುವುದುಂಟು! ಒಳಗಿನಿಂದ ಓಡಿಬಂದು ಗವಾಕ್ಷಿಗಳ ಬಳಿನಿಂತು ಕೈಹೊರಚೆಲ್ಲಿ ಸುಂದರಿಯರು ನನ್ನ ನೋಡಿ ನಗುವುದೂ ಉಂಟು! ನಾನು ಪ್ರತಿಯಾಗಿ ನಗುವುದಿಲ್ಲ! ನನ್ನ ಇರುವಿಕೆ ಹೌದೋ, ಅಲ್ಲವೋ ಎಂದು ಅವರುಗಳು ದಂಗಾಗಬೇಕು..! ಹಾಗೆ.., ಹಾಗೆ..! ಬೆನ್ನುತಿರುಗಿಸಿ ನಡೆದುಬಿಡುತ್ತೀನಿ!!

2. ಮರದ ಆನೆ

ಆ ಮರದ ಆನೆಯ ಹಿಂಭಾಗಕ್ಕೆ ಒಂದೇಟು ಹಾಕಿದರೆ, ಅದು ಘೀಳಿಡುತ್ತ ಎರಡು ಮಾರು ಉದ್ದಕ್ಕೆ ಗಿರ್ರನೆ ಸಾಗಿ ಚಕ್ಕನೆ ನಿಂತುಬಿಡುತ್ತಿತ್ತೆಂಬ ನೆನಪಿನಿಂದ ಮೆರವಣಿಯ ಹಿಂಬಾಲಿಸಿಕೊಂಡು ನಡೆದುಬರುತ್ತಿದ್ದ ಪೇದೆ ಬೂಟುಕಾಲಿನಿಂದ ಆನೆಯ ಹಿಂಭಾಗಕ್ಕೆ ಸುಮ್ಮನೆ ಹಾಗೆ ಗುದ್ದಿದ. ಅದೂ ಘೀಳಿಟ್ಟಿತು.. ಓಡಿತು..! ಅದರೊಂದಿಗೆ ಇಡೀ ಮೆರವಣಿಗೆಯೂ..! ಆ ಅವನೂ..!

3. ಬೈಸಿಕಲ್ಲು

    ತನ್ನ ಎದುರಿಗೆ ಯಾರೂ ಚಾಲಿಸದ ಬೈಸಿಕಲ್ಲೊಂದು ತನ್ನಷ್ಟಕ್ಕೆ ರಸ್ತೆಯಲ್ಲಿ ಚಲಿಸುತ್ತಿದೆ ಎಂದು ಅನ್ನಿಸಿತು ಅವನಿಗೆ. ಅದಕ್ಕೆ ಒಂದರ ಹಿಂದೊಂದರಂತೆ ಮೂರು ಚಕ್ರಗಳಿವೆ ಅನ್ನಿಸಿತು.. ನಾಲ್ಕು ಸೀಟ್‌ಗಳೂ ಇವೆ ಅನ್ನಿಸಿತು.. ಅರರೆ, ಮೊದಲು ಯಾರೂ ಇರಲಿಲ್ಲ., ಇದೀಗ ಇಬ್ಬಿಬ್ಬರು ನಾಲ್ಕು ಹ್ಯಾಂಡಲ್‌ಗಳನ್ನು ಹಿಡಿದು ಕವಲಾದ ರಸ್ತೆಗಳಲ್ಲಿ ಎತ್ತಕಡೆಗೆ ಸಾಗುತ್ತಿದ್ದಾರೆ ಎಂದುಕೊಂಡನಾತ!

4. ಕರಿಯ ಕೊಡೆ

ಆ ಕಪ್ಪು ಮನುಷ್ಯ ಸುರಿಯುತ್ತಿದ್ದ ಮಳೆಯ ಕಾರಣ ಮೂರನೇ ಬೀದಿಯ ಮೂಲೆಯ ಮನೆಯ ಕಾಂಪೌಂಡಿನ ಹುಣಸೇಮರದ ಕೆಳಗೆ ನಿಂತಿದ್ದ. 'ಇನ್ನೀ ಮಳೆ ನಿಲ್ಲದು' ಎಂಬಂತೆ ತಲೆಕೊಡವಿಕೊಂಡು ಮನೆಯವರಲ್ಲಿ ಕೊಡೆಯನ್ನು ಬೇಡಿದ. ತಂದು ಕೊಟ್ಟ ಕೊಡೆಯನ್ನು ಹಿಂದಕ್ಕೆ ಕೊಟ್ಟು ಕಪ್ಪು ಕೊಡೆಯೇ ಬೇಕೆಂದ. ಅಗಲವಾದ ಕೊಡೆ ಬೇಕೆಂದು ಅದರ ಅರ್ಥ ಎಂದು ಗಣಿಸಿದ ಮನೆಯವರು ತಂದು ಕೊಟ್ಟ ಕಪ್ಪು ಕೊಡೆಯೊಂದಿಗೆ ಅವನು ಹೋಗುತ್ತಲೇ, ಇತ್ತ ಆ ಮನೆಯಲ್ಲಿ ಕಳೆದ ಮೂರು ದಿನಗಳಿಂದ ಸಾವು ಗಂಟಲಿಗೆ ಬರುವಂತೆ ಕೂಗುತ್ತಿದ್ದ ಮನೆ ಯಜಮಾನನ ನರಳಾಟ ನಿಂತಿತು! ಮಳೆಯೂ ನಿಂತಿತು..!

5. ಹದಿಮೂರು ಮೆಟ್ಟಿಲುಗಳು

ಮೇಲಿನ ಕೋಣೆಗೆ ಇರುವುದು ಹನ್ನೆರಡು ಮೆಟ್ಟಿಲುಗಳಲ್ಲ, ಹದಿಮೂರು ಅಂತ ಅದೆಷ್ಟು ಬಾರಿ ತಿದ್ದಿ ಹೇಳಿಕೊಟ್ಟರೂ ಅವನು ಹನ್ನೆರಡು ಅಂತಲೇ ಹೇಳುತ್ತಿದ್ದ. ಅವನ ಆಪ್ತಮಿತ್ರರಲ್ಲಿ ಒಬ್ಬನಾದ ಹಿಂದಿನ ಬೀದಿಯ ಡಿಸೌಜ ತೀರಿಕೊಂಡಾಗ, ಎಚ್ಚರವಾಗಿಯೇ ತನ್ನ ವೀಲ್ ಛೇರಿನಲ್ಲಿ ಕುಳಿತು ಆಡುತ್ತಿದ್ದ. ಅಂದಿನಿಂದ ಮೇಲಿನ ಕೋಣೆಗೆ ಇರುವುದು ಹನ್ನೊಂದು ಮೆಟ್ಟಿಲುಗಳು ಅನ್ನತೊಡಗಿದ!

6. ಆಲ್ ಈಸ್ ವೆಲ್

ಒಂದು ಕಾಲವಿತ್ತು.. ಬಾಯ್ತಪ್ಪಿ ಆಡಿದ ಮಾತೆಲ್ಲವೂ ಕಾವ್ಯವಾಗಿ ಒಂದು ಬಂಧದಲ್ಲಿ ಕೂತುಬಿಡುತ್ತಿತ್ತು ಎಂದು ಪೇಚಾಡಿಕೊಂಡು ಬಾಯಲ್ಲಿದ್ದ ಪೆನ್ನನ್ನು ತೆಗೆದು ಕಿಟಕಿಯ ಕಂಬಿಗಳ ಮೇಲೆ ಹರಿದಾಡಿಸುತ್ತ ಆ ಪಣಿಪಣಿ ನಾದದ ಹಿನ್ನೆಲೆಯೊಂದಿಗೆ ಚಿಂತಿಸುತ್ತಿದ್ದ. ಆ ಕಾಲಕ್ಕೆ ಉಬ್ಬಸ ರೋಗದಲ್ಲಿ ಅಮ್ಮ ನರಳುತ್ತಿದ್ದಳು.. ಹೆಂಡತಿ ಮುನಿಸಿಕೊಂಡು ತವರಿಗೆ ಹೋಗಿದ್ದಳು.. ಫೀಜು ಕಟ್ಟಿಲ್ಲವೆಂದು ಶಾಲೆಯಿಂದ ಮಗನನ್ನು ಮನೆಗೆ ಅಟ್ಟಿದ್ದರು.. ಸ್ನೇಹಿತರೂ ಕೂಡ

ಗುಂಪಿನಿಂದ ದೂರ ಇಟ್ಟಿದ್ದರು.. ಪೆಟ್ರೋಲ್ ಇಲ್ಲದ ಕಾರು ಎಲ್ಲೆಂದರಲ್ಲಿ ನಿಂತುಬಿಡುತ್ತಿತ್ತು.. ಹೊಟ್ಟೆಗಿಲ್ಲದಿದ್ದರೂ ಸಿಗರೇಟು ತುಂಡುಗಳು ಮಾತ್ರ ಆ್ಯಶ್ ಟ್ರೇ ತುಂಬುತ್ತಿದ್ದವು ಕರುಳ ತುಂಬ ಸದಾ ವ್ಯಥೆಯು ತುಂಬಿರುತ್ತಿದ್ದಂತೆ! ಇದೀಗ, ಆಲ್ ಈಸ್ ವೆಲ್ ಎಂದು ಸಾರುವ ಏ.ಸಿಯ ತಂಪಿನಲ್ಲಿ ಹೊರಗೂ ಭಣಭಣ.. ಒಳಗೂ ಭಣಭಣ!

7. ಅವ್ಯಕ್ತ

ಯುವಕರ ಗುಂಪೊಂದು ಸಮುದ್ರದ ತೀರದಲ್ಲಿ ಕುಳಿತಿದ್ದ ಅವನನ್ನು ವಿಚಾರಿಸಿಕೊಂಡು ಹೋದ ಮೇಲೆ, ವಯಸ್ಕನೊಬ್ಬ ಸಮೀಪಿಸಿ ಕೂತ. 'ಅವರು ಹುಡುಕುತ್ತಿದ್ದುದು ತಂದೆಯ ಹೆಣವನ್ನೋ? ತಂದೆಯನ್ನೋ?' ಎಂದು ಕೇಳಿದ ಆತ, ಉತ್ತರ ಮೊದಲನೆಯದೆಂದು ಬಾಯಿಯಿಂದ ಹೊರಬರುತ್ತಿದ್ದಂತೆ ಮುಖ ಕಪ್ಪಿಟ್ಟು, ಅವ್ಯಕ್ತ ವೇದನೆಯೊಂದಿಗೆ ದುಡುದುಡನೆದ್ದು ನಡೆದುಬಿಟ್ಟ!

8. ರಾಜಕುಮಾರ

ಆ ಕೊಳಗೇರಿಯ ಹನ್ನೆರಡರ ಪೋರ ತನ್ನ ಮಾಸಲು ಚಿಂದಿಯುಡುಪಿ ನಲ್ಲಿಯೂ ರಾಜಕುಮಾರನಂತೆಯೇ ಕಾಣುತ್ತಿದ್ದ. ಚಪಾತಿಯ ತುಂಡೊಂದನ್ನು ಅವನ ಅಲ್ಯುಮಿನಿಯಂ ಬೋಸಿಗೆ ಹಾಕಿದ ಯಾರೋ ಒಬ್ಬರು ಹಾಗೆಂದು ಅವನಿಗೆ ಹೇಳಿಯೂ ಬಿಟ್ಟ ದಿನದಿಂದ ಅವನು ಅದೇ ಭ್ರಮೆಯಲ್ಲಿ ಬದುಕತೊಡಗಿದ. ಆಗಾಗ ಕೆರೆ ನೀರಿನಲ್ಲಿ ಮುಖ ತೊಳೆದು, ಬೆರಳುಗಳಿಂದ ತಲೆಗೂದಲ ಕೋದುಕೊಂಡು, ನಿಂತ ನೀರಿನಲ್ಲಿ ಮುಖ ನೋಡಿಕೊಳ್ಳತೊಡಗಿದ. ಉಡುಪನ್ನು ಒಗೆದು ತೊಡಲು ಆರಂಭಿಸಿದ. ಅವರಿವರಿಂದ ಅಲ್ಪಸ್ವಲ್ಪ ಕಲಿತು, ಪೊಟ್ಟಣದ ಹಾಳೆಗಳಲ್ಲಿ ಅಕ್ಷರ ಕೂಡಿಸಿ ಓದತೊಡಗಿದ. ಒಂದು ದಿನ ಅವನ ಸನಿಹಕ್ಕೆ ಬಂದು ನಿಂತ ಮಕ್ಕಳಿರದ ಶ್ರೀಮಂತರ ಕಾರೊಂದು ಅವನನ್ನು ಹತ್ತಿಸಿಕೊಂಡು ಹೋಯಿತು!

9. ಪರಿಚಿತ

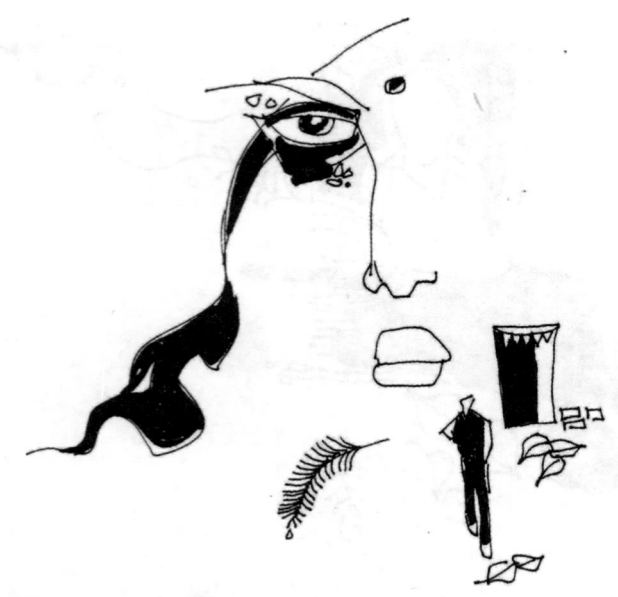

ಯಾರೋ ದೂರವಾಣಿ ಸಂಖ್ಯೆ ಕೇಳಿದಾಗ ಆಕಸ್ಮಿಕವಾಗಿ ತನಗೇ ಅರಿವಿಲ್ಲದೇ ಹೊರಬಿದ್ದ ಯಾವುದೋ ಮೊಬೈಲ್ ಸಂಖ್ಯೆಯನ್ನು ಮತ್ತೆ ಮತ್ತೆ ತನಗೆ ತಾನೇ ಹೇಳಿಕೊಂಡ. ಕುತೂಹಲ ಕೆರಳಿ ಒಮ್ಮೆ ಆ ನಂಬರಿಗೆ ಡಯಲ್ ಮಾಡಿದ. ಆ ಕಡೆಯಿಂದ ರಿಸೀವರ್ ಹಿಡಿದು ಹಲೋ ಹೇಳಿದ ಹೆಂಗಸಿನ ಧ್ವನಿ ತನಗೆ ತೀರ ಪರಿಚಿತವಾದದ್ದು ಎನಿಸಿತು. ಒಮ್ಮೆ ಭೇಟಿ ಮಾಡೋಣವೆಂದುಕೊಂಡು ಮತ್ತೊಮ್ಮೆ ಕರೆ ಮಾಡಿ ವಿಳಾಸ ಗುರುತು ಹಾಕಿಕೊಂಡ. ತಟ್ಟಿದ ಬಾಗಿಲು ತೆರೆದ ಹೆಂಗಸು ಕಣ್ಣುಗಳಲ್ಲಿ ನೀರು ತುಳುಕಿಸುತ್ತಾ ನಿಂತಳು. ಅದು ಅವನ ಮನೆಯೇ ಆಗಿತ್ತು! ಭ್ರಾಂತಿಯಲ್ಲಿ ಊರೂರು ಸುತ್ತಿದ ದಿನಗಳ ನೆನಪು ಸ್ಮೃತಿಯಲ್ಲಿ ಹಾಗೇ ಒಮ್ಮೆ ಹಾದುಹೋದವು!

10. ದಿಗ್ವಿಜಯ

ವಾಸ್ತವವಾಗಿ ಆ ಕುದುರೆ ಸವಾರ ಲಗಾಮು ಹಿಡಿದು ಹೊರಟಾಗ ಯಾವುದೇ ನಿರ್ದಿಷ್ಟ ಗೊತ್ತು ಗುರಿ ಇರಲಿಲ್ಲ. ಮಾರ್ಗದಲ್ಲಿ ಬೆನ್ನಿಗೆ ಕುಳಿತ ವೃದ್ಧ ದಾರಿಯುದ್ಧಕ್ಕೂ ಹಾಡುತ್ತಾ ಸಾಗಿದ ವೀರರ ಲಾವಣಿಗಳನ್ನು ಕೇಳುತ್ತಾ ಕೇಳುತ್ತ ಒಳಗಿನಿಂದ ಅದೆಂತಹುದೋ ಆವೇಶ ಸ್ಫುರಿಸಿ, ಇಡೀ ಪ್ರಪಂಚವನ್ನು ಗೆದ್ದು ತನ್ನದಾಗಿಸಿಕೊಳ್ಳಬೇಕೆಂಬ ಅದಮ್ಯ ಬಯಕೆ ಹುಟ್ಟಿತು. ಹಲವು ವರ್ಷಗಳ ಕಾಲ ಇಡೀ ಪ್ರಪಂಚವನ್ನು ಸುತ್ತಿ ಹಿಂದಿರುಗುವ ಹೊತ್ತಿಗೆ ಬೆನ್ನಿನ ಹಿಂದೆ ಕುಳಿತಿದ್ದ ವೃದ್ಧ ಇರಲಿಲ್ಲ. ಯುವಕ ವೃದ್ಧನಾಗಿದ್ದ. ಅವನ ಕೈಯಲ್ಲೊಂದು ಮಣ್ಣಿನ ಹೂಜಿ ಇದ್ದಿತು. ಅದರಲ್ಲಿ ಸುತ್ತಿದ ಎಲ್ಲ ದೇಶಗಳ ಮಣ್ಣನ್ನೂ ಸಂಗ್ರಹಿಸಲಾಗಿತ್ತು. ಅದನ್ನು ತನ್ನ ಜಮೀನಿನಲ್ಲಿ ಸುರಿದು, ಮುದುಕ ಆರಂಭ ಮಾಡಿದ!

11. ಗಂಗಾಸ್ನಾನ

ಬೆಳಗಿನಿಂದ ಯಾವ ಛತ್ರದ ಮುಂದೆ ಮುಖ ಕೆಳಗೆ ಹಾಕಿ ನಿಂತರೂ ಚಿಲ್ಲರೆಯ ಮುಖ ಕಾಣದೆ ನಿಧಾನವಾಗಿ ಕಾಲೆಳೆದುಕೊಂಡು ಗಂಗಾತಟದ ಮೆಟ್ಟಿಲುಗಳ ಮೇಲೆ ಅವನು ಕಾಲು ಚಾಚಿ ಕುಳಿತುಕೊಂಡ. ಅಚಾನಕ್ಕಾಗಿ ಯಾರೋ ನೂರರ ಒಂದು ಉಂಡೆಯಷ್ಟು ಹಣವನ್ನು ಅವನ ಮುಂದೆ ಚಾಚಿದರು. ಅವನು ಗಾಬರಿಗೊಂಡು ನೋಡಿದ. ಹಣ ಇತ್ತವರು ಹಿಂದೆಯೇ ತಮ್ಮ ಅಂಗಿ ಪಂಚೆಯನ್ನೂ ನೀಡಿ ಹಲ್ಲು ಕಿರಿದರು. ಆತ ಗಂಗೆಯಲ್ಲಿ ಮುಳುಗಿ ಬರುವ ತನಕ ಕಾಯಬೇಕೆಂದು ಅದರ ಅರ್ಥವೆಂದು ಅವನು ಗ್ರಹಿಸಿದ. ಆತ ಮೊದಲ ಮುಳುಗು ಹಾಕುವಾಗ 'ಇವನೆಂಥಾ ಮರುಳ..!? ಅಪರಿಚಿತರಿಗೆ ಹೀಗೆ ಹಣ ನೀಡಿ ನೀರಿಗಿಳಿಯುವುದೇ?' ಎಂದುಕೊಂಡ! ಆತ ಎರಡನೇ ಮುಳುಗು ಹಾಕುವಾಗ 'ಅವನ ಕಣ್ಣುಗಳು ಎಂಥಹ ವಿಚಿತ್ರ ನಗು ಬೀರುತ್ತಿದ್ದುವು' ಎಂದು ವಿಸ್ಮಯಗೊಂಡ! ಆತ ಮೂರನೇ ಮುಳುಗು ಹಾಕಿ, ಬಹುಕಾಲದವರೆಗೆ ಮೇಲೆ ಬರದೇ ಹೋದಾಗ, ತಲ್ಲಣಗೊಂಡ!ತನಗೆ ಪರಿಚಯವೇ ಇಲ್ಲದ ವ್ಯಕ್ತಿ ತನ್ನ ಕೊನೆಯ ಗಂಟನ್ನು ಕೈಗಳಲ್ಲಿ ಇರಿಸಿ ಮರಳಿ ಬಾರದೇ ಇರುವ ಲೋಕಕ್ಕೆ ತೆರಳುವನೆಂದು ಅವನು ಎಣಿಸಿಯೇ ಇರಲಿಲ್ಲ!

12. ಬಿಸ್ಮಿಲ್ಲಾಹಿರ್ರಹ್‌ಮಾನಿರ್ರಹೀಮ್

ಗರೀಬ್ ನವಾಜ್ ಎಂದೇ ಹೆಸರಾಗಿದ್ದ ಅಜ್ಮೀರಿನ ಖ್ವಾಜಾ ಮೊಯಿನುದ್ದೀನ್ ಚಿಸ್ತಿ ಒಮ್ಮೆ ಅಫ್ಘಾನಿಸ್ತಾನದ ಸಬ್‌ಝುವಾರ್‌ನ ಹೂತೋಟವೊಂದರಲ್ಲಿ ನಮಾಜ್ ಮಾಡಿ ಕುರಾನ್ ಓದಲು ಕುಳಿತಿದ್ದರು. ಅಲ್ಲಿಗೆ ಪ್ರವೇಶಿಸಿದ ರಾಜ ಯಾದ್ಗಾರ್ ಮುಹಮ್ಮದ್‌ನಿಗೆ ತನ್ನ ಖಾಸಗಿ ತೋಟದಲ್ಲಿ ಸಂತನೊಬ್ಬ ಪ್ರವೇಶಿಸಿರುವುದನ್ನು ಕಂಡು ಕೆಡುಕೆನಿಸಿತು. ತೋಟದ ಕಾವಲಿನವರಿಗೆ ಮನಬಂದಂತೆ ಬೈದುಬಿಸಾಡಿದ.

ಖ್ವಾಜಾರನ್ನು ದುರುಗುಟ್ಟಿಕೊಂಡು ನೋಡಿದ. ಮರುಕ್ಷಣವೇ ಮೈಯೆಲ್ಲ ನಡುಕ ಹತ್ತಿ ಕುಸಿದು ಅವರ ಕಾಲಿಗೆ ಎರಗಿದ. 'ಬಿಸ್ಮಿಲ್ಲಾಹಿರ್ರಹ್‌ಮಾನಿರ್ರಹೀಮ್' ಎಂದು ಖ್ವಾಜಾ ಆತನನ್ನು ಎಚ್ಚರಿಸಿದ್ದು ಮಾತ್ರವಲ್ಲ, ಆತ ತನ್ನೆಲ್ಲ ರೂಕ್ಷ ಬುದ್ಧಿಯನ್ನೂ ಒಮ್ಮೆಗೇ ಬಿಟ್ಟು ಶರಣಾಗುವಂತೆ ಮಾಡಿದರು. ಆತ ಮುಂದೆ ತನ್ನದೆಲ್ಲವನ್ನೂ ಬಡಬಗ್ಗರಿಗೆ ದಾನ ಮಾಡಿ, ಖ್ವಾಜಾರ ಅನುಯಾಯಿಯಾದದ್ದು ಆಮೇಲಿನ ಮಾತು. ಆದರೆ ಇಂತಹ ಒಂದು ಘಟನೆ ನಡೆದ ತಕ್ಷಣ, 'ನೋಡಿದೆಯೋ, ನಾನು ಹೇಗೆ ಪಾಠ ಕಲಿಸಿದೆ ನಿನಗೆ?' ಎಂಬ ಭಾವ ಇಲ್ಲದೆ ಖ್ವಾಜಾರು ಖಿನ್ನರಾಗಿ ಕುಳಿತರು. ಅವರಿಗೆ ದೇವರೆಡೆಗೆ ಒಯ್ಯಲು ಒದಗಬೇಕಾಗಿದ್ದ ಶಕ್ತಿ ಹೀಗೆ ವ್ಯಯವಾದುದಕ್ಕೆ ಖೇದವಾಗಿತ್ತು!

13. ಪುಂಡರೀಕ

ಪುಂಡರೀಕನಾಗುವ ಮೊದಲು ಅವನೊಬ್ಬ ಪುಂಡನಾಗಿದ್ದ. ಹಾದಿ ಬೀದಿಯಲ್ಲಿ ಕಂಡ ಹೆಂಗಸರ ಮೇಲೆಲ್ಲಾ ಕೈಹಾಕುತ್ತಿದ್ದ. ಹೊಟ್ಟೆಗಿಲ್ಲದಿದ್ದರೂ ಉತ್ಸಾಹದಿಂದ ಕಾಶಿಗೆ ಹೋಗುತ್ತಿದ್ದ ಗುಂಪೊಂದನ್ನು ಕಂಡು ಬೆರಗಾಗಿ ತಾನೂ ಕಾಶಿಗೆ ಹೋದ. ಕುಕ್ಕುಟಮುನಿಯ ಆಶ್ರಮದ ಪರಿಚಾರಿಕೆ ಮಾಡುತ್ತಿದ್ದ ಗಂಗಾ, ಯಮುನಾ ಮತ್ತು ಸರಸ್ವತಿಯರನ್ನು ಕಂಡು ಮೋಹಗೊಂಡ. 'ನಾವು ನದಿ ದೇವತೆಯರು, ಹತ್ತಿರ ಸುಳಿದರೆ ಅಸ್ಥಿಯೂ ಉಳಿಯದ ಹಾಗೆ ಭಸ್ಮ ಮಾಡುತ್ತೀವಿ' ಎಂದು ಗದ್ದರಿಸಿಕೊಂಡರು. ಸೇವೆ ಮಾಡಿಸಿಕೊಳ್ಳುತ್ತಿದ್ದ ಮಹಾನುಭಾವ ಕುಕ್ಕುಟಮುನಿ ಹೇಗಿದ್ದಾನೆಂದು ಇಣುಕಿ ನೋಡಿದ. ಅವನು ತನ್ನ ತಂದೆ ತಾಯಿಯರ ಸೇವೆಯಲ್ಲಿ ನಿರತನಾಗಿದ್ದ. ಅವನನ್ನು ಕುರಿತು ಕಾಶಿಯ ಮಹಾತ್ಮೆಯನ್ನು ಕೇಳಲಾಗಿ, ತಂದೆ ತಾಯಿಯರ ವಿನಃ ತನಗೇನೂ ತಿಳಿಯದು

ಎಂಬ ಉತ್ತರ ಬಂತು. ಅಲ್ಲಿ ಕಣ್ಣು ಮುಚ್ಚಿದವನೇ ಭೀಮಾನದಿ ತಟದಲ್ಲಿರುವ ತನ್ನ ಲೋಹದಂಡ ಹಳ್ಳಿಗೆ ಬಂದು ಕಣ್ಣುಬಿಟ್ಟ, ತಂದೆ ತಾಯಿಯರ ಶುಶ್ರೂಷೆಯಲ್ಲಿ ತೊಡಗಿಕೊಂಡ. ಆಗ ಅಲ್ಲಿಗೆ ಪರೀಕ್ಷಿಸಲು ಬಂದ ಶ್ರೀಮನ್ನಾರಾಯಣ 'ದೇವರಾದ ನಾನು ಅನುಗ್ರಹಿಸಲು ಬಂದಿದೀನಿ. ಹೊರಗೆ ಬಂದು ಎದುರುಗೊಳ್ಳು' ಎಂದು ಕೂಗಿಕೊಂಡ. ಪುಂಡರೀಕ ಒಳಗಿನಿಂದಲೇ ತನ್ನ ತಂದೆ ತಾಯಿಯರ ಸೇವೆ ಪೂರೈಸಿ ಬರುವವರೆಗೂ ಅಲ್ಲಿಯೇ ನಿಲ್ಲು ಎಂದು ಮರು ಉತ್ತರ ಕೊಟ್ಟ, ಎದ್ದು ಓಡಲಿಲ್ಲ. ನೆಲದ ಮೇಲೆ ನಿಲ್ಲಲು ಕಷ್ಟವಾಗಿ ಇಟ್ಟಿಗೆಯೊಂದನ್ನು ಹಾಕಿಕೊಂಡು ಅದರ ಮೇಲೆ ಕಾಯುತ್ತ ನಿಂತ ಭಗವಂತ, ಆಯಾಸದಿಂದ ನಿಟ್ಟುಸಿರುಬಿಡುತ್ತ ಸೊಂಟದ ಮೇಲೆ ಕೈ ಇಟ್ಟುಕೊಂಡ. ಹುಡುಕುತ್ತ ಬಂದ ರುಕ್ಮಿಣಮ್ಮನೂ ಗಂಡನ ಮಗ್ಗುಲಲ್ಲಿ ಅದೇ ಭಂಗಿಯಲ್ಲಿ ನಿಂತುಕೊಂಡಳು. ಭಕ್ತ ತೀರಾ ತಡವಾಗಿ ಬಂದು ದೇವರಿಗೆ ದರ್ಶನ ಕೊಟ್ಟ, ಅದರಿಂದ ಸಂಪ್ರೀತನೇ ಆದ ಭಗವಂತ ಅವನನ್ನು ಅನುಗ್ರಹಿಸಿ ಅಲ್ಲಿಯೇ ನೆಲೆ ನಿಂತ. ಅಂದ ಹಾಗೆ ಆ ಪುಣ್ಯ ಕ್ಷೇತ್ರವು ಪಂಡರಾಪುರವೆಂತಲೂ, ಬಂದವರು ಪಾಂಡುರಂಗ, ಪಾಂಡುರಂಗಿಯರೆಂದೂ ಹೆಸರು!

14. ಹನ್ನೆರಡು ಕಂಬದ ಮನೆ

ಆ ಹನ್ನೆರಡು ಕಂಬದ ಮನೆಯಲ್ಲಿ ಕತ್ತಲು ಹಾಳುಸುರಿಯುತ್ತಿತ್ತು. ಜೇಡ, ಬಾವುಲಿ, ಗೂಬೆ, ಕಪ್ಪೆ, ಹಲ್ಲಿ, ಹಾವುಗಳ ನಿರಾತಂಕ ನಿರ್ಭಯ ಸಂಚಾರವಿತ್ತು. ಆಗೊಮ್ಮೆ ಈಗೊಮ್ಮೆ ಮೇಲ್ಛಾವಣಿಯ ಸಂದುಗಳಿಂದ ಬೀಳುತ್ತಿದ್ದ ಮಳೆಹನಿಯಿಂದ ನೆಲವು ನೆನೆಯುತ್ತಿತ್ತು. ನರಮನುಷ್ಯರ ದನಿಯೇ ಕೇಳದ ಮನೆಯದು. ಆದರೆ ಯಾವಾಗಲಾದರೊಮ್ಮೆ ಧೂಳು ಹಿಡಿದ ನೆಲದ ಮೇಲೆ ಹೆಜ್ಜೆಗಳು ಮೂಡುತ್ತಿದ್ದವು., ಮಾಸುತ್ತಿದ್ದವು!

15. ಪ್ರಜ್ವಲ ಬೆಳಕು

ಬೆಟ್ಟಕಾನನಗಳ ಅಲೆದಲೆದು ದಣಿವಿನಿಂದ ಮರದಡಿಯಲ್ಲಿ ಉರುಳಿಕೊಂಡ. ಗಾಢ ನಿದ್ರೆ ಹತ್ತಿತು. ತಾನು ಮುಟ್ಟಿ ತಾಕಿ ತಡವಿ ಬಂದ ಗಿಡಮರ ಬಳ್ಳಿಗಳೆಲ್ಲ ಹೊಂಬಣ್ಣಕ್ಕೆ ತಿರುಗಿ ಕಂಗೊಳಿಸುತ್ತಿದ್ದಂತೆ ಕನಸಾಯಿತು. ಮನಸ್ಸು ಪ್ರಫುಲ್ಲ ಗೊಂಡಿತು. ಪ್ರಜ್ವಲವಾದ ಬೆಳಕು ತನ್ನ ಮುಂದೆ ನರ್ತಿಸುತ್ತಿರುವಂತೆ ಭಾಸವಾಗಿ ನಿಧಾನವಾಗಿ ಕಣ್ಣು ತೆರೆದು ನೋಡಿದ. ಬೆನ್ನಿಗೇ ಕಾಡ್ಗಿಚ್ಚಿಗೆ ಸಿಲುಕಿ ಮುರುಟಿಹೋದ!

16. ಆದರ್ಶ ಸತಿ

ಅವಳು ಮುದ್ದೆ ತಿರುವುತ್ತಿದ್ದಳು. ಕೋಣೆಯಲ್ಲಿ ಮಲಗಿದ್ದ ಗಂಡ ಕೈಬಳೆಗಳ ಲಯಬದ್ಧ ಸದ್ದನ್ನು ಹಿಂಬಾಲಿಸಿ ಅಡುಗೆ ಕೋಣೆಯ ಬಾಗಿಲಿಗೆ ಬಂದು ನಿಂತ. ನಿಂತವನು ಹಾಗೇ ಮೊಣಕಾಲುಗಳನ್ನು ದುಢುಂ ಎಂದು ನೆಲಕ್ಕೆ ಕೊಟ್ಟು ಕುಸಿದು ಕೂತ. ಅವಳು ಏನಾಗಲೀ ಎಂದಾಗಲೀ ತನ್ನ ನಿತ್ಯದ ಕರ್ತವ್ಯವನ್ನ ಮರೆತವಳೇ ಅಲ್ಲ. ಅವಳನ್ನು ಮಣ್ಣು ಮಾಡಿದ ದಿನವೂ ಕೂಡಾ ಸರಿಮಧ್ಯಾಹ್ನದ ಹೊತ್ತಿಗೆ ಮುದ್ದೆ ತಿರುವುತ್ತಿದ್ದಳು!

17. ಸಾಕ್ಷಾತ್ಕಾರ

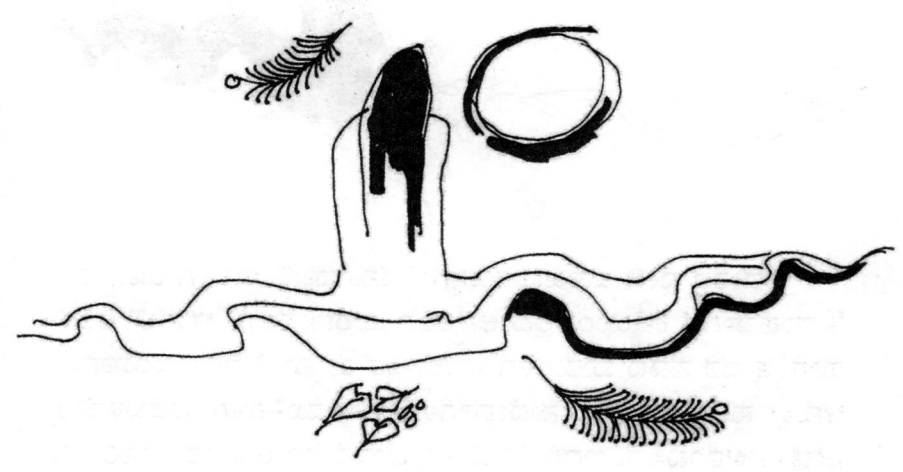

ಕದಳಿವನದ ಹಾದಿಯಲ್ಲಿ ನಡೆಯುತ್ತ ಅಕ್ಕ ಬವಳಿ ಬಂದು ಕೂತುಬಿಟ್ಟಳು. ತನ್ನೊಡೆಯ ಮಲ್ಲಿಕಾರ್ಜುನನನ್ನು ಎಲ್ಲಿಯೂ ಕಾಣದೆ ಅವಳ ಕಣ್ಣುಗಳು ತುಂಬಿ ಕೆನ್ನೆಗೆ ನೀರು ಹರಿದುವು. ಕೆಲಕಾಲದ ನಂತರ ನಿಧಾನವಾಗಿ ಕಣ್ಣು ತೆರೆದು ನೋಡುತ್ತಾಳೆ.. ಆಕಾರವಿಲ್ಲದ್ದು ಸ್ಪಷ್ಟವಾಗಿ ಕಂಡಿತು! ದನಿಯಿಲ್ಲದ್ದು ಖಚಿತವಾಗಿ ಕೇಳಿತು!

18. ಮೊಗ್ಗಿನ ಮಾಲೆ

ಅಮರತ್ವ ಬೇಡಿ ಮಾಡಿದ ತಪಸ್ಸಿಗೆ ಶಿವನು ಬಾಣಾಸುರನಿಗೆ ಕೊಟ್ಟ ವರ 'ವಿವಾಹವಾಗದ ಕನ್ಯೆಯಿಂದಲ್ಲದೆ ಅನ್ಯರಿಂದ ಮರಣ ಸಂಭವಿಸದಿರಲಿ' ಅಂತ. ಹಾಗಂತ ವರ ಪಡೆದ ಮರುಗಳಿಗೆ ಬಾಣಾಸುರ ತನ್ನನ್ನು ಹಿಡಿಯುವರ್ಯಾರು ಅನ್ನೋ ಹಮ್ಮಿನಿಂದ ದೇವಾನುದೇವತೆಗಳಿಗೆ, ಋಷಿಮುನಿಗಳಿಗೆ ಉಪಟಳವನ್ನು ನೀಡಲು ಆರಂಭಿಸಿದ. ಇದರಿಂದ ಬೇಸತ್ತ ದೇವತೆಗಳು ಅಸುರನ ವಿನಾಶಕ್ಕಾಗಿ ಯಜ್ಞವೊಂದನ್ನು ಕೈಗೊಂಡು, ಆ ಯಜ್ಞದಿಂದ ದುರ್ಗಾಂಶದ ಕನ್ಯೆಯೊಬ್ಬಳು ಜನ್ಮ ತಳೆದು ಹೊರಬಂದಳು. ಅವಳು ಶಿವನನ್ನು ವರಿಸಬೇಕೆಂಬ ಅಪೇಕ್ಷೆಯಿಂದ ದಕ್ಷಿಣ ಸಮುದ್ರತೀರದಲ್ಲಿ ತಪಸ್ಸನ್ನಾಚರಿಸಿದಳು. ಇದರಿಂದ ಮನಕರಗಿದ ಶಿವ ಅವಳನ್ನು ವರಿಸಲು ಶುಚೀಂದ್ರಕ್ಕೆ ಬಂದು ತಲುಪಿಕೊಂಡ. ಇನ್ನೇನು ಈ ವಿವಾಹ ಜರುಗಿಬಿಟ್ಟರೆ, ಬಾಣಾಸುರನನ್ನು ವಧಿಸುವರ್ಯಾರು ಅನ್ನುವ ಕಾರಣಕ್ಕೆ ದೇವತೆಗಳೆಲ್ಲ ಸೇರಿ ಸಂಚು ರೂಪಿಸಿದರು. ನಾರದ ಕೋಳಿ ಕೂಗುವಂತೆ ಸದ್ದು ಮಾಡಿ ಅವರು ವಿವಾಹಕ್ಕೆ ಇಟ್ಟುಕೊಂಡ ಮುಂಜಾವಿನ ಮುಹೂರ್ತ ಕಳೆದುಹೋಯಿತೆಂಬ ಭ್ರಮೆ ಹುಟ್ಟುವಂತೆ ಮಾಡಿದ. ಮದುವೆ ಮುರಿದು

ಹೋಯಿತು. ಮುಂದೆ ಬಾಣಾಸುರನ ಸಂಹಾರವಾದದ್ದು ನಮಗೆ ಬೇಡದ ವಿಷಯ. ಆದರೆ ಹೀಗಾಗಬಹುದೇ..? ಅತೀವ ನೋವಿನಿಂದಲೂ, ಭ್ರಮೆಯಿಂದಲೂ ಕನ್ಯಾಕುಮಾರಿಯು ಕೈಲಿಡಿದ ಮೊಗ್ಗಿನ ಮಾಲೆಯೊಂದಿಗೆ ಶಿವನ ಬರುವನ್ನು ಕಾಯುತ್ತ ಹಾಗೇ ನಿಂತುಬಿಟ್ಟಿದ್ದಾಳೆ ಇನ್ನೂ..!

19. ಮಾತಲಿ

ಮಗಳು ಗುಣಕೇಶಿ, ಸುಮುಖನೆಂಬ ನಾಗನೊಂದಿಗೆ ಪ್ರೇಮದಲ್ಲಿ ಬಿದ್ದಿದ್ದಾಳೆಂದು ತಿಳಿದಾಗಿನಿಂದ ಮಾತಲಿ ತಲ್ಲಣಗೊಂಡಿದ್ದ. ಹೆಂಡತಿ ಸುಧರ್ಮೆ ಒಂದೇ ಕಣ್ಣಿನಲ್ಲಿ ಅಳುತ್ತಿದ್ದಳು. ಮಗ ಗೋಮುಖ ಇನ್ನೂ ಚಿಕ್ಕವ. ಮಗಳು

ಸುಮುಖನಿಲ್ಲದ ಬದುಕನ್ನು ಊಹಿಸಿಕೊಳ್ಳಲೂ ಸಿದ್ಧಳಿಲ್ಲ! ತಡೆಯುವರ್ಯಾರು? ವಿಷ್ಣುವನ್ನು ಹೊತ್ತು ತಿರುಗುವ ಗರುಡ ಎಂದಾದರೂ ನಾಗನಾದ ಸುಮುಖನನ್ನು ಇಲ್ಲವಾಗಿಸುತ್ತಾನೆಂಬುದೇ ಮಾತಲಿಯ ಕಳವಳಕ್ಕೆ ಕಾರಣ. ಮಗಳು ಎರಡೇ ದಿನ ಬದುಕಿದರೂ ಅವನೊಂದಿಗೇ ಎನ್ನುತ್ತಾಳೆ!? ಪ್ರೇಮ ಕುರುಡು! ಮಾತಲಿ ವಿಷ್ಣುವನ್ನು ಇನ್ನಿಲ್ಲದ ಹಾಗೆ ಪ್ರಾರ್ಥಿಸಿದ, ಏನಾಗಲೀ ನಿನ್ನ ಗರುಡ ನನ್ನ ಅಳಿಯನ ಕಡೆಗೆ ಕಣ್ಣು ಹಾಯಿಸದ ಹಾಗೆ ನೋಡಿಕೋ ಅಂತ. ನಂತರ ಅಷ್ಟಕ್ಕೂ ಸುಮ್ಮನಾಗದೆ, ಅನುಮಾನವೇಕೆಂದು ಇಂದ್ರನನ್ನು ಗೋಗರೆದು ಒಂದಿಷ್ಟು ಅಮೃತ ತಂದು ಭಾವೀ ಅಳಿಯನಿಗೆ ಕುಡಿಸಿ, ಆ ನಂತರ ಧಾರೆ ಎರೆಯುವ ಶಾಸ್ತ್ರಕ್ಕೆ ಮುಂದಾದ. ಮಾತಲಿ ಲೋಕದ ಎಲ್ಲಾ ಜವಾಬ್ದಾರಿಯುತ ಹೆಣ್ಣು ಹೆತ್ತ ತಂದೆಯರ ಮಾದರಿ!

20. ನೀಳ ಗಾಜಿನ ಕಿಟಕಿಗಳಿಂದಾಚೆಗೆ

ಸ್ಲಮ್ಮಿನ ಆ ಸಣ್ಣ ಜೋಪಡಿಯಿಂದ ತನ್ನ ಹಳೇ ಜಿಪ್ಪು ಕಿತ್ತು ಸೇಫ್ಟಿಪಿನ್ನು ಹಾಕಿದ್ದ ಕಿಟ್ಟುಬ್ಯಾಗು; ಪೌಡರು ಡಬ್ಬ, ಅಲ್ಲಲ್ಲಿ ಬಿಂದಿ ಮೆತ್ತಿ ಕಪ್ಪು ಕಲೆಗಳಾಗಿದ್ದ ಅಂಗೈ ಅಗಲದ ಕನ್ನಡಿ, ತುದಿ ಮುಟ್ಟಿದ್ದ ಲಿಫ್‌ಸ್ಟಿಕ್, ಗಾಜಿನ ಬಳೆಗಳು, ಕಾಜಲ್ ಡಬ್ಬಿ ಎಲ್ಲವನ್ನು ಸುರಿದುಕೊಂಡ ಇನ್ನೊಂದು ಚಿಕ್ಕ ಹ್ಯಾಂಡ್ ಬ್ಯಾಗು ಹಿಡಿದು ಅಪ್ಪಅಮ್ಮರ ಅಣ್ಣಂದಿರ ಕಣ್ಣು ತಪ್ಪಿಸಿ ಟ್ಯಾಕ್ಸಿಯವನ ಹಿಂದೆ ಗಿಲೀಟು ತಾಳಿ ಕಟ್ಟಿಕೊಂಡು ಹೋಗಿಬಿಟ್ಟಿದ್ದ ಹಾಲುಬಣ್ಣದ ರಮಾಬಾಯಿಗೆ ನೀಳ ಗಾಜಿನ ಕಿಟಕಿಗಳ ದೊಡ್ಡದೊಡ್ಡ ಬಿಲ್ಡಿಂಗ್‌ಗಳೊಳಗೆ ಕಾಲಿಡುವುದೇ ಮೊದಲಿಗೆ ಸಂಭ್ರಮವೆನಿಸುತ್ತಿತ್ತು. ಗಂಡು ಎಂದು ಅವಳು ಗುರುತಿಸಿಕೊಂಡ ಆ ಟ್ಯಾಕ್ಸಿಯ ಕರಿಬಣ್ಣದ ಬಿಳುಪು ಶರಟಿನ ಆಸಾಮಿಯ ತಲೆ ಬದಲಾಗಿ ಬೇರೆಬೇರೆಯ ತೋಳು, ಬೆವರು ನಾತಗಳ ಕೂಟ ಬೆಳೆಯತೊಡಗಿದಾಗ, ಜೋಪಡಿಯ ಮೋಟು ಗೋಡೆ, ಕ್ಯಾಲೆಂಡರು, ಪ್ಲಾಸ್ಟಿಕ್ ಮೆತ್ತಿದ ತೂತು ಬಕೇಟು, ರಂಗೋಲಿಯ

ಕರಟ, ಅಲ್ಯುಮಿನಿಯಂ ಬೋಸಿಗಳು ಅಕ್ಕರೆಯ ದನಿಗಳಾಗಿ ಕರೆಯತೊಡಗಿ, ನೀಳ ಗಾಜಿನ ಕಿಟಕಿಗಳಿಂದಾಚೆಗೆ ಆ ರಸ್ತೆಯಲ್ಲಿ ಎಂದಾದರೂ ಕಾಣಬಹುದಾದ ತನ್ನ ಅಪ್ಪ, ಅಣ್ಣಂದಿರಿಗಾಗಿ ಬಿಡುವಾದಾಗಲೆಲ್ಲಾ ನಿಂತು ನೋಡತೊಡಗಿದಳು.

21. ಚೋರ್

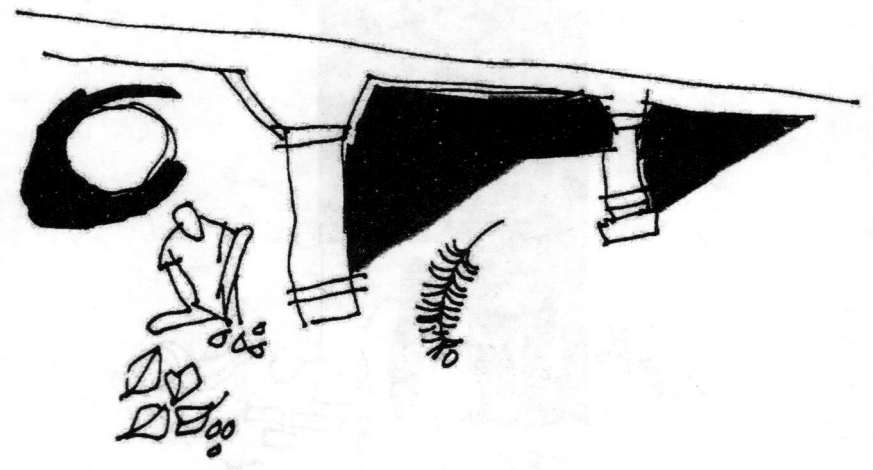

ಇಷ್ಟಕ್ಕೂ ಆ ದಿನ ಅವನು ಕದ್ದೇ ಇರಲಿಲ್ಲ. 'ಚೋರ್ ಚೋರ್' ಎಂದು ಬೆನ್ನಿಗೆ ಬಿದ್ದ ಜನರನ್ನು ಹಿಂದೆ ಬಿಟ್ಟು ಓಡಿ ಓಡಿ ಅಲ್ಲಲ್ಲಿ ಕಣ್ಣು ತಪ್ಪಿಸಿ ಅವಿತುಕೊಂಡು, ಪುನಃ ಉಪಾಯವಾಗಿ ನುಸುಳಿ ತೂರಿಕೊಂಡು, ಕಬ್ಬಿನ ಲಾರಿ, ಲಗೇಜು ಆಟೋ, ತುಂಬಿದ ಬಸ್ಸು ನಿಲ್ದಾಣಗಳಲ್ಲಿ ಕಳೆದುಹೋಗುತ್ತ ಫ್ಲೈಓವರ್ ಕೆಳಗಿನ ಗಲ್ಲಿಯಲ್ಲಿ ನಿಂತು ಬಸವಳಿದು ದೊನ್ನೆ ಬಿರಿಯಾನಿ ತಿನ್ನುವ ವೇಳೆಗೆ ಚೋರ್ ಆಗಿದ್ದ!

22. ಪರಿಹಾರ

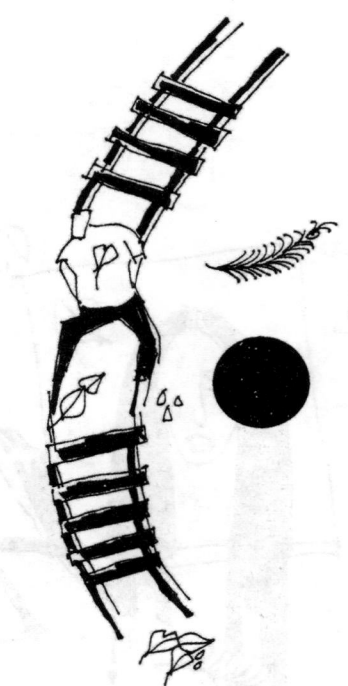

ಹೇಗಾದರೆ ಹಾಗಾಗಲಿ ಅಂತ ಹೆಂಡತಿಯ ಹೆಸರಿನಲ್ಲಿ ಅವನೊಂದು ಲಾಟರಿ ಟಿಕೀಟು ಖರೀದಿಸಿದ್ದ. ತನ್ನ ಹೆಸರಿಗೆ ಇನ್ಶೂರೆನ್ಸ್ ಪಾಲಿಸಿಯೊಂದನ್ನು ಮಾಡಿಸಿ ಮೆಜಾರಿಟಿಗೆ ಬಂದ ಮಗಳನ್ನು ನಾಮಿನಿ ಮಾಡಿದ್ದ. ತಾನು ನಿತ್ಯವೂ ಕಾರು ತೊಳೆಯುತ್ತಿದ್ದ ಮನೆಗಳಿಗೆ ಹಿರಿಯ ಹುಡುಗನನ್ನೂ, ವಾರದಲ್ಲಿ ಎರಡು ದಿನ ಹೋಗುತ್ತಿದ್ದ ಹೂದೋಟ ನೋಡಿಕೊಳ್ಳಬೇಕಾದವರ ಮನೆಗೆ ಕಿರಿಯ ಹುಡುಗನನ್ನೂ ಆ ದಿನ ಕರೆದೊಯ್ಯುವ ಕಾರ್ಯ ಪೂರೈಸಿದವನು, ಆ ಸಂಜೆ ಆರರ ರೈಲು ಬರುವ ದಿಕ್ಕಿಗೆ ವಿರುದ್ಧವಾಗಿ ಓಡತೊಡಗಿದ.

23. ಕಾಣೆಯಾಗಿದ್ದಾಳೆ

ಅವನು ತನ್ನ ಹೆಂಡತಿಯನ್ನು ಹುಡುಕುತ್ತಿದ್ದ. ಪೋಲೀಸ್ ಸ್ಟೇಷನ್‌ನಲ್ಲಿ ಕಂಪ್ಲೈಂಟ್ ಕೊಟ್ಟಿದ್ದ. 'ಕಾಣೆಯಾಗಿದ್ದಾಳೆ' ಅಂತ ಪೇಪರಿಗೆ ಹಾಕಿಸಿದ್ದ. ಸ್ನೇಹಿತರಿಗೆಲ್ಲ ಒಂದೇ ಫಾರ್ಮ್ಯಾಟಿನ ಪತ್ರ ಪ್ರಿಂಟು ಮಾಡಿಸಿ, ವಿಳಾಸಗಳನ್ನು ಬರೆದು ಅಂಚೆಗೆ ಹಾಕಿದ್ದ. ಅವಳು ಆರು ತಿಂಗಳಿನಿಂದ ಅವನ ಮಂಚದ ಕೆಳಗಿನ ನೆಲದ ಒಳಗೆ ಮರದ ಬೀರುವಿನಲ್ಲಿ ಹಾಯಾಗಿ ಮಲಗಿ ನಿದ್ರಿಸುತ್ತಿದ್ದಳು!

24. ಬಿಸ್ಕತ್ತು ಪೊಟ್ಟಣ

ಆ ಮಕ್ಕಳೆಂದೂ ತಮ್ಮ ಅವ್ವಅಪ್ಪಂದಿರನ್ನು ಕಂಡಿರಲಿಲ್ಲ. ಲಾಲ್‌ಬಾಗಿನಲ್ಲಿ ತನ್ನ ಮಕ್ಕಳು ತಿಂದು ಮಿಕ್ಕಿದ್ದ ಬಿಸ್ಕತ್ತು ಪೊಟ್ಟಣವನ್ನು 'ಇಕೋ' ಎಂದು ಕೊಟ್ಟ ಹೆಂಗಸಿನ ಹಿಂದೆ ನಡೆಯತೊಡಗಿದರು. ಕಾರಿನ ಸಮೀಪ ಕಿರಿಯ ಹುಡುಗ ಆಕೆಯ ಸೆರಗು ಹಿಡಿದು ಎಳೆದ. ಅವಳ ಗಂಡ ಹುಡುಗನ ಕೆನ್ನೆಗೆ ಛಳೀರನೆ ಒಂದೇಟು ಹಾಕಿ, ಕಾರನ್ನು ಚಾಲೂ ಮಾಡಿದ. ಹೊಗೆಯುಗುಳುತ್ತ ಹೋದ ಕಾರಿನ ಹಿಂಭಾಗವನ್ನೇ ನೋಡುತ್ತ ಮಕ್ಕಳು ನಿಂತುಕೊಂಡರು.

25. ಋಷ್ಯಶೃಂಗ

ಅವರೆಲ್ಲಿ ಹೋದರಲ್ಲಿ ಮಳೆ ಸುರಿಯುತ್ತಿತ್ತು! ಅತ್ತಿಗೆಯ ದುರ್ನಡತೆಯಿಂದ ಬೇಸತ್ತು ಕೌಶಕೀ ನದಿ ತೀರದಲ್ಲಿ ಏಕಾಂತವಾಗಿ ಆಶ್ರಮವಾಸಿಯಾಗಿದ್ದ ವಿಭಾಂಡಕ ಮುನಿಯು ಒಮ್ಮೆ ಮಿಂದು ಗಗನವೇರುತ್ತಿದ್ದ ಊರ್ವಶಿಯನ್ನು ಕಂಡು ಮೋಹಿತರಾಗಿ, ಆಗ ಸ್ಖಲನವಾದ ಮುನಿಯ ವೀರ್ಯವನ್ನು ಹೆಣ್ಣು

ಜಿಂಕೆಯೊಂದು ಸೇವಿಸಿ, ಅದರ ಗರ್ಭದಿಂದ ಜನಸಿದ ಶಿಶು ಋಷ್ಯಶೃಂಗ. ಪಕ್ಕದ ಅಂಗದೇಶದಲ್ಲಿ ಕ್ಷಾಮ ತಲೆದೋರಲು, ಕುಲ ಪುರೋಹಿತರ ಸಲಹೆಯಂತೆ ರಾಜ ರೋಮಪಾದನು ಋಷ್ಯಶೃಂಗರನ್ನು ರಾಜ್ಯಕ್ಕೆ ಕರೆಸಬೇಕಾಗಿ ಬಂತು. ಎಂದೂ ಹೆಣ್ಣಿನ ದರ್ಶನವನ್ನೇ ಮಾಡದೆ, ಮುನಿಯ ಪರಿಶುದ್ಧ ವಾತ್ಸಲ್ಯದಿಂದ ಬೆಳೆದ ಋಷ್ಯಶೃಂಗ ನಡೆದಾಡಿದ ಕಡೆಯೆಲ್ಲಾ ಮಳೆಯೋ ಮಳೆ! ತುಂಬಿದ ಕೌಶಕೀ ನದಿಗೇ ನೀರು ತುಂಬಿ ಹರಿಯುತ್ತಿರಲು, ಆ ಮಳೆ ಇತ್ತ ಬರಬಾರದೇ ಎಂದು ರಾಜನ ಎಣಿಕೆ. ಒಂದಿಬ್ಬರು ಹೆಣ್ಣುಗಳನ್ನು ಅಟ್ಟಿ, ಹೆಣ್ಣನ್ನು ಕಾಣದ ಋಷ್ಯಶೃಂಗರಲ್ಲಿ ವಿಸ್ಮಯವನ್ನೂ, ಆಸಕ್ತಿಯನ್ನೂ ಕೆರಳಿಸಿ ತನ್ನ ರಾಜ್ಯಕ್ಕೆ ಬರುವಂತೆ ಮಾಡಿಕೊಂಡನು. ಶೃಂಗರ ಹಿಂದೆ ಮಳೆಯೂ ಬಂತು. ರಾಜ್ಯದ ಅಂಚಿನಿಂದ ಆರಂಭಿಸಿ ಇಡೀ ನಾಡು ಮಳೆಯಿಂದಲೂ, ಆ ನಂತರ ಸಂಮೃದ್ಧಿಯಿಂದಲೂ ತುಂಬಿ ಹಸಿರಿನಿಂದ ನಳನಳಿಸಿತು. ಹಸುಕರುಗಳು ತುಂಬಿಕೊಂಡು ಅಡ್ಡಾಡಿದವು. ಹಳ್ಳಕೊಳ್ಳಕೆರೆಗಳು ಉಕ್ಕಿ ಹರಿದುವು. ಶೃಂಗರನ್ನು ಎಲ್ಲಿಯೂ ಕಳಿಸದೆ ತನ್ನ ರಾಜ್ಯದಲ್ಲಿಯೇ ಇರಿಸಿಕೊಳ್ಳಬೇಕೆಂಬ ಇಚ್ಛೆಯಿಂದ ತನ್ನ ಸಾಕುಮಗಳು ದಶರಥ ಪುತ್ರಿ ಶಾಂತಳನ್ನು ಮದುವೆ ಮಾಡಿಸಿ ಇರಿಸಿಕೊಂಡನು ರೋಮಪಾದ. ಆ ನಂತರ ಮಗನನ್ನು ಹುಡುಕುತ್ತ ಬಂದ ವಿಭಾಂಡಕ ಮುನಿಯು ಕೆರಳಿ ಎಲ್ಲಿ ಶಾಪವಿಟ್ಟಾನೋ ಎನ್ನುವ ಭಯದಲ್ಲಿ 'ಈ ಹಸು ಋಷ್ಯಶೃಂಗರ ದಯೆ!' 'ಈ ಹಸಿರು ಋಷ್ಯಶೃಂಗರ ದಯೆ!' ಎಂದು ನಾಡ ಜನರೆಲ್ಲ ಮಗನನ್ನು ಕೊಂಡಾಡಿ, ಮುನಿಯು ತಲೆದೂಗಿ ಹಿಂದಿರುಗಿ ಹೋಗಿಬಿಟ್ಟರು. ಅದೇ ಸಂಮೃದ್ಧಿಯ ಋಷ್ಯಶೃಂಗರ ಆಗಮನದಿಂದಲೇ, ಅವರೇ ಮುಂದೆ ನಿಂತು ಯಾಗ ಮಾಡಿಸಿದ್ದರಿಂದಲೇ ದಶರಥನ ಅರಮನೆಯಲ್ಲಿಯೂ ಮಕ್ಕಳು ಚಿಲಿಪಿಲಿ ಗುಟ್ಟುವಂತಾದದ್ದು ನಂತರದ ಸಂಗತಿ!

26. ಹನ್ನೆರಡರ ಗಂಟೆ

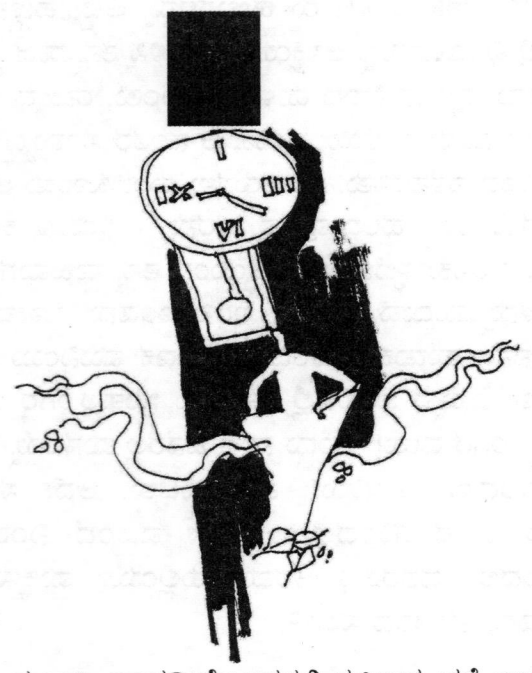

ಅದು ಗುಜುರಿ ಅಂಗಡಿಯೊಂದರಲ್ಲಿ ಕಬ್ಬಿಣದ ಹಳೆ ಸಾಮಾನುಗಳನ್ನು ಹಾಕಲು ಹೋದಾಗ ತಂದಿಟ್ಟುಕೊಂಡ ರೋಮನ್ ಅಂಕಿಗಳ ಹಳೆಯ ಕಾಲದ ಪೆಂಡುಲಂ ಗಡಿಯಾರ. ಏನು ಗ್ರಹಚಾರವೋ, ಕಾಕತಾಳೀಯವೋ ಅದನ್ನು ತಂದ ಮೂರು ವಾರಕ್ಕೆ ಮನೆಯ ಮೂರು ತಲೆಗಳು ಖಾಲಿಯಾಗಿದ್ದರು! ಸೆಲ್ಲು ತೆಗೆದರೂ ಬಿಡದೆ ರಾತ್ರಿ ಹನ್ನೆರಡರ ಗಂಟೆ ಹೊಡೆಯತೊಡಗಿದಾಗ ಅದರ ಬಗೆಗೆ ಅವ್ಯಕ್ತ ಭಯವು ಮೂಡಿ ವಾರದಲ್ಲಿ ಅದನ್ನು ಪುನಃ ಗುಜರಿ ಅಂಗಡಿ ಸೇರಿಸಿದರು. ಆ ದಿನ ರಾತ್ರಿಯೂ ಹನ್ನೆರಡರ ಗಂಟೆ ಹೊಡೆಯಿತು!

27. ಬೋಳುಮರ

ಅವನು ಜಾಗ್ರತೆ ತಪ್ಪಿ ಆ ತಿರುವಿನಲ್ಲಿ ತಿರುಗಬೇಕಾದವನು ಪಕ್ಕದ ತಿರುವಿನಲ್ಲಿ ತಿರುಗಿಬಿಟ್ಟ. ದಿಬ್ಬವೇರುತ್ತ ಏರುತ್ತ ಮಾರ್ಗ ತಪ್ಪಿದೆ ಎಂಬ ಅರಿವಾಗಿ ಹೊರಳುವಷ್ಟರಲ್ಲಿ 'ನಿಮಗಾಗಿಯೇ ಕಾದಿದ್ದೆ.. ಬನ್ನಿ' ಎಂದಿತು ಒಂದು ದನಿ. ಏನು ಎತ್ತು ಹೇಳದೆ ಕೈಹಿಡಿದು ನಡೆದವಳ ಹಿಂದೆ ನಡೆದು ಆ ದೊಡ್ಡ ಮಂದಿರದಲ್ಲಿ ಬರೋಬ್ಬರಿ ಒಂದು ವಾರವಿದ್ದ. ಹಿಂದಿರುಗುವಾಗ 'ಅಪ್ಪಅಮ್ಮಂದಿರನ್ನು ಕಳಿಸುತೀನಿ ಮದುವೆ ಮಾತಾಡೋಕ್ಕೆ' ಎಂದು ಹಣೆಯ ಮೇಲೆ ಮುತ್ತಿಟ್ಟು ಇಳಿಜಾರಿನಲ್ಲಿ ನಡೆಯುವಾಗ ವಿಳಾಸ ತೆಗೆದುಕೊಳ್ಳದೆ ಹೋದ ನೆನಪಾಗಿ ಪುನಃ ಹಿಂದಿರುಗಿ ನೋಡುತ್ತಾನೆ.. ಅರೆಬರೆಸುಟ್ಟ ಬೋಳುಮರವೊಂದು ಬಿಟ್ಟು ಅಲ್ಲಿ ಬೇರೇನೂ ಇಲ್ಲ!

28. ಹೊಗೆಯ ಮೂಲ

ಯಾರೆಂದರೆ ಯಾರೂ ಅಲ್ಲಿರುವುದಕ್ಕೆ ಸಾಧ್ಯವಿಲ್ಲವೆಂದು ಮೊನಲಿಸಾ ಖಚಿತವಾಗಿ ಹೇಳುತ್ತಿದ್ದಳಾದರೂ ಆ ಕಪಾಟಿನ ಕಡೆಗೇ ಭಯಮಿಶ್ರಿತ ಕೌತುಕದಿಂದ ನೋಡುತ್ತಿದ್ದಳು. ಕಪಾಟಿನ ಒಳಗಿನಿಂದ ಸಿಗರೇಟಿನ ಹೊಗೆಯು ಸುರುಳಿಸುರುಳಿಯಾಗಿ ಹೊರಗೆ ಬರುತ್ತಿತ್ತು. ಕಪಾಟಿನ ಒಳಗಿದ್ದ ವಸ್ತುಗಳನ್ನೆಲ್ಲಾ ಕೆಳಗೆ ಉದುರಿಸಲಾಯಿತು. ಎಷ್ಟು ಸಲ ಶೋಧಿಸಿದರೂ ಹೊಗೆಯ ಮೂಲ ಯಾವುದೆಂದು ಪತ್ತೆ ಮಾಡಲು ಯಾರಿಗೂ ಸಾಧ್ಯವಾಗಲಿಲ್ಲ. ಖಾಲಿಯಾದ ಕಪಾಟಿನ ಚೂಪಾದ ಕಬ್ಬಿಣದ ತುದಿಗೆ ಸಣ್ಣ ಪತ್ತೇದಾರಿ ಪುಸ್ತಕವೊಂದು ಸಿಕ್ಕಿಕೊಂಡಿತ್ತು. ಅದರ ಮುಖಪುಟದಲ್ಲಿ ಶರ್ಲಾಕ್ ಹೋಮ್ಸ್ ತಂಬೂಕು ಕೊಳವೆಯನ್ನು ಹಿಡಿದು ನಿಂತಿದ್ದ!

29. ತಾಕೀತು

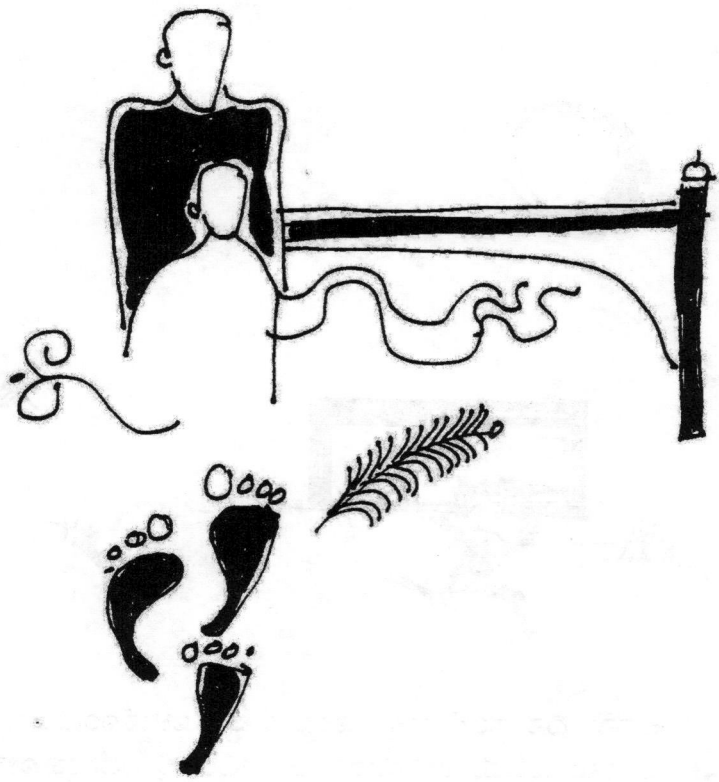

ಅವರಿಬ್ಬರು ತಿರುಗುಮುರುಗು ಹೆಜ್ಜೆ ಹಾಕಿ ನಡೆಯುತ್ತಿದ್ದರು. ಮೇಲ್ಸೇತುವೆಯ ಕಂಬಿ ಬೆನ್ನಿಗೆ ತಾಕುವವರೆಗೂ ತಿರುಗಕೂಡದೆಂದು ತಾಕೀತು ಮಾಡಿಕೊಂಡಿದ್ದರು. ಕಂಬಿ ಬೆನ್ನಿಗೆ ತಾಕುವುದಕ್ಕೆ ಮೊದಲು ನದಿಯ ನೀರು ತಾಕಿತ್ತು. ತಾಕೀತು ಮಾಡಿಕೊಂಡಂತೆ ಅವರು ತಿರುಗಲೇ ಇಲ್ಲ!

30. ಮಿಸ್ಟರ್ ಪರ್ಫೆಕ್ಟ್

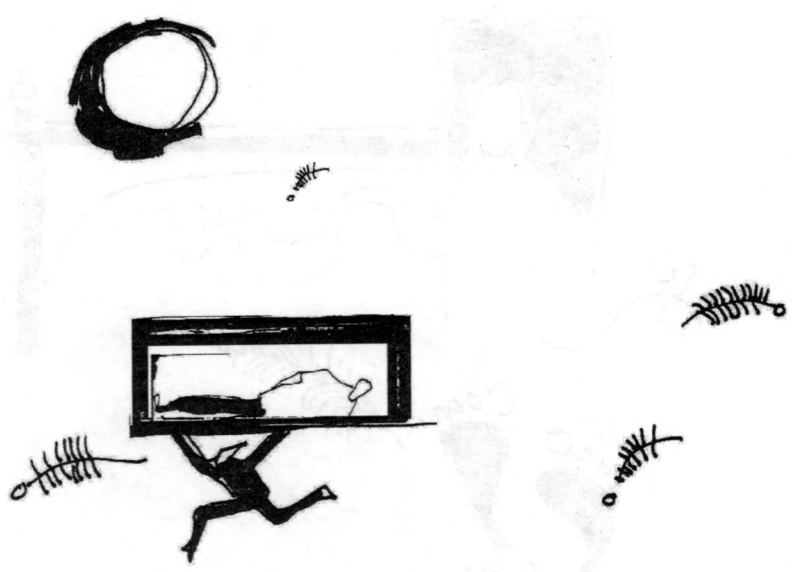

ಅವನು ದಿನ ಸಂಜೆ ಇಸ್ತ್ರಿ ಹಾಕಿದ ಬಟ್ಟೆ ತೊಟ್ಟುಕೊಂಡು, ವಾಕಿಂಗ್ ಸ್ಟಿಕ್ ಒಂದನ್ನು ಹಿಡಿದು ಠೀವಿಯಿಂದ ಆ ಬೀದಿಯಲ್ಲಿ ನಡೆದುಹೋಗುತ್ತಿದ್ದ. ಅವನು ಬಾಚಿ ಬಿಟ್ಟ ಕ್ರಾಪು ಕೂಡಾ ಅತ್ತಿತ್ತ ಸಣ್ಣದಾಗಿ ಅದುರುತ್ತಿರಲಿಲ್ಲ. ಆ ಬೀದಿಯಲ್ಲೆಲ್ಲ ಅವನನ್ನು ಮಿಸ್ಟರ್ ಪರ್ಫೆಕ್ಟ್ ಎಂದೇ ಕರೆಯುತ್ತಿದ್ದರು. ಒಂದು ದಿನ ಅವನು ಗುಂಡು ಹಾರಿಸಿಕೊಂಡು ಆತ್ಮಹತ್ಯೆ ಮಾಡಿಕೊಂಡುಬಿಟ್ಟ! ಆ ದಿನ ಸಂಜೆ ಅದೇ ಬೀದಿಯಲ್ಲಿ ಅವನನ್ನು ಹೊತ್ತು ಒಯ್ಯಲಾಯಿತು.

31. ಸುಂದರ ವದನೆ

ಒಡೆಯನ ಸಾವಿನ ದುಃಖವಿದ್ದರೂ ಕಂಸನ ಅಂತಃಪುರದ ಸ್ತ್ರೀಯರೆಲ್ಲ ಶ್ರೀಕೃಷ್ಣನ ಬರುವನ್ನು ಎದುರು ನೋಡುತ್ತ ತಕ್ಕಮಟ್ಟಿಗೆ ಮುತ್ತು ರತ್ನ ಬಂಗಾರಗಳಿಂದ ಅಲಂಕರಿಸಿಕೊಂಡು ನಿಂತಿದ್ದರು. ಅವರಲ್ಲಿ ಮುಖದ ತುಂಬ ಸೆರಗು ಇಳಿಬಿಟ್ಟು ತೇದ ಗಂಧವನ್ನು ಕೈಯಲ್ಲಿ ಹಿಡಿದು ಕೃಷ್ಣನಿಗೆ ಅರ್ಪಿಸಿ, ಕ್ಷಣವೂ ವಿಳಂಬ ಮಾಡದೆ ಸರ್ರನೆ ಬಾಗಿದ ತಲೆಯೊಂದಿಗೆ ಹಿಂದಿರುಗುತ್ತಿದ್ದ ಕುಬ್ಜೆಯ ಕೈಹಿಡಿದು ನಿಲ್ಲಿಸಿಕೊಂಡ ಕೃಷ್ಣ. 'ಪರದೆಯನ್ನು ಸರಿಸಬೇಡ ಕೃಷ್ಣ. ನಾನು ತ್ರಿವಕ್ರೆ, ಹುಟ್ಟುಕುರೂಪಿ' ಎಂದವಳ ಹೆಗಲ ಮೇಲೆ ಕೈ ಇರಿಸಿ 'ಯಾರೆಂದವರು ಹಾಗೆ? ಇತ್ತ ಬಾ' ಎನ್ನುತ್ತ ಉದ್ಯಾನದ ಸರೋವರದ ಮುಂದೆ ನಿಲ್ಲಿಸಿ, ಪರದೆ ಸರಿಸಿ ಕಣ್ಣು ಬಿಡೆಂದ. ಕಣ್ಣು ತೆರೆದ ಅವಳು ವಿಸ್ಮಯದಿಂದ 'ಯಾರೀಕೆ!?' ಎಂದಳು. 'ಸುಂದರ ವದನೆ! ತ್ರಿವಕ್ರೆಯಂತೂ ಅಲ್ಲ!' ಎಂದನವನು. ಅವಳ ಹೊಳೆವ ಕಣ್ಣುಗಳ ಸುತ್ತ ಬಣ್ಣಬಣ್ಣದ ಚಿಟ್ಟೆಗಳು ಕುಣಿದಾಡಿದವು!

32. ಬೀಗದ ಕೈ

ಆ ಮುದುಕ ಸಾಯುವ ಕೊನೆಯ ಗಳಿಗೆಯವರೆಗೂ ತನ್ನ ದಿಂಬಿನ ಅಡಿಯಲ್ಲಿ ಜೋಪಾನವಾಗಿ ಇಟ್ಟುಕೊಂಡಿರುತ್ತಿದ್ದ ಕಬ್ಬಿಣದ ಪೆಟ್ಟಿಗೆಯ ಬೀಗದ ಕೈಯನ್ನು ಯಾರಿಗೂ ಕೊಟ್ಟಿರಲಿಲ್ಲ. ಅವನ ಮಕ್ಕಳು, ಸೊಸೆಯರು, ಮೊಮ್ಮಕ್ಕಳು ಎಲ್ಲರೂ ಆತನ ಕಿರುಬೆರಳೂ ನೋಯದ ಹಾಗೆ ಆತನನ್ನು ಕೊನೆಯವರೆಗೂ ಕಾಪಾಡಿದರು. ಮಣ್ಣುಮಾಡಿ ಬಂದು ಪೆಟ್ಟಿಗೆ ತೆಗೆದು, ಆತನ ಖಾಲಿಯಾದ ಇನ್ನೂರ ಮೂವತ್ತು ನೆಶ್ಯದ ಡಬ್ಬಿಗಳನ್ನು ನೋಡಿ, ಆತ ಸತ್ತಾಗ ಸುರಿಸಿದ್ದಕ್ಕಿಂತಲೂ ನೂರುಪಟ್ಟು ಕಣ್ಣೀರು ಸುರಿಸಿದರು!

33. ಮಾರ್ಗ

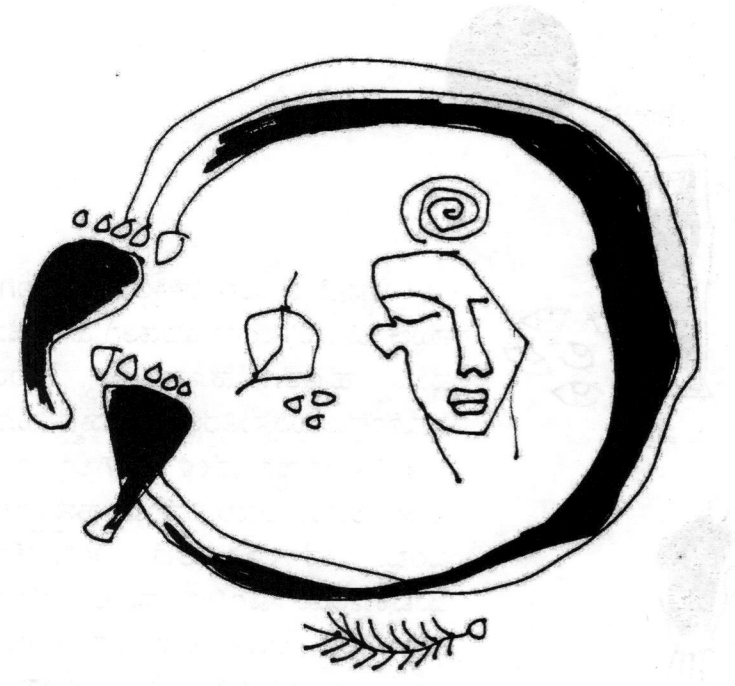

ಅವನು ನಡೆಯುತ್ತಲೇ ಇದ್ದ. ಹಾಕಿದ್ದ ಚಪ್ಪಲಿ ಸವೆದು, ಪಾದಗಳೂ
ಸವೆಯತೊಡಗಿದವು. ಆದರೂ ಅವನು ತಲುಪಬೇಕಾದ ಘಟ್ಟವನ್ನು ಇನ್ನೂ
ತಲುಪಲು ಆಗಿರಲಿಲ್ಲ. ಏಕೆಂದರೆ ತಾನು ಹಿಡಿದ ಮಾರ್ಗ ತಪ್ಪಾದುದೆಂಬ
ಅರಿವು ಅವನಿಗೆ ಇನ್ನೂ ಬಂದಿರಲಿಲ್ಲ!

34. ಮುಚ್ಚಿದ ಬಾಗಿಲು

ಅವನು ಪ್ರತಿದಿನ ರಾತ್ರಿಯೂ 'ಬಾಗಿಲು ಮುಚ್ಚಿ ಮಲಗು' ಎಂದು ಹೆಂಡತಿಗೆ ಹೇಳಿ ಚಪ್ಪಲಿ ಮೆಟ್ಟು ಹೊರಗೆ ಹೋಗುತ್ತಿದ್ದ. ಹೆಂಡತಿ ಏನೊಂದೂ ಪ್ರಶ್ನಿಸುತ್ತಿರಲಿಲ್ಲ. ಸುಮ್ಮನೆ 'ಹೋಗಿ ಬನ್ನಿ' ಎಂದಷ್ಟೇ ಹೇಳಿ ಬಾಗಿಲು ಮುಚ್ಚಿ ಮಲಗುತ್ತಿದ್ದಳು. ಆದರೆ ನಿದ್ದೆಯೇ ಹತ್ತುತ್ತಿರಲಿಲ್ಲ! ಒಂದು ದಿನ ರಾತ್ರಿ ಅದೇ ರೀತಿ ಚಪ್ಪಲಿ ಮೆಟ್ಟಿಕೊಂಡು ಎಂದಿನ ಮಾತು ಹೇಳಲು ಬಾಯಿತೆರೆದ. ಅದು ಹೊರ ಬರುವ ಮುನ್ನ, ಅವಳೇ ಎಂದಳು 'ಬಾಗಿಲು ಮುಚ್ಚಿ ಮಲಗುತೀನಿ. ಹೋಗಿ.... ಬರಬೇಡಿ!' ಅಂದಿನಿಂದ ಆ ಮನೆಯ ಬಾಗಿಲು ಅವನ ಪಾಲಿಗೆ ಶಾಶ್ವತವಾಗಿ ಮುಚ್ಚಿಯೇ ಇತ್ತು! ಒಳಗೆ ಅವಳು ಏಕಾಂತವಾಗಿ, ನೆಮ್ಮದಿಯ ಉಸಿರು ಬಿಡುತ್ತಾ ಮಲಗಿರುತ್ತಿದ್ದಳು! ನಿದ್ದೆಯೂ ಹತ್ತುತ್ತಿತ್ತು!

35. ಕಾಡು ಹೂವು

ದ್ರೌಪದಿಯು ಭೀಮನಲ್ಲಿ ಕೋರಿದ ಹಾಗೆ ಓರ್ವ ಪತ್ನಿಯು ತನ್ನ ಪತಿನಲ್ಲಿ ಕಾಡಿನ ಮಾರ್ಗವಾಗಿ ತಾವು ನಡೆಯುತ್ತಾ ಬರುವಾಗ ನೋಡಿದ ಕಾಡು ಹೂವನ್ನು ಕೋರಿದಳು. ಸಂಜೆಯ ವೇಳೆಗೆ ಒಂದು ಕಮಾನು ಗಾಡಿ ಮನೆಯ ಮುಂದೆ ಬಂದು ನಿಂತಿತು. ಗಾಡಿಯ ತುಂಬ ಅವಳು ಬಯಸಿದ ಕಾಡುಹೂಗಳಿದ್ದವು! ಹೂಗಳ ನಡುವೆ ಪೊದೆಯ ನಾಗರದಿಂದ ಮೃತನಾದ ಪತಿಯೂ..!!

36. ವಿರೂಪ

ಅವನ ಕನಸುಗಳಲ್ಲಿ ಬೇರೊಬ್ಬ ಸುಂದರಿ ಬರಲು ಆರಂಭಿಸಿದ ಮೇಲೆ, ಅವನ ಮಗ್ಗುಲು ಬಿಟ್ಟಿದ್ದ ಸುಂದರಿಯು ಕನ್ನಡಿಯ ಮುಂದೆ ನಿಂತು ದಿನವೂ ತನ್ನ ಮುಖದ ಕುರೂಪವನ್ನು ಹುಡುಕತೊಡಗಿದಳು. ಕೊನೆಗೊಂದು ದಿನ ಅವಳಿಗೆ ಗೊತ್ತಾಯಿತು.. ಕುರೂಪ ತನ್ನ ಮುಖದ ಮೇಲೆ ಇಲ್ಲವೇ ಇಲ್ಲವೆಂದು..! ತನ್ನವನ ಎದೆಯ ಗೂಡು ವಿರೂಪಗೊಂಡಿದೆಯೆಂದು!

37. ನರಳುವ ಗೋಡೆ

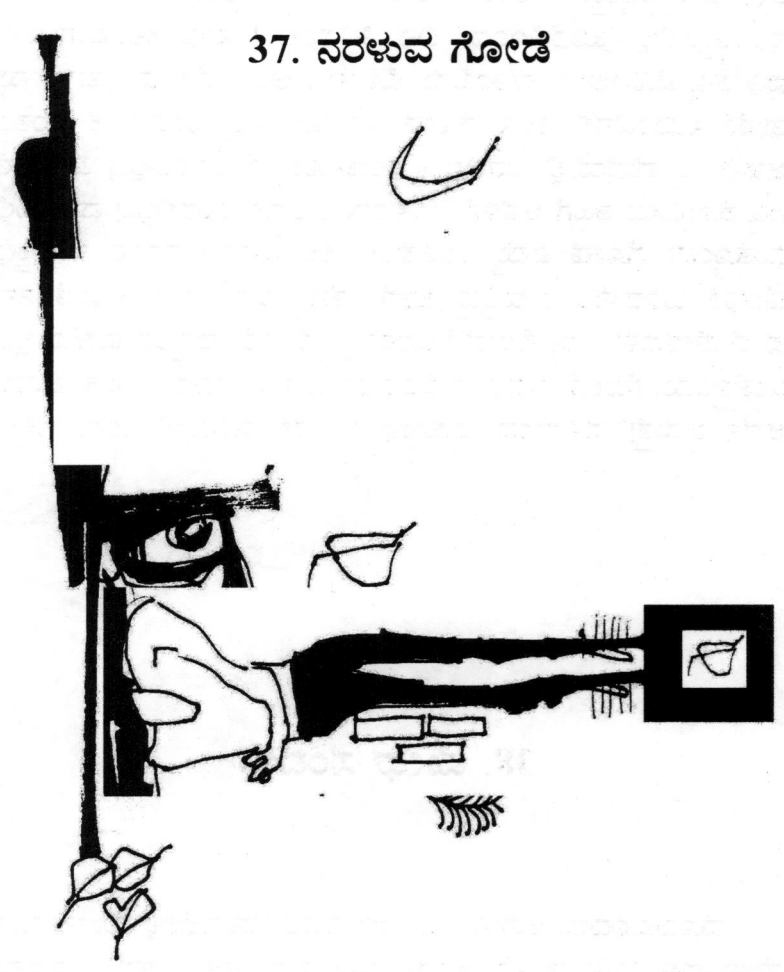

ಇಡೀ ದಿನ ಒಂದಿಷ್ಟೂ ಬಿಡುವಿಲ್ಲದೆ ನಡೆದಾಡುತ್ತೇವೆಂದರೂ ಮುಗಿಯದ ವಿಶಾಲವಾದ ಬಂಗಲೆಯಲ್ಲಿ ಒಂದು ಪುಟ್ಟ ಸಂಸಾರ. ಮನೆಯೊಡತಿಗೆ ತಾನು, ತನ್ನ ಪತಿ, ಮಗುವನ್ನು ಹೊರತಾಗಿ ಆ ಮನೆಯಲ್ಲಿ ಬೇರೆ ಯಾರೋ ಒಬ್ಬರು

ಇದ್ದಾರೆ ಎಂಬ ಗುಮಾನಿ ಹಲವು ದಿನಗಳಿಂದ! ಮಧ್ಯಾಹ್ನದ ವೇಳೆಗಳಲ್ಲಿ ತಾನೊಬ್ಬಳೇ ಇರುವಾಗ ಮನೆಯಲ್ಲಿ ಯಾರೋ ಒಬ್ಬರು ನಿರಂತರವಾಗಿ ನರಳುವ ದನಿ ಕೇಳಿಸುತ್ತಿತ್ತು. ಅವಳು ಯಾರಲ್ಲಿ ಆ ಮಾತಾಡಿದರೂ ಯಾರೂ ನಂಬುತ್ತಿರಲಿಲ್ಲ. ಕೊನೆಗೊಂದು ದಿನ ತಿಳಿಯಿತು..! ಮನೆ ಕಟ್ಟುವಾಗ ತನ್ನ ಪತಿ ತನ್ನ ಮೊದಲ ಹೆಂಡತಿಯನ್ನು ಕೊಂದು, ಅವಳ ದೇಹದ ಭಾಗಗಳನ್ನು ತಾನೇ ಸಿಮೆಂಟಿನಲ್ಲಿ ಕಲೆಸಿ ಗೋಡೆಗಳಿಗೆ ಪೇರಿಸಿದ್ದ ಎಂದು! ಆ ನಂತರ ಅವಳು ಆ ಮನೆಯಲ್ಲಿ ಇರಲಿಲ್ಲ..! ಗಂಡನೊಂದಿಗೆ ಬಾಳಲಿಲ್ಲ..! ಏಕೆಂದರೆ ಸತ್ಯ ಶೋಧಿಸಿದ ತಪ್ಪಿಗೆ ಅವಳಿಗೇ ಉಳಿಯುವ ಅವಕಾಶವಿರಲಿಲ್ಲ..! ಮನೆಯಲ್ಲಿ ಮತ್ತೊಂದು ಗೋಡೆ ಎದ್ದು ನಿಂತಿತು..! ಕೆಲ ದಿನಗಳ ನಂತರ ಮತ್ತೊಬ್ಬ ಹೆಂಡತಿ ಬಂದಳು..! ಬರುತ್ತಿದ್ದ ಹಾಗೇ ತಪ್ಪೊಂದನ್ನು ಹುಡುಕಿದಂತೆ ತನ್ನ ಪತಿಗೆ ಹೇಳಿದಳು.. 'ಈ ಗೋಡೆಗೆ ಒಂದು ಉದ್ದೇಶವೇ ಇದ್ದಂತೆ ಕಾಣೋಲ್ಲ..; ಮತ್ತೊಂದು ಗೋಡೆ ಇದರ ಇನ್ನೊಂದು ಭಾಗಕ್ಕೆ ಇದ್ದರೆ, ಇದಕ್ಕೆ ಒಂದು ಅರ್ಥ ಬರುತ್ತೆ!' ಪತಿರಾಯ 'ಕಟ್ಟೋಣ..! ಅದಕ್ಕೇನವಸರ?' ಎಂದು ನಕ್ಕ!

38. ಮೇಘ ಸಂದೇಶ

ಮೊದಮೊದಲು ಅವಳು ಅವನಿಂದ ದೂರವಿದ್ದಾಗಲೆಲ್ಲಾ ಘೋನಾಯಿಸಿ ಹೇಳುತ್ತಿದ್ದಳು 'ಗೆಳೆಯಾ, ನಿನ್ನ ತಲೆಯ ಮೇಲೆ ಮೋಡಗಳು ತೇಲುತ್ತಿರುವುದನ್ನು ಕಾಣುತ್ತಿದ್ದೀಯಾ..? ಅವೆಲ್ಲ ನಾನು ನಿನಗೆ ಕಳುಹಿಸಿದ ಪ್ರೇಮ ಸಂದೇಶಗಳು ಎಂದುಕೋ..!' ಈಗೀಗ ಅವಳು ಅವನಿಂದ ಇನ್ನೂ ದೂರ.. ಅಥವಾ ಪುನಃ ಸಂಧಿಸಲಾಗದ ದೂರದಲ್ಲಿದ್ದಾಳೆ! ಘೋನಾಯಿಸಿ ಹೇಳುತ್ತಾಳೆ 'ಗೆಳೆಯಾ, ನಿನ್ನ

ತಲೆಯ ಮೇಲೆ ಮೋಡಗಳು ತೇಲುತ್ತಿರುವುದನ್ನು ಕಾಣುತ್ತಿದ್ದೀಯಾ..? ಅವೆಲ್ಲ
ನನ್ನ ಅಂತರಂಗದ ದುಗುಡ, ದುಃಖ, ನಿಟ್ಟುಸಿರುಗಳು! ನನ್ನ ಕಣ್ಣೀರು ಇನ್ನೇನು
ಮಳೆಯಾಗಿ ಸುರಿಯಲಿದೆ! ಅದರಲ್ಲಿ ಮೀಯಬೇಡ!'

39. ಅವಳೇ ರಾಧೆ!

    ಕೃಷ್ಣ ಬೃಂದಾವನವನ್ನು ಬಿಟ್ಟು ಮಥುರೆಗೆ ಹೋದ ಮೇಲೆ ರಾಧೆಗೆ ಬೃಂದಾವನದ ಬೀದಿಗಳಲ್ಲಿ ನಡೆದಾಡುವಾಗಲೆಲ್ಲ ಹೆಜ್ಜೆಹೆಜ್ಜೆಗೂ ಅವನೇ ಕಾಣುತ್ತಿದ್ದ! ಕೆಲ ದಿನಗಳು ಸರಿದ ಮೇಲೆ ಹೆಜ್ಜೆಹೆಜ್ಜೆಗೂ ರುಕ್ಮಿಣಿ, ಭಾಮೆ, ಜಾಂಬವತಿ, ಕಾಲಿಂದಿ, ಮಿತ್ರವೃಂದೆ, ಸತ್ಯೆ, ಭದ್ರೆ, ಲಕ್ಷಣೆಯರು ಕಾಣತೊಡಗಿದರು! ತನ್ನ ಚಿತ್ತ ಮಾಧವನಲ್ಲದೆ, ಆತ ವರಿಸಿದ ಹೆಣ್ಣುಗಳ ಮೇಲೆ ನಿಂತಿತಲ್ಲ ಎಂದು ವ್ಯಥೆಪಟ್ಟಳು ರಾಧೆ! ಯಾವಾಗಲೂ ಅವನೊಂದಿಗೆ ದನಗಳನ್ನು ಕಾಯಲು ಹೋಗುತ್ತಿದ್ದ ಕಾಡಿನಂಚಿನ ಪರಿಚಿತ ಹೊಂಗೆಯ ಮರದಡಿ ಅವಿತಿಟ್ಟ ಕೊಳಲನ್ನು ಕೈಯಲ್ಲಿಡಿದು ಅತ್ತುಬಿಟ್ಟಳು ರಾಧೆ! ಆಗ ಅವಳ ಕಣ್ಣಿಗೆ ಕೃಷ್ಣನು ಕಂಡ! 'ಎಲ್ಲಿ ಹೋಗಿದ್ದೆ ನನ್ನ ಮಾಧವ..?' ಎಂದು ಕೇಳಿದಳು. ಅವನು ಉತ್ತರಿಸದೆ, ಮುಗುಳುನಕ್ಕ! ಅವಳು ತಲೆಬಾಗಿ ಅವನ ಕೋಮಲ ಪಾದಗಳನ್ನು ಕಂಬನಿಯ ಮುತ್ತುಗಳಿಂದ ಅಲಂಕರಿಸಿದಳು! ಅವಳೇ ರಾಧೆ!

40. ಕಸ ಎತ್ತುವ ಹೆಂಗಸು

ಪ್ರತಿ ದಿನವೂ ಬೆಳಗಿನ ಜಾವ ತೊಟ್ಟಿಯಲ್ಲಿ ಕಸ ಎತ್ತುವ ಆ ಹೆಂಗಸು, ಅದೇ ಹೊತ್ತಿಗೆ ಬಾಲ್ಕನಿಯಲ್ಲಿ ನಿಂತು ಕಾಫಿ ಹೀರುವ ತನ್ನನ್ನೇ ಏಕೆ ನೋಡುತ್ತಿರುತ್ತಾಳೆ ಎಂಬ ಪ್ರಶ್ನೆ ಅವಳಿಗೆ ದಿನವೂ ಆ ಹೊತ್ತಿಗೆ ಮಾತ್ರ ಒಂದೆರಡು ನಿಮಿಷಗಳಿದ್ದು ಮಾಯವಾಗಿಬಿಡುತ್ತಿತ್ತು. ಒಂದು ದಿನ ಆ ಹೆಂಗಸಿಗೆ ಬದಲು ಬೇರೊಬ್ಬ ಹೆಂಗಸು ಆ ಕೆಲಸವನ್ನು ಮಾಡುವುದ ಕಂಡಳು. ಅಂದಿನಿಂದ ಬಾಲ್ಕನಿಯತ್ತ ನೋಡುತ್ತಿದ್ದ ಹೆಂಗಸು ಕಾಣಲೇ ಇಲ್ಲ. ತಂದೆಯ ಸಾವಿಗೆಂದು

ಊರಿಗೆ ಹೋಗಿ ಬರುವಾಗ ಆತ ತನಗಾಗಿ ಬಿಟ್ಟುಹೋಗಿದ್ದ ಒಂದು ಹಳೆಯ ಟ್ರಂಕನ್ನು ಬೀಗ ಮುರಿಸಿ ನೋಡಿದಳು.. ಅದರಲ್ಲಿ ತನ್ನ ತಂದೆಯೊಂದಿಗೆ ಕಸ ಎತ್ತುವ ಆ ಹೆಂಗಸಿನ ಭಾವಚಿತ್ರ ನೋಡಿ ಅಚ್ಚರಿಯಾಯಿತು! ಹಾಗಾದರೆ ಮೂರು ದಿನಗಳ ಹಿಂದೆ ಬಳೆ ಒಡೆಸಿಕೊಂಡ ಅಮ್ಮ... ನನ್ನ ಅಮ್ಮನಲ್ಲವೇ..? ಎಂಬ ಪ್ರಶ್ನೆ ಹೊಳೆದು, ಆ ಕಸಿವಿಸಿಯಲ್ಲಿಯೇ ಅಣ್ಣನಿಗೆ ಫೋನ್ ಮಾಡಿದಳು. 'ನಮ್ಮನ್ನು ಸಾಕಿದವಳು ಚಿಕ್ಕಮ್ಮ..! ಭಾವಚಿತ್ರದಲ್ಲಿರುವವಳೇ ನಿಜವಾದ ಅಮ್ಮ..! ಚಿಕ್ಕಪ್ರಾಯದ ನಮ್ಮನ್ನು ಅಪ್ಪನಲ್ಲಿ ಬಿಟ್ಟು ಯಾರೊಂದಿಗೋ ಓಡಿಹೋಗಿಬಿಟ್ಟಳೆಂದು ಹೇಳುತ್ತಾರೆ' ಎಂಬ ಉತ್ತರ ಬಂತು! ನಾಲ್ಕಾರು ಬೀದಿಗಳ ಕಸ ಎತ್ತುವ ಎಲ್ಲ ಹೆಂಗಸರಲ್ಲಿಯೂ ವಿಚಾರಿಸಿದಳು. ಯಾವ ಸಮರ್ಪಕ ಉತ್ತರವೂ ದೊರೆಯಲಿಲ್ಲ. ಆದರೆ ಈಗ ಇವಳೇ ಬಾಲ್ಕನಿಯಲ್ಲಿ ನಿಂತು ಕಾಫಿ ಹೀರುವಾಗ, ರಸ್ತೆಯಲ್ಲಿ ನಡೆದಾಡುವಾಗ, ಬೇರೆಯ ಊರುಗಳಿಗೆ ಹೋದಾಗಲೂ ಯಾರೇ ಕಸ ಎತ್ತುವ ಹೆಂಗಸು ಸುಳಿದರೂ ಅವರನ್ನು ದಿಟ್ಟಿಸಿ ನೋಡುತ್ತಾಳೆ!

41. ಕಲ್ಲುಬೆಂಚಿನ ಮೇಲೆ ಕೂತು

ಪಾರ್ಕಿನ ಕಲ್ಲುಬೆಂಚಿನ ಮೇಲೆ ಕುಳಿತು, ಅವಳು ಅವನ ಕೈಗಳನ್ನು ತನ್ನ ಕೈಗಳಲ್ಲಿ ಹಿಡಿದು ಅವನ ಕಣ್ಣುಗಳಲ್ಲಿ ತನ್ನ ಕಣ್ಣುಗಳನ್ನು ನೆಟ್ಟುಕೊಂಡು ಹೇಳಿದಳು 'ದ್ವಾಪರಯುಗದಲ್ಲಿ ಕೃಷ್ಣನಿಂದ ರಾಧೆಗೆ ಬಹಳ ಮೋಸವಾಯಿತಲ್ಲ? ಅದಕ್ಕೆ ಒಂದು ದಿನ ಅವರು ಹೀಗೇ ತೂಗು ಮಂಚದ ಮೇಲೆ ಕುಳಿತಿದ್ದಾಗ, ರಾಧೆ ಕೋರಿಕೊಂಡಳಂತೆ 'ಮುಂದೆ ಬರುವ ಕಲಿಯುಗದಲ್ಲಿ ನನಗೆ ಹೀಗೆ ಮೋಸವಾಗದಂತೆ ನೋಡಿಕೋ. ಕೃಷ್ಣನಿಗೆ ಈ ರಾಧೆಯೊಬ್ಬಳೇ ಸಂಗಾತಿ ಯಾಗಿರುವ ಹಾಗೆ ಕಾಯ್ದುಕೋ' ಅಂತ. ಅದಕ್ಕವನು ಸಂತೋಷವಾಗಿ ಒಪ್ಪಿಕೊಂಡು ವರ ಕೊಟ್ಟನಂತೆ! ಬಲ್ಲೆಯಾ...? ನೀನೇ ಆ ಶ್ಯಾಮ..! ನಾನೇ ಆ

ರಾಧೆ..! ಇಲ್ಲಿ ಯಾವ ಅಷ್ಟಮಹಿಷಿಯರಿಗಾಗಲೀ, ಹದಿನಾರು ಸಹಸ್ತ್ರ ಸ್ತ್ರೀಯರಿಗಾಗಲೀ ಜಾಗವಿಲ್ಲ!' ತನ್ನ ತೊಡೆಯ ಮೇಲೆ ಮುಖವಿಟ್ಟು ಕಣ್ಣುಮುಚ್ಚಿದ ಅವಳ ತಲೆಯನ್ನು ನೇವರಿಸಿ ಅವನು ಹೇಳಿದ.. 'ಕೃಷ್ಣ ರಾಧೆಯನ್ನು ತೊರೆದು ಹೋಗಿರದಿದ್ದರೆ ರಾಧೆಯ ಪ್ರೇಮದ ಶ್ರೇಷ್ಟತೆ ಎಂಥದ್ದು ಅಂತ ಯಾರಿಗೂ ತಿಳೀತಾ ಇರಲಿಲ್ಲ. ಸಧಾ ವಿರಹಿ ರಾಧೆ ಅವಳು..!' 'ಹಾಗಿದ್ದರೆ, ನಿಮ್ಮಮ್ಮ ನೋಡಿರೋ ಹೆಣ್ಣನ್ನ ಮದುವೆ ಆಗುವವನೇ ನೀನು?' ಎಂಬ ಅವಳ ಪ್ರಶ್ನೆಗೆ ಅವನು ಮೌನಿಯಾದ. ಅವಳು ಕಣ್ಣಾಲಿಗಳಲ್ಲಿ ನೀರು ಸುರಿಸುತ್ತ ಹೊರಟುಹೋದಳು. ಅವನು ನಿಜಕ್ಕೂ ಶ್ಯಾಮನೇ ಆಗಿದ್ದ! ಅವಳ ಪ್ರೇಮದ ಶ್ರೇಷ್ಠತೆಯನ್ನು ಎಲ್ಲರೂ ತಿಳಿದುಕೊಳ್ಳುವಂತೆ ಮಾಡಿದ..! ಹೌದು...! ಅವಳನ್ನು ಸದಾ ವಿರಹಿ ರಾಧೆಯನ್ನಾಗಿಯೇ ಮಾಡಿದ!

42. ಯಮುನಾನದಿ ತೀರದಲ್ಲಿ

ಹಣೆಗೆ ಸಿಂಧೂರ, ಕಾಲಿಗೆ ಗೆಜ್ಜೆ, ಸೊಂಟಕ್ಕೆ ಒಡ್ಯಾಣ, ಲಂಗಕ್ಕೆ ತಕ್ಕ ರವಿಕೆ, ಅದಕ್ಕೊಪ್ಪುವ ದಾವಣಿ, ನೀಳ ಜಡೆ, ಅದಕ್ಕೊಂದು ಕೆಂಡಸಂಪಿಗೆಯ ದಿಂಡು, ತೀಡಿದ ಹುಬ್ಬು, ಕಣ್ಣಿಗ್ಹಚ್ಚಿದ ಕಾಡಿಗೆ, ತುಟಿಗೆ ಅಲಕ್ತಕ ರಸದ ಮೆರಗು, ಕೈಗಳಿಗೆ ಮಣ್ಣಿನ ರಂಗಿನ ಬಳೆಗಳು.. ಹಸ್ತಗಳ ತುದಿಯಲ್ಲಿ ಹಿಡಿದ ಕಾಡು

ಹೂಗಳ ಮಾಲೆ..! ಬೃಂದಾವನದ ಬೀದಿಯಿಂದ ಯಮುನಾ ನದಿ ತೀರದ ಕಡೆಗೆ ಕಾಡಿನ ಹೂ, ಬಳ್ಳಿ, ಹಕ್ಕಿ, ಚಿಟ್ಟೆಗಳ ಬಳಸಿಕೊಂಡು ರಾಧೆ ಓಡುತ್ತಿದ್ದರೆ.. ಚೆಲುವಿಗೆ ಚೆಲುವೇ ಸುಳಿದು ಮಾಯವಾಗುತ್ತಿರುವ ಹಾಗೆ..! ಮರದಿಂದ ಇಳಿಬಿದ್ದ ಬಿಳಲು, ಬೇರು, ಹೂಬಳ್ಳಿಗಳಿಂದ ರೂಪಿಸಿದ ಉಯ್ಯಾಲೆಯ ಮೇಲೆ ಕೊಳನೂದುತ್ತಿರುವ ಶ್ಯಾಮನ ಕೊರಳಿಗೆ ತಾನು ತಂದ ಕಾಡು ಹೂಗಳ ಮಾಲೆಯನ್ನು ಹಾಕಿ, ತನಗಿಂತ ಚೆಲುವನ ಚೆಲುವನ್ನು ಕಣ್ತುಂಬಿಕೊಳ್ಳುವ ರಾಧೆ, ಮುರಳಿಯ ಮೋಡಿಗೆ ಮೈಮರೆತು ಅವನ ತೋಳುಗಳಿಗೆ ಒರಗಿಕೊಂಡು ಕಣ್ಣುಮುಚ್ಚುತ್ತಾಳೆ! ಹೂಬಳ್ಳಿಗಳ ಉಯ್ಯಾಲೆಯಲಿ ತೂಗುತ್ತಾ ಇಳಿಸಂಜೆ ಯಾಗುವುದೇ ಇಬ್ಬರಿಗೂ ತಿಳಿಯುವುದಿಲ್ಲ! ಕೊನೆಗೆ ಅವಳ ಗೆಜ್ಜೆಯೆಲ್ಲೋ, ಒಡ್ಯಾಣವೆಲ್ಲೋ..! ಅಲಕ್ತಕ ರಸದ ಕೆಂಪಿಲ್ಲ, ಜಡೆಯ ಕೊನೆಯ ಬಣ್ಣದ ಕುಚ್ಚಿಲ್ಲ..! ಮುಡಿದ ಸಂಪಿಗೆಬಾಡಿ, ಬಳೆಗಳು ಒಡೆದು, ಇಟ್ಟ ಸಿಂಧೂರವೂ ಕಲಸಿಕೊಂಡು..! ನಾಚಿಕೊಳ್ಳುವ ರಾಧೆ ಓಡಿ ಹೋಗಿ ಯಮುನಾ ನದಿಯ ಶುಭ್ರ ನೀರಿನಲ್ಲಿ ತನ್ನನ್ನು ನೋಡಿಕೊಳ್ಳುತ್ತಾಳೆ..! ಈಗ ಇನ್ನೂ.. ಇನ್ನೂ.. ಚೆಲುವೆ ತಾನು ಅಂದುಕೊಳ್ಳುತ್ತಾಳೆ! ಅಲ್ಲಿಗೆ ಶ್ಯಾಮನೂ ಬರುತ್ತಾನೆ! ಅವನ ಪ್ರತಿಬಿಂಬವೂ ಕಾಣುತ್ತದೆ! ಇದೇನಾಶ್ಚರ್ಯ..!? ಈಗ ರಾಧೆ ಕೃಷ್ಣನ ಹಾಗೆ ಕಾಣುತ್ತಾಳೆ! ಕೃಷ್ಣ ರಾಧೆಯ ಹಾಗೆ ಕಾಣುತ್ತಾನೆ!

43. ಎಂದೂ ಕಾಣದ ಬೆಳಕು

...ಅವನಿಗೆ ಅವಳು ಬೇಕಿರಲಿಲ್ಲ! ಆದರೆ ಬಾಯಿ ಬಿಟ್ಟು ಹೇಳಲು ಹೆಣಗುತ್ತಿದ್ದ! ಅವನು ಹೇಳದಿದ್ದರೂ, ತಾನು ಅನಿರೀಕ್ಷಿತವಾಗಿ ಹನ್ನೊಂದು ವರ್ಷದ ದಾಂಪತ್ಯದ ಕೊನೆಯ ಹಂತಕ್ಕೆ ತಲುಪಿದ್ದೇನೆ ಎಂದು ಅವಳಿಗೆ ಮನದಟ್ಟಾಗಿ ಹೋಗಿತ್ತು. ಮಗುವನ್ನು ತೊಡೆಯ ಮೇಲೆ ಕೂರಿಸಿಕೊಂಡು ಕಿಟಕಿಯ ಕಂಬಿಗಳ ಸಂದುಗಳಿಂದ ದಿನವೂ ಆಕಾಶ ನೋಡುತ್ತಾ ಅಂತೂ ಒಂದು ನಿರ್ಧಾರಕ್ಕೆ ಬಂದುಬಿಟ್ಟಳು. ಆತನಿಗೆ ವಿದಾಯ ಹೇಳಲು ಎದುರು ನಿಂತಾಗ, ಅವಳ ಕಣ್ಣುಗಳಲ್ಲಿ ಆತ

ಅದುವರೆಗೆ ಎಂದೂ ಕಾಣಲು ಯತ್ನಿಸಿರದೇ ಇದ್ದ ಬೆಳಕೊಂದನ್ನು ಕಂಡ! ಆದರೆ ಅದಾಗಲೇ ಅವನು ಇನ್ನೊಂದು ದೋಣಿಯಲ್ಲಿ ಕಾಲಿರಿಸಿದ್ದಾಗಿತ್ತು..! ಉಳಿಸಿಕೊಳ್ಳುವ ಸ್ಥಿತಿಯಲ್ಲಿ ಅವನಿರಲಿಲ್ಲ! ಉಳಿಸಿಕೊಂಡರೂ ಉಳಿಯುವ ಇಚ್ಛೆ ಅವಳಿಗಿರಲಿಲ್ಲ! ಅವಳು ಮಗುವಿನ ಕೈ ಹಿಡಿದು ಸುರಿಯುವ ಮಳೆಯಲ್ಲಿ ಎದುರಿನ ರಸ್ತೆ ದಾಟುತ್ತಿದ್ದರೆ..., ತಾನು ಎಂದೂ ಕಾಣಲು ಯತ್ನಿಸಿರದ, ಕೊನೆಯ ಗಳಿಗೆಗೆ ಕಂಡ ಅವಳ ಕಣ್ಣುಗಳ ಬೆಳಕು, ಅಸ್ತಮಾ ಕಾಲಕ್ಕೆ ಉದಯಿಸಿದ ಸೂರ್ಯನಂತೆ ಅವನೆದುರು ಬೆಳಗತೊಡಗಿತು! ಅವನು ಅತೀವ ಸಂಕಟದಿಂದಲೂ, ಪ್ರಯಾಸದಿಂದಲೂ ಕಣ್ಣು ಮುಚ್ಚಿದ!

44. ಬೆಕ್ಕು ಮತ್ತು ಮಗು

ಅದು ಸಾಕಿದ ಬೆಕ್ಕೇನೂ ಅಲ್ಲ. ಆದರೆ ದಿನವೂ ಅವರ ಅಡುಗೆ ಮನೆಯ ಕಿಟಕಿಯಿಂದ ಒಳಗೆ ಧುಮುಕಿ ಹಾಲಿನ ಪಾತ್ರೆಯನ್ನು ಬರಿದು ಮಾಡಿ ಹೋಗುತ್ತಿತ್ತು. ಮನೆಯ ಯಜಮಾನಿಗೆ ಏನೇನು ಮಾಡಿದರೂ ಅದರ ಕಾಟದಿಂದ ತಪ್ಪಿಸಿಕೊಳ್ಳುವುದಕ್ಕೆ ಆಗುತ್ತಿರಲಿಲ್ಲ. ಒಂದು ದಿನ ಆ ಜಾಗದಲ್ಲಿ ಸಾರು, ನೀರು, ಮೊಸರು, ಹಾಲಿಗೆ ಉಪ್ಪು.. ಅಥವಾ ಪಾತ್ರೆ ಇಡುವ ಸ್ಥಳ ಬದಲು.. ಊಹುಂ..! ಆದರೆ ಆ ಮನೆಯ ಮಗುವಿಗೆ ಆ ಬೆಕ್ಕು ಪ್ರತಿದಿನವೂ ಆ ಹೊತ್ತಿಗೆ ಕಿಟಕಿಯ ಸಂದಿನಿಂದ ಬರುವುದು ಬೇಕು..! ಮಗುವು ಕಿಟಕಿಯ ಹತ್ತಿರ ನಿಂತು 'ಮಿಯೋಂ' ಎಂದರೆ, ಅದಕ್ಕದು ಹಾಗೇ ಸದ್ದು ಮಾಡಿ ಪ್ರತಿಕ್ರಿಯಿಸುತ್ತಿತ್ತು.. ಅದು ಲಯಬದ್ಧ ರಾಗವಾಗಿಯೂ ಮಾರ್ಪಾಡಾಗಿ, ಕೆಲಮೊಮ್ಮೆ ಬಹಳ ಹೊತ್ತು ಮನೆ ಮಂದಿಗೆಲ್ಲ ರಂಜನೆ ನೀಡುತ್ತಿತ್ತು! ಒಂದು ದಿನ ಬೆಕ್ಕು ಬರಲಿಲ್ಲ. ಮಗು ಅತ್ತಿತ್ತು. ಮರುದಿನವೂ ಬರಲಿಲ್ಲ. ಮಗು ತಿನ್ನಿಸಿಕೊಳ್ಳಲಿಲ್ಲ. ಅದರ ಮುಂದಿನ ದಿನವೂ ಬರದಿದ್ದಾಗ

ಮಗು ಹಾಸಿಗೆ ಹಿಡಿಯಿತು. ಮಗುವಿನ ಸಂಕಟ ನೋಡಲಾಗದ ಯಜಮಾನಿ ಕಾಂಪೌಂಡಿನ ಪಕ್ಕದ ಮೋರಿಯ ಕಲ್ಲಿಗೆ ಕಟ್ಟಿದ್ದ ಬೆಕ್ಕನ್ನು ನೋಡಲು ಹೋದಳು. ಅದು ಮೋರಿಗೆ ತುಂಬಿಕೊಂಡಿದ್ದ ಮಳೆನೀರಿನಿಂದ ಹೊರಬರಲಾಗದೆ ಸತ್ತುಹೋಗಿತ್ತು! ಹಿಂದೆಯೇ ಮೂಡಿದ ವಿಚಿತ್ರ ಕಲ್ಪನೆ, ಕನವರಿಕೆಯೊಂದಿಗೆ ಆಕೆ ಅಲ್ಲಿಯೇ ಕುಸಿದುಬಿದ್ದಳು!

45. ಫೋನು ಕಳ್ಳ

ರೈಲ್ವೆ ಸ್ಟೇಷನ್ನಿನಲ್ಲಿ ಅವನು ಮಾತಾಡುತ್ತಿದ್ದ ಮೊಬೈಲ್ ಫೋನನ್ನು ಒಬ್ಬಾತ ಹಾರಿಸಿಕೊಂಡು ಹೋದ. ಆ ಕಳ್ಳನ ಬೆನ್ನಿಗೆ ಕಳೆದುಕೊಂಡವನು ಬಿದ್ದರೆ, ಫೋನಿನಲ್ಲಿದ್ದವನು 'ಹಿಂದಕ್ಕೆ ಕೊಡೋ ಫೋನನ್ನು ಕಳ್ಳ..! ಇಲ್ಲದಿದ್ದರೆ ಏನು ಮಾಡ್ತೀನಿ ಗೊತ್ತಾ?' ಎಂದು ಬೈಯುತ್ತಿದ್ದ. 'ಬೆನ್ನ ಹಿಂದೆ ಇರುವವನಿಗೇ ಏನೂ ಮಾಡೋಕ್ಕಾಗ್ತಿಲ್ಲ, ಎಲ್ಲೋ ಇರೋ ನೀನು ಏನು ಮಾಡುತ್ತೀಯ?' ಎಂದು ನಗುತ್ತ ಓಡುತ್ತಿದ್ದ ಕಳ್ಳ ಎಡವಿ, ಫೋನು ಹಾರಿ ರೈಲಿಗೆ ಕಾಯುತ್ತಿದ್ದ ಇನ್ನೊಬ್ಬನ ತೊಡೆಯ ಮೇಲೆ ಬಿತ್ತು. ಆತ ಅತ್ತ ಇತ್ತ ನೋಡಿ ಕಿಸೆಗೆ ಇಟ್ಟುಕೊಂಡ. ಅವನ ಕಿಸೆಯಲ್ಲಿ ಫೋನು ಕಳೆದುಕೊಂಡವನ ಸ್ನೇಹಿತ ಹಿಡಿ ಶಾಪ ಹಾಕುತ್ತಲೇ ಇದ್ದ. ತನ್ನ ಹತ್ತಿರಕ್ಕೆ ರಭಸದಿಂದ ಬರುತ್ತಿದ್ದ ಕಳ್ಳನನ್ನು ನೋಡಿ, ಕಿಸೆಗೆ ಫೋನು ಹಾಕಿಕೊಂಡವನು ಎದ್ದು ಓಡತೊಡಗಿದ. ಎದುರಿಗೆ ಪೇದೆಯೊಬ್ಬ ಸಿಕ್ಕು ಅವನನ್ನು ಹಿಡಿದುಕೊಂಡ. ಕಳ್ಳ ಕಿಸೆಗೆ ಫೋನು ಹಾಕಿಕೊಂಡವನನ್ನು ತೋರುತ್ತಾ 'ಕಳ್ಳ ಕಳ್ಳ' ಎಂದರೆ, ಅವನ ಹಿಂದೆ ಫೋನನ್ನು ಕಳೆದುಕೊಂಡವನು ಓಡುತ್ತಾ ಬಂದು ಕಸಿದುಕೊಂಡವನನ್ನು ತೋರುತ್ತಾ 'ಕಳ್ಳ ಕಳ್ಳ' ಎಂದ. ಕಿಸೆಯಿಂದ ಫೋನು ಕಿತ್ತುಕೊಂಡ ಪೇದೆ ಯಾರೋ ಫೋನಿನಲ್ಲಿರುವುದನ್ನು ಗಮನಿಸಿ ಕಿವಿಗಿಟ್ಟುಕೊಂಡ. ಆತ 'ಹಿಂದಕ್ಕೆ ಕೊಡೋ ಫೋನು ಕಳ್ಳ..' ಎಂದ!

46. ಪ್ರಯಾಸದ ನಡೆ

ಮುಂದೆಂದೋ ತನ್ನವಳು ಎದೆಯೊಡೆದು ಬೀಳಬಾರದೆಂದು, ಇಂದೇ ಎದೆಗೂಡೊಳಗೆ ಕಲ್ಲಿಟ್ಟು ಹೊಲೆದು, ಕೈಹಿಡಿದು ನಡೆಯುವ ಪತಿ ಒಳ್ಳೆಯವನೇ! ನೇರದ ಮಾತಿಗೆ ನೊಂದಾಳೆಂದು, ಗಾದೆ ಒಗಟುಗಳ ಹೆಣೆದು ಒಪ್ಪಿಸುವ ಪತಿ ಒಳ್ಳೆಯವನೇ! ಒಟ್ಟಿಗೆ ಉಣಿಸಿದರೆ ಜೀರ್ಣಿಸಿಕೊಳ್ಳಲಾರಳೆಂದು, ಇಷ್ಟಿಷ್ಟೇ ಸಿಪ್ಪೆ ಸುಲಿದು ಉಣಿಸುವ ಪತಿ ಒಳ್ಳೆಯವನೇ! ಪುನಃ ಬಾಡಿದ ಮುಖದಲ್ಲಿ ಒಂದಿಷ್ಟು ಚೇತರಿಕೆ ತರಲೆಂದು ಮುಳ್ಳು ಹಾದಿಯ ಮೇಲೆ ತೆಳು ಹೊದಿಕೆ ಹಾಸಿ, ಹಾದಿಯ

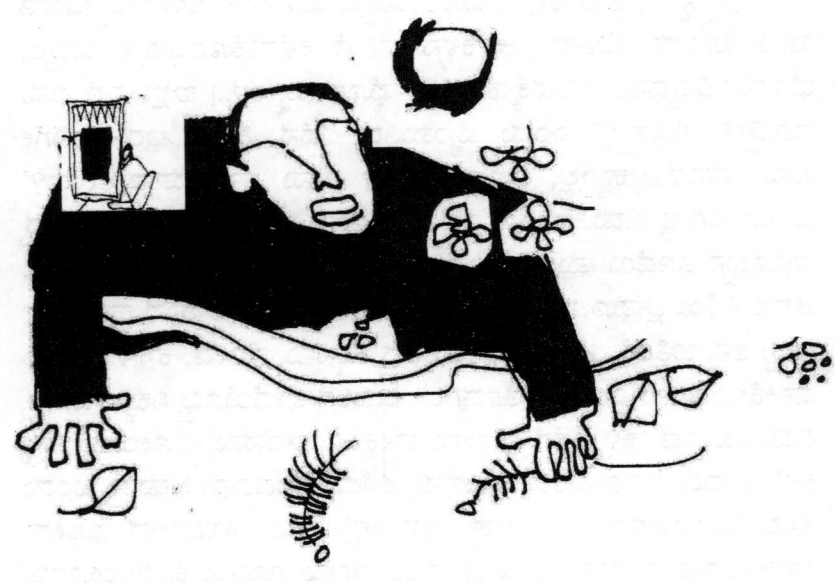

ಮುಳ್ಳು ಕಾಣದ ಹಾಗೆ ಮಾಡುವ ಪತಿ ಒಳ್ಳೆಯವನೇ! ಪಾರ್ವತಿ ಹಾವಿಗೆ
ಹೆದರಿ ನೋಡಲಾರಳೆಂದೋ, ಅವಳಿಗೆ ದುಃಖ ಕೊಡಬಾರದೆಂದೋ ಗಂಗೆಯನ್ನು
ಮಗ್ಗುಲಲ್ಲಿ ಕೂರಿಸಿಕೊಳ್ಳದೆ ತಲೆಯ ಮೇಲೆ ಕೂರಿಸಿಕೊಂಡ ಶಿವ ಒಳ್ಳೆಯವನೇ!
ತಿಳಿದೂ ತಿಳಿಯದ ಹಾಗೆ, ಕಂಡೂ ಕಾಣದ ಹಾಗೆ, ಮಗ್ಗುಲಲ್ಲಿದ್ದೂ ಇರದ
ಹಾಗೆ, ಎದೆಯ ಕಲ್ಲು ಇರಿಯುತ್ತಿದ್ದರೂ, ನೋವು ಪ್ರಕಟಿಸದ ಹಾಗೆ, ಹೆಜ್ಜೆಗೊಂದು
ಮುಳ್ಳು ಚುಚ್ಚುತ್ತಿದ್ದರೂ, ಹೂವು ಹಾಸಿನ ಮೇಲೆ ನಡೆದಂತೆ ನಟಿಸುವ ಸತಿಗೆ
ಸುದೀರ್ಘವಾದ ಬದುಕಿನ ನಡೆ ಎಷ್ಟು ಪ್ರಯಾಸದಾಯಕವೆಂದು ಮಾತ್ರ ಅವನಿಗೆ
ತಿಳಿಯದು!

47. ಬಿಸಿಲ ಕೋಲು

ಶಾಸ್ತ್ರಿಗಳು ತಮ್ಮ ಪತ್ನಿಗೆ ದೇವರ ಅಸ್ತಿತ್ವದ ಬಗೆಗೆ ಉಪದೇಶ ಮಾಡುತ್ತಿದ್ದರು. ಆಕೆ ಹೂಬತ್ತಿ ಹೊಸೆಯುತ್ತ ಆಲಿಸುತ್ತಿದ್ದಳು. ಅದೆಷ್ಟು ಉದಾಹರಣೆಗಳನ್ನು, ಉಪಕಥೆಗಳನ್ನು ಹೇಳಿದರೂ ತಾವು ಹೇಳ ಹೊರಟ ನಿರ್ದಿಷ್ಟ ವಿಚಾರ ಹೇಳಲಾಗುತ್ತಿಲ್ಲವೆಂದು ಶಾಸ್ತ್ರಿಗಳಿಗೆ ತಮ್ಮ ಮಾತಿನಲ್ಲಿ ಹಿಡಿತ ತಪ್ಪುತ್ತಿತ್ತು. ಅದೇ ಅಂಗಳದ ಒಂದು ಮೂಲೆಯಲ್ಲಿ ಮನೆಯ ಹೆಂಚಿನ ಸಂದಿನಿಂದ ಮನೆಯೊಳಗೆ ಇಣುಕಿದ್ದ ಬಿಸಿಲ ಕೋಲಿನ ಬೆಳಕನ್ನು ಹಿಡಿಯುವ ಆಟವಾಡುತ್ತ ಮಗುವು ಕೇಕೆ ಹಾಕುತ್ತಿತ್ತು. ಶಾಸ್ತ್ರಿಗಳ ಗಮನ ಅತ್ತ ಹೊರಳಿ, ಏನೋ ಮಹತ್ತರ ವಾದುದೊಂದು ಹೊಳೆದಂತೆ ಅವರ ಮುಖವರಳಿತು!

48. ಛಾವಣಿ

ಈ ಬಾರಿ ಮಳೆಗಾಲಕ್ಕೆ ಮುಂಚೆ, ಸೋರುವ ಜೋಪಡಿಯ ಛಾವಣಿಗೆ ಇನ್ನಷ್ಟು ಗರಿಗಳನ್ನು ಹೆಣೆದು ಹೊದೆಸದಿದ್ದರೆ, ಜೋಪಡಿಯಲ್ಲಿ ವಾಸ ಮಾಡಲು ಸಾಧ್ಯವೇ ಇಲ್ಲ ಎಂದುಕೊಂಡ ಬೀರ. ಊರಿನ ಹಲವರ ತೆಂಗಿನ ತೋಟಗಳಲ್ಲಿ ಸಾಕುಬೇಕಷ್ಟು ಒಣಗರಿಗಳು ಬಿದ್ದಿದ್ದರೂ ಯಾರಿಗೂ ಕೊಡುವ ಉದಾರತೆ ಇಲ್ಲ. ತಮ್ಮ ಮನೆಯ ಹಂಡೆಯುರಿಗೋ, ಕೊಟ್ಟಿಗೆಯ ಮೋಟು ಗೋಡೆಯ ಒತ್ತಿಗೋ ಬೇಕು ಎನ್ನುತ್ತಾರೆ! ಕೊನೆಗೆ ಧಣಿಗಳು ಚೌಕಾಸಿ ಮಾಡಿ, ತೋಟದಲ್ಲಿ ವಾರದ ಕೆಲಸಕ್ಕೆ ಮೂರು ದಿನಗಳ ಕೂಲಿಗೆ ಒಪ್ಪಿದರೆ ಕೊಡುವುದಾಗಿ ಹೇಳಿದರು. ವಾರದ ಕೆಲಸ ಮುಗಿದ ಮೇಲೆ ತೋಟದಲ್ಲಿ ಒಣಗರಿಗಳೊಂದೂ ಬಿದ್ದದ್ದು ಕಾಣಲಿಲ್ಲ. ಅದಾಗಲೇ ಅವರ ಹಂಡೆಮನೆಯ ಓರೆಗೆ ಸೇರಿಕೊಂಡಿತ್ತು. ನಾಲ್ಕಾರು ದಿನಗಳಲ್ಲಿ ಪುನಃ ಬೀಳುವ ಗರಿಗಳನ್ನು ಆಯ್ದುಕೊಳ್ಳುವಂತೆ ಹೇಳಿ ಕಳಿಸಿದರು. ಇನ್ನೆರಡು ದಿನಗಳಲ್ಲಿ ಹಿಡಿದ ಮಳೆ ಬಿಡಲಿಲ್ಲ. ಉಧೋ ಉಧೋ ಎಂದು ಸುರಿದು, ಊರ ಕೆರೆಯೂ ಉಕ್ಕಿ ಹರಿಯಿತು. ತಗ್ಗಿನಲ್ಲಿದ್ದ ಬೀರನ ಜೋಪಡಿಯ ಸುತ್ತಲೂ, ದಿಣ್ಣೆಯ ಮೇಲಿನ ಶ್ರೀಮಂತರ ಮನೆಗಳ ಕಡೆಯಿಂದ ಹೊಸದಾಗಿ ಅವನಿದ್ದಂತಹ ಹತ್ತು ಜೋಪಡಿಗಳನ್ನು ಕಟ್ಟುವಷ್ಟು ಹೆಣೆದ ಗರಿಗಳು ತೇಲಿಕೊಂಡು ಬಂದು ನಿಂತಿದ್ದುವು!

49. ಪಾಪಭೀತಿ

ಅವನು ಕನಸಿನಲ್ಲಿ ಆಗಾಗ ಮಗುವೊಂದು ಅಳುವುದ ಕಾಣುತ್ತಿದ್ದ. ಯಾವ ಮನೋವೈದ್ಯರಲ್ಲಿ ಹೇಳಿಕೊಂಡರೂ ಪರಿಹಾರ ಕಾಣಲಿಲ್ಲ., ಕಾರಣವೇನೆಂದೂ ತಿಳಿಯಲಿಲ್ಲ. ಒಂದು ದಿನ ಮಗಳ ಮದುವೆಗೆಂದು ಜವಳಿ ಖರೀದಿಸಲು ಮಾಲಿಗೆ ಹೋಗಿದ್ದಾಗ, ನಡುವಯಸ್ಸಿನ ಬಡ ಸೇಲ್ಸ್ ಹೆಂಗಸೊಬ್ಬಳು ಸೀರೆಗಳ ಮಡಿಸಿಡುತ್ತಿದ್ದುದ್ದನ್ನು ನೋಡಿದ. ಖರೀದಿಯಲ್ಲಿ ನಿರತರಾಗಿದ್ದ ಹೆಂಡತಿ ಮಕ್ಕಳಿಗೆ ಕಾರಣವನ್ನೂ ಹೇಳದೆ ಅಲ್ಲಿಂದ ಕೂಡಲೆ ಹೊರಡಿಸಿಕೊಂಡು ಹೊರಬಂದ. ಬೆವರಾಡುತ್ತಿದ್ದ ಅವನ ಮುಖದಲ್ಲಿ, ನಿರ್ದಯವಾಗಿ ಹಣ ಬಿಸಾಡಿ ಕೈ ತೊಳೆದುಕೊಂಡ ಪಾಪಭೀತಿ ಕಾಣುತ್ತಿತ್ತು!

50. ಸಂಪಿಗೆ ಮರ

ಸಂಪಿಗೆಯ ಮರದಡಿ ನಡೆಯುವುದೆಂದರೆ ಅವಳಿಗೆ ಯಾವತ್ತಿಗೂ ಇಷ್ಟ! ಹಳ್ಳಿಯ ದೇವರಗುಡಿಯ ದ್ವಾರದಲ್ಲಿ ಬೆಳೆದು ನಿಂತಿದ್ದ ಸಂಪಿಗೆಯ ಮರವನ್ನು ಹತ್ತಿ ಆಟವಾಡುತ್ತಿದ್ದ ಬಾಲ್ಯದ ನೆನಪು ಕಣ್ಣತುಂಬಿಕೊಳ್ಳುವುದು..! ಶಾಲೆಯ ಆವರಣದ ಸಂಪಿಗೆಯ ಮರದ ನೆರಳಿನಲ್ಲಿ ಕುಂಟೇಬಿಲ್ಲೆಯಾಡಿದ ನೆನಪು ಕಣ್ಣತುಂಬಿಕೊಳ್ಳುವುದು..! ಕಾಲೇಜಿನ ಕೊಠಡಿಯ ಕಿಟಕಿಯೊಳಗೆ ಇಣುಕುತ್ತಿದ್ದ ಸಂಪಿಗೆಯ ಮರದ ಎಲೆಹೂಗಳು ಕೋಮಲ ಭಾವ ನೀಡಿ, ಕವನ ಬರೆಯಿಸುತ್ತಿದ್ದ ದಿನಗಳ ನೆನಪು ಕಣ್ಣತುಂಬಿಕೊಳ್ಳುವುದು..! ಮನೆಯ ಕಾಂಪೌಂಡಿನಲ್ಲಿ ತಾನೇ ನೆಟ್ಟ ಸಂಪಿಗೆ ಗಿಡ ಈಗ ಮರವಾಗಿ ಹೂಗಳ ಬಿಟ್ಟು, ತನ್ನ ದಾಂಪತ್ಯದ ಹಲವು ಘಟ್ಟಗಳಿಗೆ ಸಾಕ್ಷಿಯಾಗಿ.. ಎಂದೂ ಹಸಿರಾಗಿ ಕಣ್ಣತುಂಬಿಕೊಳ್ಳುತ್ತಲೇ ಇರುವುದು..!

51. ಉಡುಗೊರೆ

ಅಂದು ಕೃಷ್ಣನ ಜನ್ಮದಿನ. ರುಕ್ಮಿಣಿ ಮುಂಜಾವಿನಲ್ಲೇ ಕೈಹಿಡಿದು ತನ್ನ ಉದ್ಯಾನದ ಪೂರ್ವಕ್ಕೆ ಕರೆದೊಯ್ದು ಆತನಿಗಾಗಿ ತಾನು ಕಟ್ಟಿಸಿದ ಹೊನ್ನಿನ ಮಂಟಪವನ್ನು ತೋರಿಸಿದಳು. ಭಾಮೆಯು ತನ್ನ ಅಂತಃಪುರದಲ್ಲಿ ಕೂರಿಸಿಕೊಂಡು ವಜ್ರದ ತೋಳಕಟ್ಟು ಕಟ್ಟಿ 'ಇಂತೆಯೇ ನನ್ನ ಹಿಡಿತ' ಎಂದು ನಕ್ಕಳು. ಜಾಂಬವತಿ ಆರತಿ ಬೆಳಗಿ ರಕ್ಷಾಕಡಗವನ್ನು ಹಾಕಿದಳು. ಮಿತ್ರವಿಂದೆಯು ಲೋಹದ ಮೆರುಗಿನ ರಥವನ್ನು ತೋರಿ 'ಇದು ನಿನಗೆ' ಎಂದಳು. ಹೀಗೇ ಉಳಿದ ಮಹಿಷಿಯರೂ ಬೆಲೆಬಾಳುವ ಉಡುಗೊರೆಗಳನ್ನು ನೀಡಿ ಸನ್ಮಾನಿಸಿದರು. ಕಡೆಗೆ ಹದಿನಾರು ಸಹಸ್ರ ಹೆಂಡಿರೂ ತಮ್ಮ ಯೋಗ್ಯತಾನುಸಾರ ಉಡುಗೊರೆಯಿತ್ತು, ಪ್ರಜಾಜನಕ್ಕೆಲ್ಲಾ

ಹಿಡಿಗಳ ತುಂಬಾ ನಿಷ್ಕಗಳನ್ನು ನೀಡಿ ಅದ್ದೂರಿಯಾಗಿ ಆಚರಿಸಿದರು. ಬೃಂದಾವನದ ಬಡ ಗೊಲ್ಲತಿ ರಾಧೆ ನಿತ್ಯದಂತೆ ವನದ ಒಂದೊಂದು ಹೂಗಳಲ್ಲಿಯೂ ತನ್ನ ಮಾಧವನಿಗೆ ಪ್ರೇಮ ಸಂದೇಶಗಳನ್ನು ತಿಳಿಸಿ, ಮುತ್ತಿಟ್ಟು, ಕಣ್ಣಿಗೊತ್ತಿ, ಮನದೊಂದಿಗೆ ಕೋದು ಕಟ್ಟಿದ ಮಾಲೆಯನ್ನು ಗಡಿಗೆಯಲ್ಲಿಟ್ಟುಕೊಂಡು ನಡೆಯುತ್ತಿದ್ದಳು. ನದಿ ತೀರದ ದಂಡೆಯಲ್ಲಿ ಕುಳಿತು ಗಡಿಗೆಗೆ ಕೈಹಾಕುತ್ತಾಳೆ..! ತಾನು ಕಟ್ಟಿದ ಮಾಲೆಯಿಲ್ಲ! ದ್ವಾರಕೆಯ ರಥದ ಮೆರವಣಿಯ ನಡುವೆ ಶೋಭಿಸುತ್ತಿದ್ದ ಅವಳ ಮಾಧವನ ಕೊರಳಲ್ಲಿತ್ತು!

52. ಭಗ್ನಪ್ರೇಮದ ನಾಯಕ

ಅರುಣನು ಅವಳಿಗಾಗಿ ವರ್ಷಗಳ ಕಾಲ ಕಾದಿದ್ದ. ಅವಳು ಹೋದೆಡೆಯೆಲ್ಲ ಸ್ಪೈ ಅಂತೆ ಸುತ್ತಿದ್ದ. ಅವಳು ಎಸೆದ ಹೂವನ್ನು ಹಿಡಿದಿದ್ದ, ಬೀಳಿಸಿದ್ದ ಕರ್ಚೀಫು

ಜೋಪಾನ ಮಾಡಿದ್ದ, ಕಾಲೇಜಿನ ರೆಸ್ಟ್ ರೂಮಿನ ಕನ್ನಡಿಗೆ ಅಂಟಿಸಿದ್ದ ಬಿಂದಿಯನ್ನು ತನ್ನ ಪೆನ್ನಿಗೆ ಅಂಟಿಸಿಕೊಂಡಿದ್ದ. ಬಹಳ ಯೋಚಿಸಿ, ಹಲವು ಭಗ್ನಪ್ರೇಮದ ಸಿನೆಮಾಗಳನ್ನು ನೋಡಿದ ಮೇಲೆ, ಕನಸಿನಿಂದ ವಾಸ್ತವಕ್ಕೆ ಬಂದು, ಮಾತಾಡಬೇಕಾದದ್ದನ್ನೆಲ್ಲ ಬರೆದುಕೊಂಡು, ಧೈರ್ಯ ತಂದುಕೊಂಡು ಅವಳಿಗೊಂದು ಫೋನು ಮಾಡಿದ. ಬಾಯಿ ಬಿಡಲು ಕೊಂಚ ತಡವಾಯಿತು. 'ಇದು ಮಾಧವ್! ನನ್ನ ಮಾಧವ್..! ಮಾಧವ್ ತಾನೇ..? ಮಾತಾಡು.. ನಂಗೊತ್ತಾಯಿತು' ಎಂದು ಅತ್ತಕಡೆಯಿಂದ ಒರಲುವುದು ಕೇಳಿತು! ಫೋನು ಕೆಳಗಿಟ್ಟು, ಕಣ್ಣುಗಳಲ್ಲಿ ನೀರು ತುಂಬಿಕೊಂಡು, ತಾನು ನೋಡಿದ ಭಗ್ನಪ್ರೇಮದ ಸಿನೆಮಾಗಳ ನಾಯಕರಂತೆ ನಿಧಾನಗತಿಯಲ್ಲಿ ನಡೆದ.

53. ಶಿಲಾಸ್ಪರ್ಶ

'ನನ್ನ ಮಾರ್ದವತೆ ಕಳೆಯಬೇಡ. ಕಲ್ಲಾಗುವುದು ನನಗಿಷ್ಟವಿಲ್ಲ' ಎಂದು ಅವಳೆಷ್ಟು ಆರ್ತವಾಗಿ ಬೇಡಿದರೂ ಆತನಿಗೆ ಕೇಳಿಸಿರಲಿಲ್ಲ. ಕೊನೆಗೊಂದು ದಿನ ಕಲ್ಲಾದಳು. ಅವನು ಹೂಮುತ್ತಿಟ್ಟ. ಕಠಿಣ ಶಿಲೆಯ ತಣ್ಣನೆಯ ಸ್ಪರ್ಶದ ಅರಿವು ಅವನಿಗಾಯಿತು. ಅವನ ತುಟಿಗಳು ಅದುರಿ ಕಣ್ಣುಗಳಲ್ಲಿ ನೀರು ಹರಿದು ಅವಳ ಹಣೆಯ ಮೇಲೆ ಬಿದ್ದಿತು. ಅವಳು ಮಿಸುಕಾಡಲಿಲ್ಲ. ಕಣ್ಣುಗಳು ಮಾತ್ರ ಸಾಂತ್ವನ ಹೇಳಿದುವು!

54. ಮಿಂಟು ಮತ್ತು ಯಜಮಾನ

ಹೋಟೆಲು ಮುಚ್ಚುವ ದಿನ, ತನ್ನಿಂದ ಯಾವುದಾದರೂ ಕಾರಣಕ್ಕೆ ಮುದ್ದೆ ಕೋಲಿನಿಂದ ಹೊಡೆಸಿಕೊಳ್ಳುತ್ತಿದ್ದ, ನೀರಿನ ಜಗ್ಗಿನಿಂದ ಕುಕ್ಕಿಸಿಕೊಳ್ಳುತ್ತಿದ್ದ ಕ್ಲೀನರ್ ಮಿಂಟುವನ್ನು ತಟ್ಟೆ, ಚಮಚ, ಲೋಟಗಳನ್ನು ಖರೀದಿಸಿದ್ದಾತ ಹೊಡೆಯುತ್ತಾ ಹೊರಗೆ ಎಳೆದುಕೊಂಡು ಬಂದಾಗ ಯಜಮಾನನೂ ಹಿಂದೆಮುಂದೆ ನೋಡದೆ ಚಚ್ಚಿ ಕೆಡವಿದ. ಸುಮಾರು ವರ್ಷಗಳಿಂದ ಯಜಮಾನನೊಂದಿಗೇ ಪರಿಚಾರಿಕೆ ಮಾಡಿಕೊಂಡು ವಾಸವಿದ್ದ ಮಿಂಟುವು ತನ್ನ ಯಜಮಾನ ದಿನವೂ ಕಾಫಿ ಹೀರುತ್ತಿದ್ದ ಪ್ರಿಯವಾದ ಉದ್ದನೆಯ ಲೋಟವನ್ನು ಮೂಟೆಗೆ ಸೇರಿಸಿರಲಿಲ್ಲ. ಆತನಿಗೆಂದೇ ಜೋಪಾನ ಮಾಡಿಕೊಂಡಿದ್ದ ಅದನ್ನು, ಅಂಗಿಯಿಂದ ಹೊರತೆಗೆದು ತೋರಿದಾಗ ಯಜಮಾನನ ಗಂಟಲು ಕಟ್ಟಿತು!

55. ಕಗ್ಗಂಟು

ಅವನ ತಲೆಯಲ್ಲಿ ನಿರಂತರವಾಗಿ ಗರಗಸದಂತೆ ಕೊರೆಯುತ್ತಿದ್ದುದು ಒಂದೇ ವಿಚಾರ 'ಈ ವಾತಾವರಣ ತಿಳಿಯಾಗುವುದು ಯಾವಾಗ?' ಎಂಬುದು. ಆ ಪ್ರಶ್ನೆ ಮೇಲೆದ್ದು ಅವನು ಅವಳತ್ತ ನೋಡಿದ. ಅಳುತ್ತಿದ್ದ ಮಗುವನ್ನು ಸಂತೈಸುತ್ತ 'ಸಿಕ್ಕು ಬಿಡಿಸದೆ ಜಡೆ ಹೆಣೆಯುವುದು ಹೇಗೆ?' ಎಂದ ಅವಳು, ಮಗುವು ಹಿಡಿದಿದ್ದ ಕನ್ನಡಿಯಲ್ಲಿ ತನ್ನ ಗಂಡನ ಎಡಬಲಗಳು ಬದಲಾದ ಬಿಂಬವನ್ನು ನೋಡಿದಳು.

56. ಅಪಘಾತ

ರಸ್ತೆಯು ಜಾಮ್ ಆಗಿ ಇಂಚು ಇಂಚೇ ಸರಿದ ಹಾಗೆ ಕಾರು ಚಲಾಯಿಸಿಕೊಂಡು ಬರುವಾಗ, ಅಲ್ಲಿ ಅದಕ್ಕೆ ಕಾರಣರಾಗಿರಬಹುದಾದವರನ್ನೂ, ನಿಂತು ನೋಡುತ್ತಿದ್ದ ಜನರನ್ನೂ, ನಿಲ್ಲದ ಗಡಿಯಾರವನ್ನೂ ಅದೆಷ್ಟು ಬೈದುಕೊಂಡು ಮನೆ ಸೇರಿದ್ದು..? ಗೇಟು ತೆರೆದು, ಬಾಗಿಲಲ್ಲಿ ಕಾದು ನಿಂತಿರಬೇಕಾದ ತಾಯಿಯಿಲ್ಲದಾಗ ಆಕೆಯನ್ನೂ ಸೇರಿಸಿಕೊಂಡು ಬೈದು ಕೆಡವಿ..! ಎಲ್ಲಿ ಹೋದಳಿವಳೆಂದು ಅವರಿವರಿಗೆ ಫೋನು ಮಾಡುವ ವೇಳೆಗೆ, ಬಂದ ಪೋಲೀಸರ ಕರೆಯಿಂದ ಆ ರಸ್ತೆಯ ಅಪಘಾತದಲ್ಲಿ ತರಕಾರಿ ತರುತ್ತಿದ್ದ ತನ್ನ ತಾಯಿ ಮೃತಳಾದ ಸುದ್ದಿ ತಿಳಿದು ಕುಸಿದು ಕೂತ!

57. ಹೋಗುವುದೆಲ್ಲಿಗೆ?

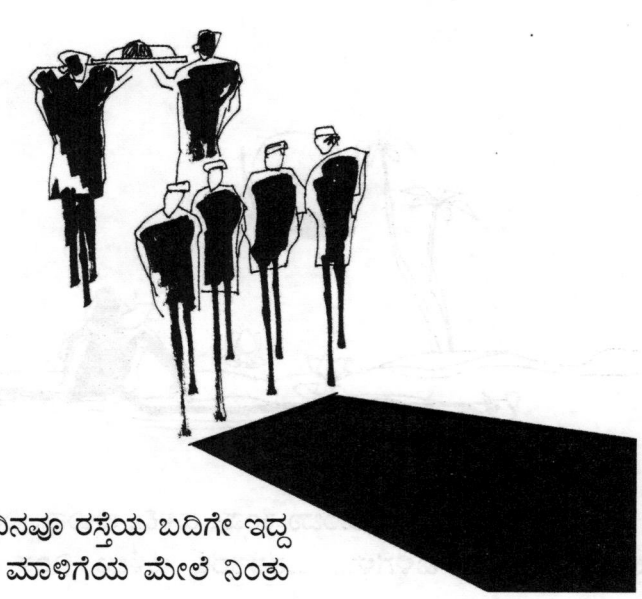

ಅವನು ದಿನವೂ ರಸ್ತೆಯ ಬದಿಗೇ ಇದ್ದ
ತನ್ನ ಮನೆಯ ಮಾಳಿಗೆಯ ಮೇಲೆ ನಿಂತು

ಪ್ರವಾಹದ ಹಾಗೆ ನಿರಂತರವಾಗಿ ರೊಯ್ಯರೊಯ್ಯನೆ ಚಲಿಸುವ ವಾಹನಗಳು
ಎತ್ತಕಡೆಗೆ ಹೋಗುತ್ತವೆಂದು ವಿಸ್ಮಯಗೊಳ್ಳುತ್ತಿದ್ದ. ಆಫೀಸಿಗೆ, ಶಾಲಾಕಾಲೇಜುಗಳಿಗೆ,
ಮದುವೆ ಮುಂತಾದ ಸಮಾರಂಭಗಳಿಗೆ, ತಮ್ಮತಮ್ಮ ಮನೆಗಳಿಗೆ, ಆಪ್ತರ ಭೇಟಿಗಳಿಗೆ,
ಚರ್ಚು ಮಸೀದಿ ದೇವಾಲಯಗಳಿಗೆ..? ಯಾರ್ಯಾರ ತಲೆಯಲ್ಲಿ ಏನೇನು
ವಿಚಾರಗಳಿರಬಹುದು..? ಭಯ, ಆತಂಕ, ಸಂತೋಷ, ಉಲ್ಲಾಸ, ಮುಜುಗರ,
ಬೇಸರ, ಕುತೂಹಲ, ಆಲಸ್ಯ, ಅನುಮಾನ, ದಣಿವು..? ಹೀಗೇ ಯೋಚಿಸುತ್ತ
ಕುಳಿತಿದ್ದವನಿಗೆ ಒಂದು ದಿನ ಆ ರಸ್ತೆಯಲ್ಲಿ ನಿರ್ಭಾವವಾಗಿ, ನಿಸ್ತೇಜವಾಗಿ,
ಭಯ, ಕುತೂಹಲ, ಸಂಕೋಚಗಳಿಲ್ಲದೆ ಮಲಗಿದ್ದ ಹೆಣದ ಮೆರವಣಿಗೆ ಕಂಡಿತು!
ರೋದಿಸುತ್ತ ಹಿಂಬಾಲಿಸುತ್ತಿದ್ದ ಜನರೂ ಕಂಡರು!

58. ವಿಚಿತ್ರ ಶಾಂತಿ

ಸುಂದರ ಉದ್ಯಾನದ ತುಂಬಾ ಕೆಂಪು, ಹಳದಿ, ಬಿಳುಪು, ನೀಲಿ ಹೂಗಳು..
ಅಲ್ಲಲ್ಲಿ ತೂಗುವ ಬಳ್ಳಿಗಳು.. ಎತ್ತರೆತ್ತರಕ್ಕೆ ಬೆಳೆದು ನಿಂತ, ವಿಶಾಲವಾಗಿ

ಚಾಚಿಕೊಂಡ ಮರಗಳು.. ತೂಗುಯ್ಯಾಲೆ.. ಕೊಳ.. ಕೊಳದ ತುಂಬ ತಾವರೆಗಳು.. ಬಾತುಗಳು.. ಗಿಡಮರಗಳಲ್ಲಿ ತಾವು ಪಡೆದು ಕೂತು ಕೂಗುವ ಹಕ್ಕಿಗಳು..! ಇಂತಹ ಸ್ವರ್ಗದಲ್ಲಿ ಕೂತೂ ಮನಸ್ಸು ಏಕೆ ಸದ್ದಿಲ್ಲದ, ಮಣ್ಣುಗೋರಿಗಳ, ಸ್ಮಶಾನದ ಕಿರುಗುಟ್ಟುವ ಮೌನದ ಕಡೆಗೆ ವಾಲುತ್ತಿದೆಯೆಂದು ಅವನೇ ವಿಸ್ಮಯಗೊಂಡ! ಕುಳಿತಲ್ಲಿಂದೆದ್ದು ನಡೆಯುತ್ತಾ ಹೊರ ಬಂದ. ಹೌದು..! ಇದೇಕೆ ಹೀಗೆ ಯಾವುದೋ ವಿಚಿತ್ರ ಶಾಂತಕ್ಕೆ ಮನಸ್ಸು ಎಳೆಸುತ್ತಿದೆ..? ಎಂದು ತನ್ನನ್ನೇ ಕೇಳಿಕೊಳ್ಳುತ್ತಾ, ಆಯತಪ್ಪಿ ಕೆಸರಿನ ನೆಲದಲ್ಲಿ ಜಾರುತ್ತ ಗುಡ್ಡದಿಂದ ಕೆಳಕ್ಕೆ ಬಿದ್ದ! ಪ್ರಜ್ಞೆಯು ಜಾಗೃತಾವಸ್ಥೆಗೆ ಬರುವ ಮುನ್ನವೆ ಅವನಿಗೆ ವಿಚಿತ್ರ ಶಾಂತಿಯು ಲಭಿಸಿತ್ತು!

59. ಬಾಡಿಗೆ ಹಣ

ಗಲ್ಲಿಯೊಂದರ ಒಂದೇ ಬಾಗಿಲು, ಕಿಟಕಿಯ ಮನೆಗೆ ಮೂರು ತಿಂಗಳಿನಿಂದ ಬಾಡಿಗೆ ಬಾಕಿಯೆಂದು ರಸ್ತೆಯಲ್ಲಿ ಮಾನ ಕಳೆದು ಹೋಗಿದ್ದ ಮನೆಯ ಮಾಲೀಕಳಾದ ದಢೂತಿ ಹೆಂಗಸಿನ ಮನೆಗೆ, ಜೇಬಿನಲ್ಲಿ ಒಂದೇ ತಿಂಗಳ ಬಾಡಿಗೆಯಷ್ಟನ್ನು ಮಾತ್ರ ತುರುಕಿಕೊಂಡು ಏದುತ್ತ ನಡೆಯುತ್ತಿದ್ದ. ಇರುವ ಹಣವನ್ನು ಅವಳಿಗೆ ಕೊಟ್ಟುಬಿಟ್ಟರೆ ಈ ತಿಂಗಳು ಮಕ್ಕಳ ಹೊಟ್ಟೆಗೆ ಹಾಕುವುದಕ್ಕೂ ಕಷ್ಟವೆಂದು ಗಂಡಹೆಂಡಿರು ರಾತ್ರಿಯಿಡೀ ಚರ್ಚಿಸಿದ್ದೆಲ್ಲ ನೆನಪಿಗೆ ಬಂದ ಬೆನ್ನಿಗೆ, ದಢೂತಿ ಹೆಂಗಸು ನೀವಾಳಿಸಿ ತೆಗೆದ ಮಾತುಗಳೆಲ್ಲವನ್ನೂ ನೆನೆದುಕೊಂಡು ರೋಷವುಕ್ಕಿ 'ಇವಳು ಇದ್ದಕ್ಕಿದ್ದಂತೆ ನೆಗೆದುಬಿದ್ದರೆ ಎಷ್ಟು ಚೆಂದ! ಬಾಡಿಗೆ ಹಣ ಹಾಗೇ ಹಿಂದಕ್ಕೆ ಒಯ್ಯಬಹುದು' ಎಂದುಕೊಂಡ. ಬಾಗಿಲಿಗೆ ಬಂದು ಎಷ್ಟು

ಕದ ತಟ್ಟಿದರೂ ತೆರೆಯಲಿಲ್ಲ, ಕಿಟಕಿಯನ್ನು ತಳ್ಳಿ ಒಳಗೆ ಇಣುಕಿದರೆ ಆ ದಢೂತಿ ಹೆಂಗಸು ನೇಣಿನ ಕುಣಿಕೆಯಲ್ಲಿ ತೂಗುತ್ತಿದ್ದಳು! ಅದಾವ ಕಾರಣವೋ..! ಕೈಗಳಲ್ಲಿ ಬಿಡಿಸಿ ಹಿಡಿದಿದ್ದ ಬಾಡಿಗೆ ಹಣ ಬೆವರಿನಲ್ಲಿ ನೆನೆದು ಒದ್ದೆಯಾಗುತ್ತಿತ್ತು!

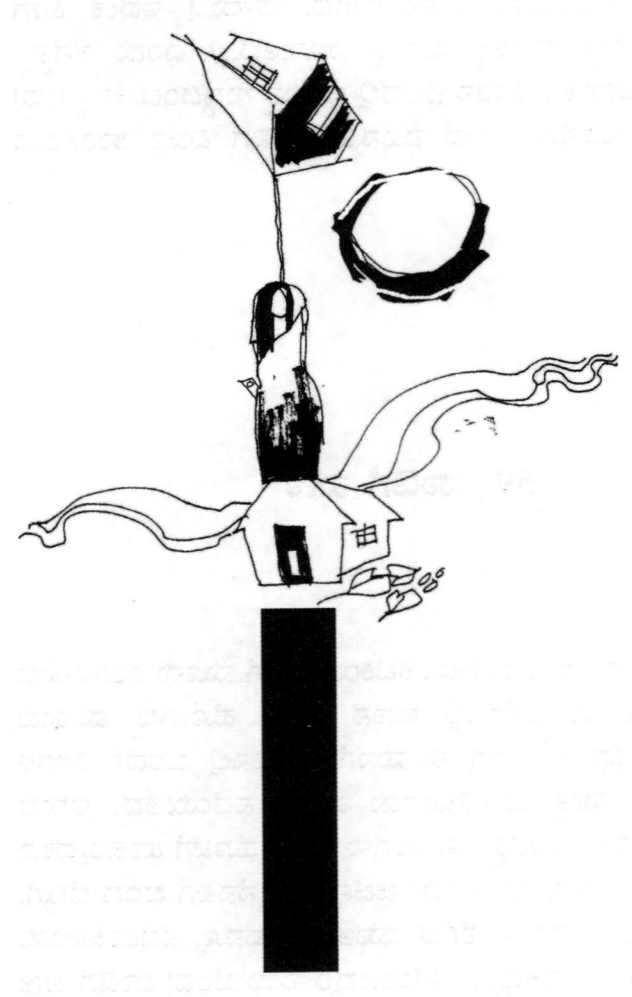

60. ತತ್ವಜ್ಞಾನಿ

ಆತ ಓದಿದ್ದೆಲ್ಲವನ್ನೂ ಬಾಚಿ ತಬ್ಬಿ ತನ್ನದನ್ನಾಗಿಕೊಳ್ಳಲು ಯತ್ನಿಸುತ್ತಿದ್ದ. ತತ್ವಶಾಸ್ತ್ರ, ವಿಜ್ಞಾನ, ಸಮಾಜಶಾಸ್ತ್ರ, ಮನೋವಿಜ್ಞಾನಗಳ ಅಧ್ಯಯನ ಮಾಡುತ್ತಾ, ಅದರೊಂದಿಗೆ ತತ್ವಜ್ಞಾನಿಗಳಂತಹ ಮೇಧಾವಿಗಳ ವೈಯಕ್ತಿಕ ಬದುಕೆಷ್ಟು ವಿಚಿತ್ರ, ವಿಸ್ಮಯ, ರಸಮಯ, ಅಂತೆಯೇ ಗೋಜಲಿನದು ಎಂಬುದನ್ನೂ ತಿಳಿದುಕೊಂಡ. ಜ್ಞಾನಾರ್ಜನೆ ಮಾಡಿಕೊಳ್ಳುತ್ತ, ತನ್ನ ಬದುಕನ್ನೂ ಅಂತೆಯೇ ರಸಮಯವಾಗಿಸಿ ಕೊಳ್ಳುವ ಭ್ರಾಂತು ಹುಟ್ಟಿತು! ಕಡೆಗೆ, ಕಟ್ಟಿಕೊಂಡ ಹೆಣ್ಣುಗಳು, ಹುಟ್ಟಿದ ಮಕ್ಕಳೆಲ್ಲ ಒಬ್ಬೊಬ್ಬರೂ ಒಂದೊಂದು ವಿಧವಾಗಿ ದೂರ ಸರಿದು, ಮನೆ ಮಾಡು ಕಳೆದುಕೊಂಡು ಒಂಟಿಯಾದ ಮೇಲೆ ಆತ ನಿಜಕ್ಕೂ ತತ್ವಜ್ಞಾನಿಯಾದ!

61. ಒಣಗರಿ

ಕಳಚಿಕೊಂಡ ಒಣಗರಿಯೊಂದು ಮರಕ್ಕೆ ಹೇಳಿತು 'ನಿನ್ನಿಂದ ಬೇರ್ಪಟ್ಟ
ಒಣಗಿದ ಗರಿನಾನು. ಇನ್ನೂ ಏಕೆ ನಾನು ಇಲ್ಲೇ..? ನೆಲಕ್ಕಿಳಿದು ಮಣ್ಣಲ್ಲಿ
ಬೆರೆಯುತ್ತೇನೆ. ಕಳಚಿಕೊಂಡ ಗರಿಯು ಪುನಃ ಚಿಗುರುವುದಿಲ್ಲ; ಒಣಗರಿಯನ್ನು

ಹೊತ್ತರೆ ಅದು ಮರಕ್ಕೂ ಶೋಭೆಯಲ್ಲ..!' ಮರವು ಮರುಕದಿಂದ ಹೇಳಿತು 'ಇಷ್ಟು ದಿನ ಹಸಿರಾಗಿ ತೂಗುತ್ತಾ ನನ್ನೊಡಲಿಗೆ ಅಂಟಿಕೊಂಡು ಬೀಸಿದ ತಂಗಾಳಿಗೆ ಬೆಲೆಯಿದೆಯೇ..? ಅದರ ಋಣಕ್ಕಾದರೂ ಇರು.' 'ಕರುಣ ಬೇಡ ಮರವೇ, ಋಣಸಲ್ಲಿಕೆಯ ಮಾತೂ ಬೇಡ. ಅಭಿಮಾನಕ್ಕೆ ಧಕ್ಕೆಯೊದಗುವ ಮೊದಲು, ಹಸುರಿನಿಂದ ಕಂಗೊಳಿಸುತ್ತಿರುವ ಇನ್ನುಳಿದ ಗರಿಗಳು ನನ್ನ ದೂಡುವ ಮೊದಲು ಸರಿದು ಮಣ್ಣ ಸೇರುತ್ತೇನೆ' ಎಂದ ಒಣಗರಿ ನೆಲಕ್ಕೆ ಬಿದ್ದಿತು. ಊರ ಮಂದಿ ಆ ಗರಿಯನ್ನು ಅರವಟಿಗೆಯ ಚಪ್ಪರಕ್ಕೆ ಉಪಯೋಗಿಸಿದರು. ಅದರ ನೆರಳಿನಲ್ಲಿ ದಾರಿ ಹೋಕರೆಲ್ಲ ನಿಂತು ಪಾನಕ, ಮಜ್ಜಿಗೆಗಳನ್ನು ಕುಡಿದು ಉಸಿರು ಬಿಡುತ್ತಿದ್ದರೆ, ಒಣಗರಿಯು ಹಸಿರಾಯಿತು!

62. ಉರುಳಿದ ಮರ

'ಗಿಡವಿದ್ದಾಗ ನೆಡಬೇಕಲ್ಲದೆ, ಮರವಾದಾಗ ನೆಡಬಹುದೇ ಇದ್ದ ನೆಲದಿಂದ ಕಿತ್ತು ಬೇರೆಡೆಯಲ್ಲಿ? ಅದೆಷ್ಟು ಕಂಬ,ಕೋಲುಗಳ ಸುತ್ತ ನೆಟ್ಟರೂ, ಹಗ್ಗದಲ್ಲಿ ಕಟ್ಟಿ ಮಾಳಿಗೆಯ ತುದಿಗೆ ಬಿಗಿದರೂ, ನಿಲ್ಲುವುದೇ ಮರ, ನಿಂತ ಹಾಗೆ? ನಿಂತ ಹಾಗೆ ನಿಲ್ಲಬಹುದು..! ಬೇರು ಬಿಟ್ಟೀತೇ..? ಆಳಕ್ಕೆ ಇಳಿದೀತೇ..?'ಎಂದು ಹೇಳಿದರೆ ಕೇಳುವವನೇ ಅವನು? ತಾನು ಮಾಡುವುದೇ ಮಾಡಿದ. ಕೀಳುವ ಪ್ರಕ್ರಿಯೆಯಲ್ಲಿಯೇ ಬಸವಳಿದ! ಉರುಳಿದ ಮರದಿಂದ ತೆಗೆದ ಹಲಗೆಗಳು ಕಿಟಕಿ, ಬಾಗಿಲುಗಳಿಗಾದುವು. ಸಣ್ಣಪುಟ್ಟ ರೆಂಬೆಕೊಂಬೆ ಚಕ್ಕೆಗಳು ಒಲೆಗಾದುವು! ಅಷ್ಟಾದರೂ ಆಯಿತಲ್ಲ ಎಂದು ಅವನು ನಿಟ್ಟುಸಿರು ಬಿಟ್ಟ. ಮರದ ಅವಶೇಷಗಳು

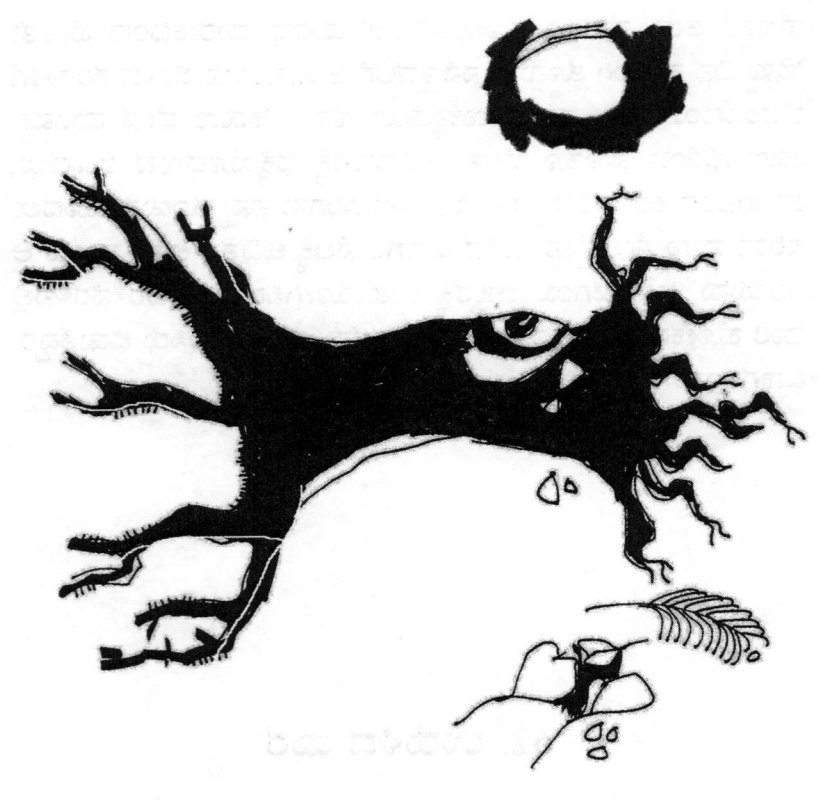

ತುಂಬಿದ, ಖಾಲಿಯಾಗಿ ಭಣಗುಟ್ಟುವ ಮನೆಯ ಮುಂಭಾಗವ ಕಿಟಕಿಯಿಂದ ನೋಡುತ್ತಿದ್ದ ಅವಳು ಕಣ್ಣೀರಿಟ್ಟಳು.

63. ಕೊನೆಯ ಟೆಲಿಗ್ರಾಂ

ದೂರದ ಊರಿನಲ್ಲಿದ್ದ ಗಂಡನಿಗೆ ಹೆಂಡತಿ ಬರುವಂತೆ ಕೋರಿ ಅದೆಷ್ಟು
ಪತ್ರಗಳನ್ನು ಬರೆದರೂ ಆತ ಲಕ್ಷ್ಯ ಕೊಡುತ್ತಿರಲಿಲ್ಲ. ಒಂದು ದಿನ 'ಸ್ಟಾರ್ಟ್
ಇಮೀಡಿಯೇಟ್ಲಿ' ಅಂತ ಟೆಲಿಗ್ರಾಂ ಕೊಟ್ಟಳು. ಓಡಿಕೊಂಡು ಬಂದ.
ಗಾಬರಿಯಿಂದ ಬಂದವನಿಗೆ ನಗುಮುಖದ ಹೆಂಡತಿಯನ್ನು ಬೈಯಲು
ಮನಸ್ಸಾಗಲಿಲ್ಲ. ಇನ್ನೊಮ್ಮೆಯೂ ಹಾಗೇ ಮಾಡಿದಳು. ಗಾಬರಿಗೊಳ್ಳದೆ, ಅವಳ
ಪ್ರೇಮದ ತುಡಿತವನ್ನು ತನ್ನ ಗುಲಾಬಿ ಬಣ್ಣದ ಸ್ವೆಟರಿನಲ್ಲಿ ಬೆಚ್ಚಗಿಟ್ಟುಕೊಂಡು
ಬಂದವನು ಹೋಗುವಾಗ, ಇನ್ನೊಮ್ಮೆ ಹೀಗೆ ಮಾಡಕೂಡದೆಂದು ವಿವೇಕ
ಹೇಳಿ ಹೋದ. ಮತ್ತೊಮ್ಮೆಯೂ ಅವನಿಗೆ ಅಂತಹುದೇ ಟೆಲಿಗ್ರಾಂ ಸಿಕ್ಕಾಗ

ಸಿಟ್ಟಾದ. ಕಸದ ಬುಟ್ಟಿಗೆ ಎಸೆದ. ಎರಡು ದಿನ ಕಳೆದು ಊರಿಗೆ ಹೋದಾಗ, ಕಡೆಯ ಸಲ ಆಕೆಯ ಮುಖ ನೋಡುವ ಅವಕಾಶವನ್ನು ಆತ ಕಳೆದುಕೊಂಡಿದ್ದ! ಆಶ್ಚರ್ಯದ ಸಂಗತಿಯೆಂದರೆ ಟೆಲಿಗ್ರಾಂ ಸೇವೆಯನ್ನು ಇನ್ನು ನಿಲ್ಲಿಸಲಾಗುವುದೆಂದು ತಿಳಿದಾಗ, ಸಾಯುವ ಮುನ್ನ ಅವಳೇ ಆ ಊರಿನಿಂದ ಕಳುಹಿಸಿದ್ದ ಕೊನೆಯ ಟೆಲಿಗ್ರಾಂ ಆಗಿದ್ದಿತು ಅದು!

64. ರೈಲು ಬಂತು

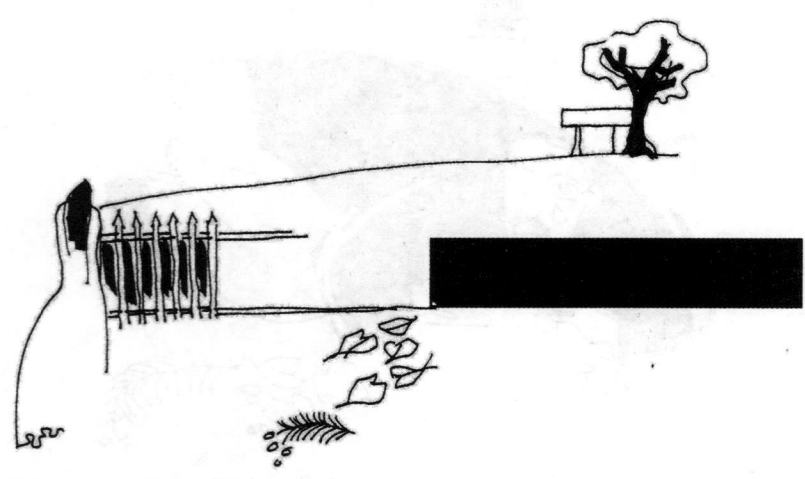

ಪ್ರತಿ ರೈಲಿಗೂ ಅವಳು ಕಾಯುತ್ತಿದ್ದಳು ಅವನು ಬರುವುದಿಲ್ಲವೆಂದು ತಿಳಿದಿದ್ದರೂ..! ಅವನು ರೈಲಿನಿಂದಿಳಿದು, ತನ್ನೆಡೆಗೆ ನಡೆದು ಬರುತ್ತಿದ್ದ ಆ ಕ್ಷಣಗಳಗಳನ್ನು ಮೆಲುಕು ಹಾಕಲು ಮಾತ್ರ..! ಅದೇ ಭಾವ ತುಂಬಿಕೊಂಡು ಕೆಲಕಾಲ ಕಳೆದುಹೋಗಲು ಮಾತ್ರ..! ಆದರೊಂದು ದಿನ ಆತ ನಿಜಕ್ಕೂ ಬಂದ! ಅವನ ಮುಖದ ಮೇಲೆ ಅವಳು ಹುಡುಕಿದ ಏನೋ ಒಂದು ಸಿಗದೆ ಪೆಚ್ಚುಮೋರೆ ಹಾಕಿ ನಡೆದುಬಿಟ್ಟಳು! ಪುನಃ ಅವಳು ಆ ರೈಲು ನಿಲ್ದಾಣಕ್ಕೆ ಬರಲೇ ಇಲ್ಲ!

65. ಬಡಗೊಲ್ಲ ನನ್ನವನು

ಒಮ್ಮೆ ಕೃಷ್ಣ ತನ್ನೆಲ್ಲ ಮಹಿಷಿಯರೊಂದಿಗೆ ಬೃಂದಾವನಕ್ಕೆ ಬಂದ. ರಾಧೆ ಮಾಡಿದ ಔತಣಕ್ಕೆ ಸಾಟಿಯಿಲ್ಲ. ರುಕ್ಮಿಣಿಗೆ ಅನಿರುದ್ಧನಿಗುಣಿಸಲು ಹಾಲು ತಂದು ಕೊಟ್ಟಳು, ಭಾಮೆಯ ಜಡೆಯ ಕೋದಳು, ಜಾಂಬವತಿಯ ಕೈಗೆ ಕಲ್ಲುಸಕ್ಕರೆಯನಿತ್ತಳು, ಕಾಲಿಂದಿ, ಮಿತ್ರವೃಂದೆಯರಿಗೆ ಹೂ ಬಿಡಿಸಿಕೊಟ್ಟಳು, ಸತ್ಯೆ, ಭದ್ರೆ, ಲಕ್ಷಣೆಯರು ಆಡಲು ಉಯ್ಯಾಲೆ ಕಟ್ಟಿಕೊಟ್ಟಳು. ಕಡೆಗೆಲ್ಲರೂ ಕೃಷ್ಣನೊಂದಿಗೆ ನರ್ತಿಸಿ ನಲಿಯುತ್ತಿರಲು, ಬಂಡೆಯೊಂದರ ಮೇಲೆ ಕೂತು ಹಾಡಿದಳು. ಭಾಮೆ, ಸತ್ಯೆಯರು ಕಣ್ಮುಚ್ಚಿ ಹಾಡಿದ ರಾಧೆಯ ಕೊರಳಿಗೆ ಕೈಗಳನ್ನು

ಹೆಣೆದು ಕೇಳಿದರು 'ಕೃಷ್ಣ ನವ್ಮೊಂದಿಗೆ ನಲಿಯುವುದ ನೋಡಿ ಅಸೂಯೆಯಾಗುವುದಿಲ್ಲವೇ ರಾಧೆ ಹಿರಿಯಳಾದ ನಿನಗೆ..?' ರಾಧೆಯೆಂದಳು 'ನನಗೇಕೆ ಅಸೂಯೆ? ಸಿರಿವಂತ ರಾಜಕುಮಾರ ಕೃಷ್ಣ ಎಂದೂ ನನ್ನವನಲ್ಲ. ಬಡಗೊಲ್ಲ ಮಾಧವ ನನ್ನವನು. ಕೈಲೊಂದು ಕೊಳಲು, ತಲೆಯಲ್ಲೊಂದು ನವಿಲುಗರಿ ಬಿಟ್ಟರೆ ಯಾವ ಕಿರೀಟ, ಕಡಗ, ರಥವೂ ಇಲ್ಲದವನು. ನಾನು ಕರೆದಾಗಲೆಲ್ಲ ಚಲಿಸುವ ಮೋಡಗಳು ಕಲೆತು ಅವನ ರೂಪನ್ನು ಮೂಡಿಸುತ್ತವೆ. ನಾನು ತಲೆಯೆತ್ತುವುದಿಲ್ಲ. ಎಂದೂ ನನ್ನ ನಾಚಿಕೆ, ಭಕ್ತಿಗಳನ್ನು ಕಳೆದುಕೊಳ್ಳಲು ಬಯಸುವುದಿಲ್ಲ. ತಲೆಬಾಗಿ ಪ್ರಶಾಂತ ಯಮುನೆಯಲ್ಲಿ, ಮೋಡವೇ ತಾನಾದ ಅವನು ನನ್ನ ನೆತ್ತಿಗೆ ಮುತ್ತಿಡುವಂತೆ ಕಾಣುವ ಬಿಂಬವ ನೋಡುತ್ತೇನೆ!'

66. ಇದೆಂಥ ಕನಸುಗಳು?

ಇದೆಂಥ ವಿಚಿತ್ರ ಕನಸುಗಳು ನನಗೆ..? ಎಷ್ಟು ಓಡಿದರೂ ಸಿಗದ ರೈಲು.. ಮೊಣಕಾಲ ಮೇಲೆ ಗುದ್ದಿ ಹೋದ ಬೈಕು.. ಗುಡ್ಡವೊಂದರ ಮೇಲೆ ಏದುತ್ತಾ ನಡೆಯುತ್ತಿದ್ದಂತೆ ಮುಗ್ಗರಿಸಿ ತುಟಿಗಳಲ್ಲಿ ರಕ್ತ ಚಿಮ್ಮಿದ ಹಾಗೆ.. ಆಳಕಾಣದ ಬಾವಿಗೆ ಉಸಿರುಗಟ್ಟಿ ಬೀಳುತ್ತಿರುವ ಹಾಗೆ.. ಮಗುವೊಂದು ಹಿಡಿದಿದ್ದ ನೆಚ್ಚಿನ ಬೊಂಬೆಯನ್ನು ಯಾರೋ ಕಿತ್ತುಕೊಂಡು ಓಡಿದ ಹಾಗೆ.. ಒಂದು ತುತ್ತು ಬಾಯಿಗಿಡುವುದರಲ್ಲಿ ಯಾರೋ ತಟ್ಟೆಯನ್ನು ಒದ್ದ ಹಾಗೆ.. ಯಾರದೋ ಹೆಸರುಹಿಡಿದು ಕರೆಯುತ್ತ ಗಾಳಿಯಲ್ಲಿ ಕಲ್ಲು ಒಗೆದ ಹಾಗೆ.. ಬೋಳು ಮಂಡೆಯ ವಿಕಾರ ನಗುವಿನ ನನ್ನನ್ನೇ ಕಂಡ ಹಾಗೆ..! ಯಾಕೆ ಬೀಳುವುದು ಇಂತಹ ಕನಸುಗಳು.. ಎಂದುಕೊಳ್ಳುತ್ತಿದ್ದಂತೆ ತಾನು ಏರಬೇಕಾದ ಬಸ್ಸು ಅದಾಗಲೇ ಅಲ್ಲಿಂದ ಹೊಗೆಯೇಳಿಸುತ್ತ ಹೊರಟದ್ದನ್ನು ನೋಡಿ, ಇನ್ನಿಲ್ಲದ ಹಾಗೆ ಉಸಿರುಗಟ್ಟಿ

ಹಿಂದಿಂದೆ ಓಡುತ್ತಾಳೆ..! ಎಡವುತ್ತಾಳೆ..! ತರಚಿದ ಗಾಯಕ್ಕೆ ಗಾಳಿ ಹಾಕಿಕೊಂಡು, ಕಿತ್ತುಹೋದ ಚಪ್ಪಲಿಯನ್ನು ಸಂಕೋಚದಿಂದ ಕೈಯಲ್ಲಿ ಹಿಡಿದು, ಸಾಕಾಗಿ ನಿಂತು ನೋಡುತ್ತಾಳೆ! ಹರಿದ ಸೆರಗನ್ನು ಮರೆಸಿಕೊಂಡು, ನಗುವ ಮುಖಗಳ ಬೆನ್ನಿಗೆ ಬಿಟ್ಟು, ತಲೆತಗ್ಗಿಸಿ ಸಂತೆಯಿಂದ ಮರೆಯಾಗುತ್ತಾಳೆ!

67. ತುಂಡು ಯೂನಿಫಾರ್ಮ್

ಹಳೆಯ ಪೆಟ್ಟಿಗೆಯಲ್ಲಿದ್ದ ಹೈಸ್ಕೂಲಿನ ತುಂಡು ಯೂನಿಫಾರ್ಮ್ ನೋಡಿದಾಕ್ಷಣ ಎರಡು ಮಕ್ಕಳ ತಾಯಾದರೂ, ತೊಟ್ಟುಕೊಳ್ಳುವ ಆಸೆಯಾಯಿತು ಅವಳಿಗೆ. ಹೇಗೆಲ್ಲಾ ಯತ್ನಿಸಿದರೂ ಕುತ್ತಿಗೆಯಿಂದಲೇ ಕೆಳಗಿಳಿಯಲಿಲ್ಲ. ಕಡೆಗೆ ತನ್ನೆರಡು ಕೈಗಳಲ್ಲಿ ನಡುವಿನ ಭಾಗಕ್ಕೆ ಹಾಕಿಕೊಂಡಂತೆ ಹಿಡಿದು ಕನ್ನಡಿಯಲ್ಲಿ ನೋಡಿಕೊಂಡಳು. ಶಾಲೆಯ ಗೆಳಯ,ಗೆಳತಿಯರೆಲ್ಲ ತನ್ನನ್ನು ದೂಡಿಕೊಂಡು

ಓಡುತ್ತಿರುವಂತೆ, ಬಸಪ್ಪ ಮಾಸ್ಟರ್ ಶೂ ಹಾಕಿರದಕ್ಕೆ ಬೈದಂತೆ, ಹೆಡ್ ಮಾಸ್ಟರ್ ತಿಮ್ಮಯ್ಯನವರು ಇಂಟರ್ ಸ್ಕೂಲ್ ಸ್ಪರ್ಧೆಯೊಂದರಲ್ಲಿ ಬಹುಮಾನ ಗಳಿಸಿದ್ದಕ್ಕಾಗಿ ಬೆನ್ನುತಟ್ಟಿದಂತೆ, ವತ್ಸಲಾ ಟೀಚರ್ ವಚನದ ಅರ್ಥ ವಿಸ್ತರಿಸುತ್ತಿರುವಂತೆ, ಓರೆಯಲ್ಲಿ ಪೇರಿಸಿದ್ದ ಸಾಲು ಟಿಫನ್ ಬಾಕ್ಸ್‌ಗಳ ದಾಟಿಕೊಂಡು ಮೆಟ್ಟಿಲುಗಳ ಮೇಲೆ ದಡದಡನೆ ಏರುತ್ತಾ ತಾನೇ ಹೋದಂತೆ..! ಮೂರೂವರೆಗೆ ಬೆಲ್ಲು.. ಹೋಗುತ್ತಾ ಬಸ್ ಸ್ಟಾಪಿನಲ್ಲಿ ಒಂದು ಹೆಚ್ಚಿದ ಸೌತೇಕಾಯಿ.. ಮೇರಿಗೊಂದು ಗುದ್ದು, ರವಿಗೊಂದು ಗುದ್ದು, ಗುದ್ದು ಹಾಕಲು ಬಂದ ಮಧುವಿನಿಂದ ತಾನು ತಪ್ಪಿಸಿಕೊಂಡು ಕೊಕ್ಕೊಕೋ.. ಎಂದುಕೊಳ್ಳುತ್ತಿದ್ದಂತೆ ತನ್ನ ಮಕ್ಕಳ ಶಾಲಾ ವಾಹನದ ಸದ್ದು..!

68. ಅಚ್ಚು

ಅವನಿಗೆ ಕಣ್ಣು ಕಾಣಿಸುತ್ತಿರಲಿಲ್ಲ. ಅಚ್ಚುವೇ ಅವನ ಕಣ್ಣಾಗಿದ್ದಳು. ಕೈಹಿಡಿದು ದಾರಿಯ ಕಲ್ಲು, ಮುಳ್ಳು, ಪೊದೆ, ಬಸ್ಸು, ಆಗಸ, ಹರಡಿಕೊಂಡ ಮೋಡಗಳು, ಮೈತುಂಬಾ ಹೂಗಳ ತುಂಬಿ ನಿಂತ ಮರ, ಕೊಳ, ಜಲಪಾತ, ಮನೆಯ ಮುಂದೆ ಬೆಳೆದು, ಪಾದಗಳಿಗೆ ಮುದ ನೀಡುವ ಗರಿಕೆ, ಹೆಜ್ಜೆಗೊಂದು ಹೂಕುಂಡವಿರಿಸಿದ್ದ ಮೆಟ್ಟಿಲುಗಳು, ಹುಲ್ಲುಹಾಸು, ರಂಗವಲ್ಲಿ, ತಂದ ಹೊಸ ಬಟ್ಟೆ.. ಎಲ್ಲವನ್ನೂ ಆಕೆ ಎಷ್ಟರಮಟ್ಟಿಗೆ ವರ್ಣಿಸುತ್ತಿದ್ದಳೆಂದರೆ ಅವನೊಂದು ದಿನವೂ ದೇವರಲ್ಲಿ ತನಗೆ ದೃಷ್ಟಿಭಾಗ್ಯ ಕರುಣಿಸೆಂದು ಬೇಡಿರಲೇ ಇಲ್ಲ! ಕೆಲ ದಿನಗಳ ನಂತರ ಶಸ್ತ್ರಚಿಕಿತ್ಸೆಯಾಗಿ ಅವನಿಗೆ ಕಣ್ಣು ಬಂತು. ವಾಕಿಂಗಿಗೆ, ಸಿನೆಮಾಕ್ಕೆ, ಮಾರ್ಕೆಟ್ಟಿಗೆ ಒಬ್ಬನೇ ಹೋಗತೊಡಗಿದ. ಸುತ್ತಲ ಪ್ರಪಂಚದ ಸೌಂದರ್ಯವನ್ನು ಕಣ್ಣುತುಂಬಿಕೊಂಡ. ಅಷ್ಟೇನೂ ಸ್ವಾರಸ್ಯವಿಲ್ಲವೆನ್ನಿಸಿತು. ಒಂದು ದಿನ ಹಾಸಿಗೆಯಿಂದೆದ್ದು 'ಕಣ್ಣು ಕಾಣುವುದಿಲ್ಲ' ಎಂದ. ಅಂದಿನಿಂದ ಅಚ್ಚು ಪುನಃ ಹಿಂದಿನಂತೆ ಅವನ ಕೈಹಿಡಿದು ನಡೆಯತೊಡಗಿದಳು! ಅವನಿಗೆ ಈಗ ಕಂಡುದೆಲ್ಲಾ ಸಹ್ಯ..! ವರ್ಣಮಯ..!

69. ಬೆಳ್ಳಿಯ ಪೀಕದಾನಿ

ಅವನು ಆ ಹಳೆಯ ಕೋಟೆಗೆ ಭೇಟಿ ನೀಡುತ್ತಿದ್ದಂತೆಯೇ ಎದುರಾದ ಮಹಿಳಾ ಗೈಡ್ ಒಬ್ಬಳು ಅವನಿಗೆ ಕೋಟೆಯ ಸುತ್ತೆಲ್ಲಾ ತಿರುಗಿಸಿ, ಪರಿಚಯಿಸಿ, ಪೀಕದಾನಿ ಹಿಡಿದ ಸ್ತ್ರೀಯೊಬ್ಬಳ ಶಿಲ್ಪದ ಮಗ್ಗುಲಲ್ಲಿ ನಿಂತು, 'ಇವಳು ರಾಜನ ಆಪ್ತದಾಸಿಯಾಗಿದ್ದಳು.. ಪೀಕದಾನಿ ಹಿಡಿದುಕೊಳ್ಳುವ ಕಾಯಕ ಅವಳದು.. ರಾಜ ಅವಳ ಸೇವೆಗೂ, ಪ್ರೇಮಕ್ಕೂ ಮನಸೋತಿದ್ದ! ಆದರೆ ಪ್ರಿಯಳಾದ ಅವಳಿಗೆ ತಕ್ಕ ಸ್ಥಾನಮಾನ ಕೊಡಲು ಹಲವಾರು ತೊಡಕುಗಳಿದ್ದುವು. ಆಕೆಯನ್ನೂ ಒಬ್ಬ ರಾಣಿಯನ್ನಾಗಿ ರಾಣೀವಾಸಕ್ಕೆ ಸೇರಿಸಿಕೊಂಡರೇನು ಗತಿಯೆಂದು ಯೋಚಿಸಿದ

ಪಟ್ಟದರಾಣಿ ಅವಳನ್ನು ನೆಲಮಾಳಿಗೆಗೆ ಹಾಕಿ, ವಿಷವಿಟ್ಟು ಕೊಂದುಬಿಟ್ಟಳು. ನಂತರ ರಾಜ ಆಕೆಯ ನೆನಪಿನಲ್ಲೇ ನವೆದುಹೋದ. ಅವಳ ಮೇಲಿನ ಪ್ರೇಮಕ್ಕಾಗಿ ಈ ಶಿಲ್ಪವನ್ನು ಕೆತ್ತಿಸಿದ' ಎಂದು ಹೇಳುತ್ತಿದ್ದುದನ್ನು ಕೇಳುತ್ತ ಅವನು ಶಿಲ್ಪವನ್ನೇ ನೋಡುತ್ತಿದ್ದ. ಯಾವ ಶತಮಾನದ್ದೆಂದು ಕೇಳಲು ಹೊರಳಿದ ಅವನಿಗೆ ಅಲ್ಲಿ ಯಾರೂ ಕಾಣಲಿಲ್ಲ! ಹಳೆಯಕಾಲದ ಮಂಕಾಗಿದ್ದ ಬೆಳ್ಳಿಯ ಪೀಕದಾನಿಯೊಂದು ನೆಲದಲ್ಲಿ ಬಿದ್ದಿತು! ಅದರಲ್ಲಿ ಅದಾಗ ತಾನೇ ಅಗಿದು ಉಗಿದಿದ್ದ ತಾಂಬೂಲದ ತುಣುಕೂ ಕಾಣುತ್ತಿತ್ತು!

70. ಕಣ್ಣುಮುಚ್ಚಿದರೆ ಔಟ್!

ಮೊಮ್ಮಗಳು ಅಜ್ಜನೊಂದಿಗೆ 'ಹೀಗೇ ನೋಡುತ್ತಿರಬೇಕು..., ಕಣ್ಣುಮುಚ್ಚಿದರೆ ಔಟ್!' ಎಂದು ಸವಾಲೆಸೆದು ಆಟಕ್ಕೆ ಕೂತಳು. ಎದೆಯ ಮೇಲೆ ಅವಳನ್ನು ಕುಳ್ಳರಿಸಿಕೊಂಡು ಮಲಗಿದ್ದ ಅಜ್ಜ ಕೆಲ ಕ್ಷಣಗಳಲ್ಲಿಯೇ ಸೋತುಬಿಟ್ಟ, 'ಅಜ್ಜ

ಕಣ್ಣುಮುಚ್ಚಿಬಿಟ್ಟ..! ಔಟಾದ..!' ಎಂದು ಸಂಭ್ರಮದಿಂದ ಮೊಮ್ಮಗಳು ಕೂಗುತ್ತಾ ಎಲ್ಲರನ್ನು ಕರೆದಳು. ಕೆಲಕ್ಷಣ ಎಲ್ಲರೂ ಪಂಥಕ್ಕೆ ನಿಂತಂತೆ ಕಣ್ಣು ಮಿಟುಕಿಸಲಿಲ್ಲ! ಅಜ್ಜ ನಿಜಕ್ಕೂ ಔಟಾಗಿದ್ದ!

71. ಕನ್ನಡಿ

ಅವನಿದ್ದ ಕನ್ನಡಿಯ ಹಾಗೆ.. ಎದುರಿಗಿದ್ದವರನ್ನು ಮಾತ್ರ ಸ್ತುತಿಸುತ್ತ! ಮರೆಯಲಿದ್ದವರನ್ನು ಇಲ್ಲವೇ ಆಗಿಸುತ್ತ! ಕೊನೆಗೆ ಯಾರೂ ಸುಳಿಯದ ಕನ್ನಡಿಯ ಪಾಲಿಗೆ ಹೇಗೆ ಯಾವ ಬಿಂಬವೂ ಉಳಿಯುವುದಿಲ್ಲವೋ, ಅಂತೆಯೇ ಅವನ ಪಾಲಿಗೂ ಯಾರೂ ಉಳಿಯಲಿಲ್ಲ!

72. ಇನ್ನೇನು ಕೆಲಸ?

ತಮ್ಮಾಕೆ ಚೆನ್ನಾಗಿ ರಂಗವಲ್ಲಿ ಬಿಡುತ್ತಾರೆ, ಕಥೆ ಕವನ ಬರೆಯುತ್ತಾರೆ, ಹಾಡುತ್ತಾರೆ, ಕರಕುಶಲ ಕಲೆಯಲ್ಲೂ ಜಾಣೆ, ಆಕೆ ಹಾಕಿಕೊಟ್ಟ ಬುಟ್ಟಿಯಲ್ಲೇ ನಮ್ಮ ಪುಟ್ಟಿ ದಿನವೂ ತರಕಾರಿ ತರೋದು..! ವೀಣೆ ಹಿಡಿದರೆ ಶಾರದೆಯೇ ಅಂತೆ..? ಅಚ್ಚುಕಟ್ಟಾಗಿ ಅಡುಗೆ ಮಾಡುವರಂತೆ..? ಪಾತ್ರಪಡಗಗಳ ಮೇಲೆ ಒಂದಿನಿತೂ ಧೂಳು ಕೂರದ ಹಾಗೆ ಜತನದಿಂದ ನೋಡಿಕೊಳ್ಳುವ ನಾಜೂಕಂತೆ..? ತಾನೇ ರವಿಕೆ, ಮಕ್ಕಳ ಗೌನು, ನಿಕ್ಕರುಗಳನ್ನೆಲ್ಲಾ ಹೊಲೆಯುತ್ತಾರಂತೆ..? ಎಂದೆಲ್ಲ ಕೇಳುವವರಿಗೆ ಆತ ಕೊಡುವ ಒಂದೇ ಸಿದ್ಧ ಉತ್ತರ.. 'ಇನ್ನೇನು ಕೆಲಸ?'

73. ಕುಡಿನೋಟ

ಬದುಕನ್ನು ಆತ ನಿರಾಕರಿಸಿದಷ್ಟೂ ಅದು ಆತನಿಗೆ ಬಹಳ ಸನಿಹವಾಗುತ್ತಿತ್ತು. ಮಲೆಯ ತುದಿಯ ತಲುಪಿ ಕಣ್ಮುಚ್ಚಿ ಹಾಂ.. ಎಂದು ಕೆಳಗೆ ಬೀಳುವ ಕಲ್ಪನೆಯೇ ಮತ್ತೆ ಮತ್ತೆ ಕಾಡುತ್ತಿದ್ದರೂ, ಆಕೆಯ ಕುಡಿನೋಟವೂ ಮತ್ತೆ ಮತ್ತೆ ಕಾಡಿ ಮಲೆಯಿಂದ ಕೆಳಗಿಳಿಯುತ ಒಂದಷ್ಟು ಹೂಗಳ ಕಿತ್ತು ಹೊಯ್ದ!

74. ಪೋಸ್ಟ್‌ಮ್ಯಾನ್ ರಂಗಪ್ಪ

ರಂಗಪ್ಪನದೊಂದು ಖಯಾಲಿ.. ಆ ಊರಿನಲ್ಲಿ ಯಾರಿಗೆ ಪತ್ರ ಬಂದರೂ ಅಥವಾ ಯಾರೇ ಬರೆದುಹಾಕಿದ್ದರೂ, ಆ ಕಾರ್ಡನ್ನೋ, ಲಕೋಟೆಯಾಗಿದ್ದರೆ ಅದನ್ನು ಒಡೆದು ನೋಡಿಯೋ ಅಂತೂ ಒಮ್ಮೆ ಓದಿಕೊಂಡು, ಆ ನಂತರ ಅದನ್ನು ಅಂತೆಯೇ ಅಂಟಿಸಿ ಸಂಬಂಧಪಟ್ಟವರಿಗೆ ತಲುಪಿಸುವುದು! ಆ ಊರಿನಲ್ಲಿ

ಕೆಂಚಮ್ಮ ಎಂಬ ಹೆಂಗಸೊಬ್ಬಳು ಪರ ಊರಿನಲ್ಲಿದ್ದ ತನ್ನ ಗಂಡನಿಂದ ಪತ್ರವೋ, ಮನಿಯಾರ್ಡರೋ ಬಂದಿದೆಯೇ ಎಂದು ದಿನವೂ ರಂಗಪ್ಪನಲ್ಲಿ ವಿಚಾರಿಸುತ್ತಿದ್ದಳು. ಮಕ್ಕಳ ಫೀಜು, ಖಾಲಿಯಾದ ಅಕ್ಕಿ, ಹತ್ತಿರ ಬರುತ್ತಿರುವ ಹಬ್ಬಕ್ಕೆ ನಾದಿನಿಯರಿಗೆ ಕೊಡಬೇಕಾದ ಬಾಗಿನ, ಮನೆಯ ಮುಂದಿನ ಗೋಡೆಗೆ ಮಾಡಬೇಕಾದ ಸುಣ್ಣಬಣ್ಣ.. ಹೀಗೆ ಅದೆಷ್ಟೋ ಬೇಡಿಕೆಗಳನ್ನು ಬರೆದು ಕೆಂಚಮ್ಮ ಗಂಡನ ವಿಳಾಸಕ್ಕೆ ಹಾಕಿದ ಪೋಸ್ಟನ್ನು ಎಂದೋ ಓದಿಬಿಟ್ಟಿದ್ದ ರಂಗಪ್ಪನಿಗೆ ಈ ಬಾರಿ ಆಕೆಯ ಮನೆಯ ಬೀದಿಯಲ್ಲಿ ಸಾಗುವಾಗ, ಬಾಗಿಲಲ್ಲಿ ನಿಂತ ಆಕೆ ಅದೇ ಕೇಳಿಕೆಯನ್ನು ಕೇಳಿ, ತಾನು ಇಲ್ಲವೆಂದು ಹೇಳುವುದಕ್ಕೆ ಮನಸ್ಸು ಬಾರದೆ, ತಾನೇ ಆಕೆಯ ಪತಿಯು ಬರೆದಂತೆ ಸಮಾಧಾನದ ಪತ್ರವೊಂದನ್ನು ಹೇಗೋ ಧೈರ್ಯ ಮಾಡಿ ಬರೆದು ತಲುಪಿಸಿಬಿಟ್ಟ. ಆಕೆ ಆತುರವಾಗಿ ಕೈಯಲ್ಲಿ ಪತ್ರವಿಡಿದು ತೃಪ್ತಭಾವದಿಂದ ಒಳನಡೆದಾಗ, ಅವನೂ ಕಣ್ಣುತುಂಬಿಕೊಂಡಿದ್ದ. ಅವನ ಉದ್ದೇಶವೇನೂ ಕೆಟ್ಟದ್ದಿರಲಿಲ್ಲ. ಆಕೆ ಆಸೆಯ ಕಣ್ಣುಗಳಿಂದ ಮನೆಬಾಗಿಲಲ್ಲಿ ನಿಗದಿತ ದಿನ ನಿಂತು ಮನಿಯಾರ್ಡರ್ ಬಂದಿದೆಯೇ ಎಂದು ವಿಚಾರಿಸುವ ಮೊದಲೇ ಹೆಬ್ಬೆಟ್ಟು ಒತ್ತಲು ಇಂಕು ಪ್ಯಾಡು ತೆರೆದಿದ್ದ. ಆದರೆ ಆತನ ದುರದೃಷ್ಟವೋ, ಕೆಂಚಮ್ಮನ ಅದೃಷ್ಟವೋ ಮಾರನೆಯ ದಿನವೇ ಆಕೆಯ ಗಂಡ ಬಸ್ಸಿನಿಂದಿಳಿದು ಊರ ನೆಲದಲ್ಲಿ ಕಾಲಿಟ್ಟಿದ್ದ! ಸಂಭ್ರಮದಿಂದ ಆಕೆ ಮನೆಯ ಮುಂದಿನ ಗೋಡೆಗೆ ಸುಣ್ಣಬಣ್ಣ ಮಾಡಿಸುತ್ತಾ, ತನ್ನ ಕಿರಿಕೂಸಿಗೆ ಹೊಸ ನಿಕ್ಕರು ತೊಡಿಸುವುದನ್ನು ನೋಡಿದ ಗಂಡನಿಗೆ ಹೇಗಾಗಬೇಡ..? ಏನು ನಡೆಯಿತೋ ಗಂಡಹೆಂಡಿರ ನಡುವೆ.. ಮರುದಿನ ಬೆಳಗ್ಗೆ ಆಕೆಯ ಸುಟ್ಟು ಕಲಕಲಾದ ದೇಹವನ್ನು ಹೊಸದಾಗಿ ಸುಣ್ಣಬಣ್ಣ ಕಂಡಿದ್ದ ಮನೆಯ ಮುಂದೆ ಇಡಲಾಗಿತ್ತು! ಪೋಸ್ಟ್ ಮ್ಯಾನ್ ರಂಗಪ್ಪ ಆ ಹಾದಿಯಲ್ಲಿ ಸುಳಿದು ಹೋಗುತ್ತ, ಸೈಕಲ್ಲಿನೊಂದಿಗೆ.. ಕಾಗದಗಳು, ಹಣವೂ ಇದ್ದ ಬ್ಯಾಗಿನೊಂದಿಗೆ.. ನೆಟ್ಟಗೆ ಕೆರೆಯೊಳಗೆ ಹಾದುಬಿಟ್ಟ!

75. ಕಿಟಕಿಯ ಚೌಕ

ಕಟ್ಟಿಲ್ಲವೇ ಮನೆ ಏರುವ ಬೆಟ್ಟ, ಅದರ ಸಮೀಪವೊಂದು ಕೊಳ, ಉದ್ಯಾನದ ಹೂ ಹಣ್ಣುಗಳು, ನಡುವೆ ದೂರದಿಂದೆಲ್ಲಿಂದಲೋ ಸೀಳಿಕೊಂಡು ಬರುವ ದಾರಿ.. ಇಷ್ಟೆಲ್ಲಾ ಕಾಣುವ ಹಾಗೆ..? ಅದನು ಬಿಟ್ಟು ಕೊರಳು ಕೊಂಕಿಸಿ ಕಿಟಕಿಯ ಚೌಕದಿಂದ ಹೊರಗುಳಿದವೆಲ್ಲವನ್ನೂ ಎಳೆದೆಳೆದು ಕಣ್ಣ ಮುಂದೆ ನಿಲ್ಲಿಸಿ ನೋಡುವ ಹಂಬಲವೇಕೆಂದು ಹೇಳಿದರೆ ಕೇಳಬಾರದೆ..?' ಎಂದಾಗ ಕಂಡಿರಲಿಲ್ಲ..! ಅರೆ

ಹೌದು..! ಏರುವ ಬೆಟ್ಟದ ಮೇಲೆಲ್ಲಾ ಹರಡಿ ಸೌಖ್ಯವ ನೀಡುವಂತೆ ನೀಲಿಯಾಗಸ ಅದೆಷ್ಟು ಮುದ ಕೊಡುತ್ತಿದೆ..! ಹಕ್ಕಿಗಳು ಜುಮ್ಮೆಂದು ಹಾಯಾಗಿ ಹಾರುತ್ತಿವೆ..! ಮೋಡಗಳೆಲ್ಲ ವಿವಿಧಾಕೃತಿಗಳನ್ನು ಮೂಡಿಸಿ, ಕೆರಳಿಸಿ, ರಂಜಿಸಿ ಔತಣವ ನೀಡುತ್ತಿವೆ..! ಆ ಸೀಳು ದಾರಿಯಲ್ಲಿ ಇರುವೆಗಳಂತೆ ಜನಸಂಚಾರ.. ದಸರೆಯಲ್ಲಿ ಮೆಟ್ಟಿಲುಗಳ ಸಾಲ ಮೇಲೆ ಜೋಡಿಸುವ ಗೊಂಬೆಗಳಂತೆ..! ಆಗಾಗ ಸುಳಿದು ಬೀಸುವ ತಂಗಾಳಿ..! ಅವು ಹೊತ್ತು ತರುವ ಹೂಗಳ ಘಮ..! ಬೆಟ್ಟದ ಮೇಲೆಲ್ಲೋ ಮಳೆ.. ಕಾಣುವುದು ಮಂಜು ಆವರಿಸಿದಂತೆ..! ಇದೀಗ ಮನೆಯ ಮಾಡಿನಿಂದಿಳಿದು ಚಾಚಿದ ಕೈಗಳ ಮೇಲೆ ಕಚಗುಳಿ..! ಕಿಟಕಿಯ ಚೌಕದಲ್ಲಿಯೇ ಅದೆಷ್ಟು ಕಥೆಗಳು ಹುಟ್ಟಿ ಹುಟ್ಟಿ ಕರಗಿ.. ಮತ್ತೊಂದು ಮಗದೊಂದು ಪುನಃ ಮಿಂಚಿನಂತೆ ಹೊಳೆದು..!

76. ಯಾರವರು..?

ಅವನಿಗೆ ಅನ್ನಿಸುತ್ತಲೇ ಇತ್ತು ತನ್ನನ್ನು ಯಾರೋ ಹಿಂಬಾಲಿಸುತ್ತಿದ್ದಾರೆ ಎಂದು! ಯಾವಾಗಿನಿಂದ ಎಂಬ ನೆನಪು ಮಾತ್ರ ಬರಲೊಲ್ಲದು. ರಿಕ್ಷಾ ಹತ್ತುವಾಗ, ರೈಲಿನಲ್ಲಿ ಪ್ರಯಾಣಿಸುವಾಗ, ಕುದುರೆಗಾಡಿಯಲ್ಲಿ ಕ್ಷೇತ್ರ ವೀಕ್ಷಣೆ ಮಾಡುವಾಗ, ದೋಣಿಯಲ್ಲಿ ವಿಹಾರಕ್ಕೆ ಹೊರಟಾಗ..! ಯಾವಾಗಿನಿಂದ..? ಯಾರವರು..? ಹಾಂ.. ಈಗ ನನಗೆ ತಿಳಿಯುತ್ತಿದೆ.. ಬಿಸಿಲು ಏರಿದಾಗಿನಿಂದ..! ಇರಬೇಕು ನನ್ನದೇ ನೆರಳು..! ಹೌದು..! ನೆರಳೇ ಅದು..! ಭ್ರಾಂತು! ಎಂದುಕೊಳ್ಳುತ್ತಾ ಕಣ್ಣಿಗೆ ಕತ್ತಲೆ ಕವಿದು ಕುಸಿದು ಬಿದ್ದ. ಹಾಂ.. ಈಗ ತಿಳಿಯುತ್ತಿದೆ ನನಗೆ.. ಆ ದಿನ ಇದೇ ರೀತಿ ಕುರ್ಚಿಗೆ ಒರಗಿಕೊಂಡಾಗಲಿಂದ..! ಇರಬೇಕು ಇದು.. ನನ್ನ.. ಸಾ......ವು! ಎಂದು ಕೊರಳನ್ನು ಪಕ್ಕಕ್ಕೆ ಒರಗಿಸಿದವ ಪುನಃ ಮಿಸುಕಾಡಲಿಲ್ಲ!

77. ಗುಡ್ಡದ ದೇವರು

ಗುಡ್ಡದ ಮೇಲಿದ್ದ ನುಣುಪಾದ ಗುಂಡುಕಲ್ಲೊಂದನ್ನು ಕಂಡ ದಾರಿಹೋಕರು ಲಿಂಗವೆಂದು ಭಾವಿಸಿ ಕೈಮುಗಿದು ಹೋಗುತ್ತ, ಕೆಲದಿನಗಳಲ್ಲಿಯೇ ಅದಕ್ಕೊಂದು ಸಣ್ಣದಾಗಿ ಚಪ್ಪರ, ಸುತ್ತು ಕಿರಿದಾದ ಗೋಡೆ, ಮುಂದೊಂದು ನಂದಿ.. ಹೀಗೇ.. ಗೋಪುರ, ಸುಣ್ಣಬಣ್ಣಗಳಾಗಿ, ಗುಡ್ಡದ ದೇವರ ಮಹಿಮೆ ಕ್ಯಾಸೆಟ್ಟು, ಸಿಡಿಗಳ ಮೂಲಕವೂ ಊರೂರಿಗೆ ತಲುಪಿ ಭಕ್ತಾದಿಗಳು ಮಹಾಸಾಗರದಂತೆ ಹರಿದುಬರತೊಡಗಿದರು. ತಲೆಗೆ ಗುಂಡು ಹೊಡೆದುಕೊಂಡು, ಅದಕ್ಕೆ ಗಂಧವನ್ನೂ ಪೂಸಿಕೊಂಡು ದೇವಾಲಯದ ಮೂರುಸುತ್ತು ಪ್ರಾಕಾರದ ಕ್ಯೂನಲ್ಲಿ ನಿಂತ ಜನಕ್ಕೆ ಮಾತ್ರ ಮುದುಕಿಯೊಬ್ಬಳು ಗುಂಡುಕಲ್ಲಿನಿಂದ ಕೊಲೆಯಾಗಿ ಸತ್ತ ತನ್ನ ದುಷ್ಟ ಅಳಿಯನ ಸಮಾಧಿಗೆ ಹಾಲೆರೆಯಲು ಬಂದು ದೇವಾಲಯದ ಸುತ್ತಲೂ ತಾನು ಗುರುತಾಗಿ ನೆಟ್ಟ ಗುಂಡುಕಲ್ಲಿಗಾಗಿ ಹುಡುಕಾಡುತ್ತಿದ್ದಾಳೆಂದು ತಿಳಿದಿರಲಿಲ್ಲ!

78. ಏನೋ ಹೇಳಬರುವಂತೆ..!

ಆತ ಮನೆಗೆ ಮೂರು ಬಾರಿ ಬಂದು ಹೋಗಿದ್ದರಂತೆ! ಮೂರು ದಿನ ಕಳೆದು ನಾ ಹಿಂದಿರುಗಿ ಬರುವ ವೇಳೆಗೆ ಅವರ ಮನೆಯ ಮುಂದೆ ಕಟ್ಟಿಗೆಗಳ ಕೆಂಪು ಹೊಗೆ..! ದಿನಚರಿಯನ್ನೂ ಬರೆದಿಡುವವರಲ್ಲ.. ಒಬ್ಬರೊಂದಿಗೂ ಮಾತಾಡುವವರಲ್ಲ.. ಪರಿಚಯಿಸಿ ಕೊಂಡ ನಾಲ್ಕು ವರ್ಷಗಳಲ್ಲಿ ಇದೇ ಮೊದಲು ನನ್ನ ಮನೆಗೆ ಮೂರು ಬಾರಿ ಕಾಲು ಸವೆಸಿದ್ದುದು..! ಕೊನೆಗೇನು ಹೇಳುವುದಿತ್ತೋ? ಪಾದಗಳಿಗೆ ಹೂಗಳನಿಟ್ಟು ಮುಖವ ನೋಡಿದೆ. ಬಾಯಿ ತೆರೆದಿತ್ತು ಏನೋ ಹೇಳಬರುವಂತೆ..!

79. ಅರೆಗತ್ತಲೆಯ ಕೋಣೆಯೊಳಗೆ

'ಇನ್ನು ಎಷ್ಟು ಕಾಲವೋ ನೀನು ಹೀಗೆ ಬದುಕುವುದು ಅರೆಗತ್ತಲೆಯ ಕೋಣೆಯೊಳಗೆ..? ಯಾವುದೇ ಗೊತ್ತಿಲ್ಲ, ಗುರಿಯಿಲ್ಲ, ಹೊರಗೊಂದು ಹೆಜ್ಜೆ

ಇಡುವುದಿಲ್ಲ, ಸುಮ್ಮನೆ ಊಟಕ್ಕೆ ದಂಡ, ಭೂಮಿಗೆ ಭಾರ..' ಎಂತಿದ್ದರು ಮನೆಯವರೆಲ್ಲ! ಆದರವನೇನು ಕುಂತು ಬರೆದನೋ, ನಿಂತು ಬರೆದನೋ, ಸುಮ್ಮನೆ ಆಡಿ ಆಡಿ ಸತಾಯಿಸುವ ಸೀಮೆಯೆಣ್ಣೆಯ ದೀಪದ ಕುಟುಕು ಬೆಳಕಿನ ಅರೆಗತ್ತಲೆಯ ಕೋಣೆಯೊಳಗೆ..? ಒಂದು ದಿನ ಎಲ್ಲರೂ ಓದಿದರು, ಕೇಳಿದರು, ನೋಡಿದರು, ತಣಿದರು, ಕೊಂಡಾಡಿದರು, ಅವನ ಹೆಸರು ಹೇಳಿಕೊಂಡು ಬದುಕೂ ಮಾಡಿದರು..! ಆಗ ಅವನಿರಲಿಲ್ಲ! ಮಸಿಹಿಡಿದ ಸೀಮೆಯೆಣ್ಣೆಯ ದೀಪದ ಬುಡ್ಡಿಯೊಂದಿಗೆ ಅವನ ಹಳೆಯ ಶರ್ಟು, ಕೋಟು, ಜೋಡು, ಕೊಡೆ, ಇಂಕಿನ ಕುಡಿಕೆಗಳನ್ನು ಮಾತ್ರ ಜೋಪಾನ ಮಾಡಿದರು.. ಬಂದು ಹೋಗುವವರಿಗೆ ತೋರಿ, ಪ್ರವೇಶದ ಟಿಕೇಟು ಮಾರಲು..!

80. ಗೋರಿಗಳ ಮೇಲೆ

ಅವನೊಬ್ಬ ಅಲೆಮಾರಿ. ಊರು ಕೇರಿ ತಿರುಗಿ ತಿಂದು ಕಡೆಗೆ ಆತ ಮಲಗಲು ತಾವು ಹುಡುಕುತ್ತಿದ್ದುದು ಊರ ಹೊರಗಣ ಸ್ಮಶಾಣದ ಗೋರಿಗಳ ಮೇಲೆ. ಒಂದಿರುಳು ಎಂದಿನಂತೆ ಇವನು ಗೋರಿಯೊಂದರ ಮೇಲೆ ಮಲಗಿರುವಾಗ ಸನ್ಯಾಸಿಯೊಬ್ಬ ಬಂದು ಇವನೆದುರಿಗಿನ ಮತ್ತೊಂದು ಗೋರಿಯ ಮೇಲೆ ಮಲಗಲು ತನ್ನ ಕಾವಿಯುಡುಪೊಂದನ್ನು ಹರಡಿಕೊಂಡು ಕೂತ. ಲೋಕಾಭಿರಾಮವಾಗಿ ಮಾತು ಬೆಳೆದು ಸನ್ಯಾಸಿಯೆಂದ 'ಈಗ ಈ ಗೋರಿಗಳ ಮೇಲೆ ಮಲಗಿದ್ದೇವೆ! ಇಂದಲ್ಲ ನಾಳೆ ನಾವೂ ಹೀಗೇ ಒಳಗೆ ನಿಶ್ಚಿಂತೆಯಿಂದ ಮಲಗುವವರು ತಾನೇ!' 'ನಾನೂ ಹಾಗೇ ಮಲಗಿದ್ದೆ ಸ್ವಾಮಿ ನಿಶ್ಚಿಂತೆಯಿಂದ! ಯಾವಾಗ ಬದುಕು ಅನುಭವಿಸಲಿಲ್ಲ ಎಂಬ ಚಿಂತೆ ಹತ್ತಿತೋ ಎದ್ದು ಮೇಲೆ ಬಂದೆ! ದಿನವೂ ಊರುಕೇರಿಗಳನ್ನು ತಿರುಗಿ ಬದುಕನ್ನು ಅನುಭವಿಸುವ ಜೀವಿಗಳನ್ನು ನೋಡಿ ಬಂದು, ಒಳಗೆ ಇಳಿಯದೆ ಇಲ್ಲಿಯೇ ಮಲಗಿಬಿಡುತ್ತೀನಿ

ಚಿಂತಿಸುತ್ತಾ!' ಎಂದ ಅಲೆಮಾರಿಯ ಕೊನೆಯ ಮಾತುಗಳನ್ನು ಸನ್ಯಾಸಿಯು ಕೇಳಿಸಿಕೊಂಡದ್ದು ಸ್ಮಶಾನದ ಅಂಚಿನಿಂದ ಹೊರಗೆ ದಬ್ಬಿದಂತೆ ಓಡುತ್ತಾ! ಅದೇನೋ.. ಕೆಲದಿನಗಳಲ್ಲಿಯೇ ಅವನು ಕಾವಿ ತೊಡುವುದು ಬಿಟ್ಟುಬಿಟ್ಟ!

81. ಚಿಂಪಾಂಜಿ

ಮೈಸೂರು ಮೃಗಾಲಯದಲ್ಲಿದ್ದ ಪ್ರಾಣಿಪಕ್ಷಿಗಳನ್ನೆಲ್ಲ ಒಂದೊಂದಾಗಿ ನೋಡುತ್ತಾ ನಡೆದು ಚಿಂಪಾಂಜಿಯ ಬೀಡಿಗೆ ತಲುಪುವ ಹೊತ್ತಿಗೆ ಉರಿಮಧ್ಯಾಹ್ನ. ಉರಿಮಧ್ಯಾಹ್ನವಾದರೂ ಮರವೊಂದರ ತಂಪು ನೆರಳಿನಲ್ಲಿ ಆ ಚಿಂಪಾಂಜಿ ಹಾಯ್ ಎಂದು ಚಾಚಿಕೊಂಡು, ಕಾಲ ಮೇಲೆ ಕಾಲು ಹಾಕಿ ಮಲಗಿ ದಿಗಂತವ ನೋಡುತ್ತಾ ಅಂತಃರ್ಮುಖಿಯಾಗಿದ್ದಿತು. ಎಲ್ಲರೂ ಅದರ ಠೀವಿಯನ್ನು ಕೌತುಕದ ಕಣ್ಣುಗಳಿಂದ ನೋಡಿ ಹೊಗಳುವವರೇ..! ಮಾರನೆಯ ದಿನವೇ ದಿನಪತ್ರಿಕೆಯಲ್ಲಿ ಆ ಚಿಂಪಾಂಜಿ ತೀರಿಕೊಂಡಿತೆಂಬ ಸುದ್ದಿ ಓದಿದಾಗ.. ಹಿಂದಿನ ದಿನ ಹಾಗೆ ಅದು ಮಲಗಿ ದಿಗಂತ ನೋಡುತ್ತಾ ಅಂತಃರ್ಮುಖಿಯಾಗಿ ಏನನ್ನು ಚಿಂತಿಸುತ್ತಿತ್ತೋ ಎಂಬ ಕೌತುಕದೊಂದಿಗೆ ನಾನು ಅಂತಃರ್ಮುಖಿಯಾದೆ!

82. ಹುದುಗಿದ ಹೊನ್ನು

ತನ್ನ ಮನೆಯ ಅಟ್ಟವನ್ನು ಗುಡಿಸಿ ಸ್ವಚ್ಛ ಮಾಡುವಾಗ ಅವನಿಗೊಂದು ಬೀಗ ಜಡಿದ ಪುಟ್ಟ ಕಬ್ಬಿಣದ ಗೋಲಕ ಸಿಕ್ಕಿತು. ಕುಲುಕಿದರೆ ಒಂದ್ಯೆದಾರು ಸದ್ಯದಲ್ಲಿ ಚಾಲ್ತಿಯಲ್ಲಿಲ್ಲದ ನಾಣ್ಯಗಳು ಕೆಳಗೆ ಉದುರಿದುವು. ಅದರಲ್ಲಿ ಇನ್ನೂ ಏನಿದೆಯೆಂದು ತೀಕ್ಷ್ಣವಾಗಿ ನೋಡಿ, ನೋಟೊಂದು ಸಿಕ್ಕುಕೊಂಡಿರುವುದ ಗಮನಿಸಿ ಕಡ್ಡಿ, ಚಮಚ ಮೊದಲಾದ ಆಯುಧಗಳನ್ನು ಉಪಯೋಗಿಸಿ ಹೊರತೆಗೆದರೆ ಅದೊಂದು ಹಳೆಯ ಬಣ್ಣಮಾಸಿದ, ಪುಡಿ ಉದುರುವ ಕಾಗದ. ಹಳೆಗನ್ನಡದ ಲಿಪಿಯೂ ಸರಿಯಾಗಿ ಅರ್ಥವಾಗದು. ವಿದ್ವಾಂಸರುಗಳಲ್ಲೆಲ್ಲ ವಿಚಾರಿಸಿದ ಮೇಲೆ ತನ್ನ ಊರ ಯಾರದೋ ಮನೆಯ ಮೂಲೆಯ ಕೋಣೆಯ ನೆಲವನ್ನು ಆರಾಳೆತ್ತರಕ್ಕೆ ಅಗೆದರೆ ಹುದುಗಿದ ಹೊನ್ನು ಸಿಕ್ಕುವುದೆಂದು ಮೂರು ತಲೆಮಾರುಗಳ ಹಿಂದಿನ ಅಜ್ಜ ಬರೆದಿಟ್ಟಿದ್ದಾನೆಂದು ತಿಳಿಯಿತು. ಊರಿನಲ್ಲಿ ಎಲ್ಲರ ಮನೆಗಳಲ್ಲಿಯೂ ಕೋಣೆಯಿರುತ್ತಿತ್ತು.. ಅದು ಮೂಲೆಯಲ್ಲೂ ಇರುತ್ತಿತ್ತು.. ಆದರೆ ಆರಾಳೆತ್ತರಕ್ಕೆ ಅಗೆದಾಗ ಮಾತ್ರ ಹೊನ್ನು ಸಿಕ್ಕುತ್ತಿರಲಿಲ್ಲ. ಆರು ವರ್ಷಗಳ ಬಳಿಕ ನಿದ್ರಾಹೀನತೆಯಿಂದ ಬಳಲುತ್ತ ತನ್ನ ಮನೆಯ ಕೋಣೆಯಲ್ಲಿ ಮಲಗಿರುವಾಗ ಚಾಪೆಯ ಕೆಳಗೆ ಇಲಿ ಕೊರೆದ ಸಂದು ಕಂಡಿತು! ಎಲಾ.. ಎಂದು ದಿಟ್ಟಿಸುವುದರಲ್ಲಿ ಪುಳಕ್ಕನೆ ಮೇಲೆ ಹಾರಿದ ಇಲಿಯ ಬಾಯಲ್ಲಿ ಮಂಕು ಹಿಡಿದ ಹೊನ್ನ ಬಿಲ್ಲೆಯೂ ಕಂಡಿತು!

83. ನೆಲಮಾಳಿಗೆ

ಚಿಕ್ಕಜ್ಜ ಎಂದೂ ಹೇಳುತ್ತಿದ್ದ ನೆಲಮಾಳಿಗೆಗೆ ಹೋಗಕೂಡದೆಂದು..! ಇಂದಿಗೆ ಅವನು ಸತ್ತು ಎರಡು ತಿಂಗಳುಗಳು ಕಳೆದಿವೆ.. ಒಂದೇ ಒಂದು ಬಾರಿ ನೆಲಮಾಳಿಗೆಯೊಳಗೆ ಕಾಲಿರಿಸಿ ಯಾಕಾಗಿ ಆತ ಹಾಗೆ ಅನ್ನುತ್ತಿದ್ದನೆಂದು ತಿಳಿಯುವ ಕುತೂಹಲ ಹುಟ್ಟಿದೆ..! ಬಲಗೈಯಲ್ಲೊಂದು ಜಾಡು ತೆಗೆಯುವ ಉದ್ದಕಡ್ಡಿಯ ಪೊರಕೆ, ಎಡಗೈಯಲ್ಲೊಂದು ಟಾರ್ಚು ಹಿಡಿದು, ಹಳೆಗಾಲದ ಇಪ್ಪತ್ತಮೂರು ಬೀಗದಕೈಗಳ ಗೊಂಚಲಿನಲ್ಲಿ ಹನ್ನೊಂದು ಯತ್ನಿಸಿ, ಹನ್ನೆರಡನೆಯದರಲ್ಲಿ ತೆಗೆದು, ನಿಧಾನವಾಗಿ ಬಾಗಿಲು ದೂಡಿದ. ಗೊರ್..ಗೊಟರ್.. ಗೊರ್ ಎಂದು ಅಸಹಜ ಸದ್ದು ಮಾಡಿಕೊಂಡು ತೆರೆದ ಬಾಗಿಲಿನಿಂದ ಕೆಳಗೆ ಸಾಗುವ ಕೈಗಳಿಗೆ ಆಸರೆಯಿಲ್ಲದ ಮೆಟ್ಟಿಲುಗಳಲ್ಲಿ ಕಾಲಿಡುತ್ತ.. ಬರುವುದು ಬಂದೆ.. ರಾತ್ರಿಯನ್ನೇ ಏಕೆ ಆರಿಸಿಕೊಂಡೆನೋ.. ಎಂದುಕೊಳ್ಳುತ್ತಾ ಹಿಂದಿರುಗುವ ಆಲೋಚನಯ ಬೆನ್ನಿಗೇ, ತನ್ನ ಅಭಿಮಾನ ನಡುವೆ ಸುಳಿದು.. ಉಹುಂ.. ಹೂಂ.. ಎಂದು ಕೆಮ್ಮಿ, ಕಡೆಯ ಮೆಟ್ಟಿಲು ದಾಟಿ ನೆಲಕ್ಕೆ ಕಾಲು ತಾಗಿಸಿ ನಿಂತ ಕೂಡಲೇ 'ನಾ ಹೇಳಲಿಲ್ಲವೇ ನೆಲಮಾಳಿಗೆಗೆ ಹೆಜ್ಜೆಯಿಡಕೂಡದೆಂದು..?' ಎಂದು ಕಳೆದ ವರ್ಷ ತೀರಿಕೊಂಡ ಸುಬ್ರಾಯ, ವೆಂಕಟಜ್ಜರೊಂದಿಗೆ ಪಂಕ್ತಿಯಲ್ಲಿ ಕುಳಿತು ರಾಶಿಯನ್ನವ ಮುಕ್ಕುತ್ತಿದ್ದ ಚಿಕ್ಕಜ್ಜ ಕೇಳಬೇಕೇ..!!?

84. ಏರ್ ಪಿಲ್ಲೋ

ಮಾಲತಕ್ಕ ತನ್ನ ಊರಿಗೆ ಹಿಂದಿರುಗುವ ಹಿಂದಿನ ರಾತ್ರಿ ಪುಟ್ಟಿಯು ತನ್ನ ಏರ್ ಪಿಲ್ಲೋವನ್ನು ಊದಿ ಗಾಳಿ ತುಂಬಿಕೊಡಬೇಕೆಂದು ಹಟ ಹಿಡಿದಳು. 'ದಮ್ಮು ಪುಟ್ಟೀ ನನಗೆ' ಎಂದು ಕೊಸರಿಕೊಂಡರೂ, ಮಗುವಿನ ಮನಸ್ಸು ನೋಯಿಸಬಾರದೆಂದು ಮಾಲತಕ್ಕ ಏರ್ ಪಿಲ್ಲೋವನ್ನು ಊದಿ, ಗಾಳಿ ಹೋಗದ ಹಾಗೆ ಅದಕ್ಕೆ ಪ್ಲಾಸ್ಟಿಕ್ ನಳಿಕೆಯನ್ನು ತಿರುವಿ ಭದ್ರಪಡಿಸಿ ಕೊಟ್ಟು, ಆ ರಾತ್ರಿಯಿಡೀ ಪುಟ್ಟಿಯೊಂದಿಗೇ ಕಥೆ ಹೇಳಿಕೊಂಡು ಮಲಗಿದ್ದಳು. ಮಾರನೆಯ ದಿನ ಊರಿಗೆ ಬಸ್ಸಿನಲ್ಲಿ ಪ್ರಯಾಣಿಸುತ್ತಿದ್ದಂತೆಯೇ ಮಾಲತಕ್ಕ ಕಿಟಕಿಯಿಂದಾಚೆಗೆ ತಲೆ ಹೊರಳಿಸಿಬಿಟ್ಟಿದ್ದಳು. ಆಕೆಯ ಬ್ಯಾಗಿನಲ್ಲಿದ್ದ ವಿಳಾಸವೆಂದರೆ ಪುಟ್ಟಿಯ ಮನೆಯದು. ಹಿಂದಿರುಗಿ ಮಾಲತಕ್ಕ ಪುಟ್ಟಿಯ ಮನೆಗೆ ಬಂದಳು. ಆದರೆ ಉಸಿರಿರಲಿಲ್ಲ. ಮುಗ್ಧ ಕಣ್ಣುಗಳಿಂದ ನಿಶ್ಚಲವಾಗಿ ಮಲಗಿದ್ದ ಮಾಲತಕ್ಕನನ್ನು ನೋಡುತ್ತಾ ನಿಂತಿದ್ದ ಪುಟ್ಟಿ ತಬ್ಬಿ ಹಿಡಿದಿದ್ದ ಏರ್ ಪಿಲ್ಲೋದಲ್ಲಿ ಮಾತ್ರ ಇನ್ನೂ ಇತ್ತು ಮಾಲತಕ್ಕನ ಉಸಿರು!

85. ತರಕಾರಿ ಗಾಡಿ

ಆತ ಬಡಾವಣೆಯ ದೊಡ್ಡ ಮನೆಯೊಂದರ ಎದುರಿನ ಫುಟ್‌ಪಾತ್‌ನಲ್ಲಿ ತನ್ನ ತರಕಾರಿ ವ್ಯಾಪಾರಕ್ಕೊಂದು ಚಪ್ಪರ ಹಾಕಿಕೊಳ್ಳುವುದಾಗಿ ಕೇಳಿಕೊಂಡ. ಮನೆಯವರು ಹಾಂ ಎನ್ನಲಿಲ್ಲ, ಹೂಂ ಎನ್ನಲಿಲ್ಲ. ಅವನು ಇವರ ತಕರಾರು ಏನೂ ಇಲ್ಲವೆಂದು ತಿಳಿದು, ಚಪ್ಪರ ಹಾಕಿ, ಹಲಗೆಗಳನ್ನು ಜೋಡಿಸಿ ಮೊಳೆ ಹೊಡೆಯುತ್ತಿದ್ದಾಗ, 'ಇಲ್ಲಿ ಅವ ವ್ಯಾಪಾರದ ಶೆಡ್ಡು ಮಾಡುವುದು ಕೂಡದು' ಎಂದುಕೊಳ್ಳುವುದರ ಬದಲು, ಹತ್ತಿರ ಸುಳಿದು ಅದೇ ಮಾತನ್ನು ಹೇಳಿದಿದ್ದರೆ ಆಗುತ್ತಿತ್ತು. ಎರಡು ರಾತ್ರಿ, ಮೂರು ಹಗಲು ಅವನು ಹಲಗೆ ಜೋಡಿಸಿ, ತರಕಾರಿ ತರುವ ಹವಣಿಕೆಯಲ್ಲಿರುವಾಗ, ದೊಡ್ಡ ಮನೆಯವರ ಕರೆಯ ಮೇರೆಗೆ ಬಂದ ಅಲ್ಲಿನ ಸ್ಥಳೀಯ ರಾಜಕಾರಣಿಯೊಬ್ಬ ತರಕಾರಿ ವ್ಯಾಪಾರಿಯ ಬೆವರಿಳಿಯುವಂತೆ ಬೈದಾಡಿ, ತನ್ನ ಕಣ್ಣುದುರಿಗೇ ಆತ ಒಂದೊಂದೇ ಸೋಗೆ ಇಳಿಸುವುದನ್ನು ನೋಡಿ ತೃಪ್ತನಾಗಿ, ದೊಡ್ಡ ಮನೆಯಲ್ಲಿ ಕಾಫಿ ಹೀರಿ ಹೋದ. ಒಂದೆರಡು ದಿನಗಳ ನಂತರ ವ್ಯಾಪಾರಿಯ ಮುದುಕ ತಂದೆ ತಳ್ಳುವ ಗಾಡಿಯನ್ನು ಅದೇ ಮನೆಯ ಎದುರಿನಲ್ಲಿ ನಿಲ್ಲಿಸಿಕೊಂಡು ನಿಂತಿದ್ದ. ಮಳೆ ಬಂದಾಗ ಅದಕ್ಕೆ ಕವರು ಸುತ್ತಿ, ಓಡೋಡಿ ಒಂದು ಛತ್ರಿ ಹಿಡಿದು ರಸ್ತೆಯ ಇನ್ನೊಂದು ಬದಿಯಲ್ಲಿ ನಿಂತುಕೊಂಡಿದ್ದ. ಗಾಡಿಯನ್ನಾದರೂ ಏಕೆ ಎದುರಿನಲ್ಲಿ ನಿಲ್ಲಿಸಬೇಕೆಂದು ಮನೆಯವರ ತರಕಾರು! ಸರಿ.. ಇನ್ನೊಂದು ವಾರ ಕಳೆದು ಆ ದೊಡ್ಡ ಮನೆಯವರು ಕಾರಿನಲ್ಲಿ ಸವಾರಿ ಹೊರಟಿರುವಾಗ, ಎದುರಿಗೆ 'ಸೌತೇಕಾಯಿ.. ಸೌತೇಕಾಯಿ..' ಎಂದು ಆ ಹಿರಿಯಜ್ಜ ಉರಿಯುವ ಬಿಸಿಲಲ್ಲಿ ಕ್ಷೀಣ ದನಿಯಲ್ಲಿ ಕೂಗುತ್ತಾ ಬರುತ್ತಿರುವುದನ್ನು ನೋಡಿ ಅದೇಕೋ ಜೋರಾಗಿ ನಗುತ್ತ ಮಾತಾಡುತ್ತಿದ್ದವರು

ಕೆಲಕಾಲ ಮಾತು ನಿಲ್ಲಿಸಿದರು.. ಕಾರೂ ನಿಧಾನಗತಿಯಲ್ಲಿ ಚಲಿಸುತ್ತಿತ್ತು.. ಗಾಡಿಯನ್ನು ದಾಟಿ ಮುಂದೆ ಸಾಗಿದ ಕಾರಿನ ಒಳಗಿದ್ದವರೆಲ್ಲರ ಕತ್ತುಗಳೂ ಹಿಮ್ಮುಖವಾಗಿಯೇ ಇದ್ದುವು..! ಎಲ್ಲರೂ ಲೊಚಗುಟ್ಟುತ್ತಿದ್ದರು!

86. ಕುರುಡಜ್ಜಿಯ ಕಾಶಿಯಾತ್ರೆ!

ತಾನು ಸಾಯುವ ಮುನ್ನ ಕಾಶಿಗೆ ಹೋಗಿ ಒಮ್ಮೆ ಗಂಗೆಯಲ್ಲಿ ಮಿಂದು, ವಿಶ್ವನಾಥನ ದರ್ಶನ ಮಾಡಿಕೊಂಡು ಬರಬೇಕು ಎಂಬುದು ಕುರುಡಜ್ಜಿಯ ಕಣ್ಣುಗಳಲ್ಲಿದ್ದ ಕನಸು! ತಿಂಗಳಿಗೆ ಬರುವ ಸಂಬಳದಲ್ಲಿ ಎರಡು ಹೊತ್ತು ತಿಂದರೆ ಮೂರನೆಯ ಹೊತ್ತಿಗೆ ಸ್ವಲ್ಪ ಮಟ್ಟಿಗಿನ ರಾಜಿ ಮಾಡಿಕೊಂಡು ಬದುಕುತ್ತಿದ್ದ ಬಡಪಾಯಿ ರಾಜಶೇಖರನ ಕುಟುಂಬದವರಿಗೆ ಪ್ರತಿ ಹೊತ್ತಿನ ತುತ್ತಿನ ಸಮಯಕ್ಕೂ ಕುರುಡಜ್ಜಿಯ ಕುಟುಕು ಮಾತುಗಳನ್ನು ಕೇಳಿ ಕೇಳಿ ಬೇಸರವಾಗಿಹೋಗಿತ್ತು. ಕಡೆಗೊಂದು ದಿನ ರಾಜಶೇಖರ ಒಂದಷ್ಟು ಚಿಲ್ಲರೆ ಕಾಸು ಕೂಡಿಸಿಕೊಂಡು ಒಂದು ಟ್ಯಾಕ್ಸಿ ಮಾಡಿ ಮನೆಯ ಮುಂದೆ ತಂದು ನಿಲ್ಲಿಸಿದ. ಕುರುಡಜ್ಜಿ ತನ್ನ ರೈಲು ಚೊಂಬು, ಬಟ್ಟೆ ಮೂಟೆಗಳೊಂದಿಗೆ ಮೊಮ್ಮಗನ ಕೈಹಿಡಿದು ಟ್ಯಾಕ್ಸಿಯಲ್ಲಿ ಕೂತಳು. ರಾಜಶೇಖರ ಟ್ಯಾಕ್ಸಿಯಲ್ಲಿ ಒಂದಷ್ಟು ಸುತ್ತಿಸಿದ. ಲೋಕಲ್ ರೈಲಿನಲ್ಲಿ ಪಕ್ಕದೂರಿನ ನೆಂಟರ ಮನೆಗೆ ಹೋದರೆ ಎಲ್ಲರೂ ಅರೆ ಹಿಂದಿಯ ಪಂಟರು..! ಅಲ್ಲೇ ಊರ ಕೆರೆಯಲ್ಲಿ ಮುಳುಗಿಸಿ, ಮಡಿ ಮಾಡಿಸಿ, 'ಓಹೋ ಗಂಗೆ..!' ಅನ್ನಿಸಿ, ಪಕ್ಕದ ಗುಡಿಯಲ್ಲಿ ನಿಲ್ಲಿಸಿ 'ಇದೋ ವಿಶ್ವನಾಥ, ಗಟ್ಟಿಯಾಗಿ ಬೇಡಿಕೊಂಡು ಬಿಡು' ಎಂದು ಗಂಟೆ ಬಾರಿಸಿ, ಪುನಃ ಅಂತೆಯೇ ರೈಲು, ಟ್ಯಾಕ್ಸಿಗಳಲ್ಲಿ ತನ್ನ ಮನೆಗೆ ಬಂದು ಸೇರಿದ. ಕುರುಡಜ್ಜಿ ತಾನು ನೋಡಿ ಬಂದ ಕಾಶಿಯ ವರ್ಣನೆಯನ್ನು ಮರಿಮಕ್ಕಳಿಗೆಲ್ಲಾ ಹೇಳಿ ಕಲ್ಲುಸಕ್ಕರೆ ಹಂಚುತ್ತಿದ್ದರೆ, ಒಳಮನೆಯಲ್ಲಿ ಹೆಂಡತಿಯೆಂದಳು 'ಇದು ಮೋಸವಲ್ಲವೇ..?' ರಾಜಶೇಖರ ತುಂಬಿದ ಕಣ್ಣುಗಳಿಂದ ನೀರನ್ನು ಕೆಡವಿ, ತನ್ನ ಖಾಲಿ ಜೇಬನ್ನು ತಡವಿಕೊಳ್ಳುತ್ತ 'ಆ ಗುಡಿಯಲ್ಲಿ ವಿಶ್ವನಾಥ ಇರಲಿಲ್ಲವೇ..? ಮುಳುಗಿದ್ದು ಗಂಗೆಯಲ್ಲಿಯೇ ಅಲ್ಲವೇ..? ಮೋಸ ಹೇಗಾಯಿತು?' ಎಂದ!

87. ಕನಸ ತೇರು

ಉಸಿರುಬಿಡದೆ ಒಂದರಿಂದ ಇಪ್ಪತ್ತೆಂಟರವರೆಗೆ ಎಣಿಸುತ್ತ ಪಟಪಟಪಟನೆ ಬೆಟ್ಟದ ಮೆಟ್ಟಿಲ ಸಾಲು ಏರುತ್ತ, ಏದುಸಿರು ಬಿಡುತ್ತಾ ಬಿಡಿಬಿಡಿಯಾಗಿ ಇಪ್ಪತ್ತೊಂಬತ್ತು, ಮೂವತ್ತುಗಳ ಎಣಿಸಿ ಹತ್ತಿ, ನಂತರ ಎಣಿಕೆಯ ಕ್ರಮ ಕಳೆದು ಸುಮ್ಮನೆ ನಿಧಾನವಾಗಿ ಸುತ್ತಲಿನ ಹಸಿರು ಕಣ್ಣು ತುಂಬಿಕೊಳ್ಳುತ್ತಾ ಅದೆಷ್ಟು ಮೆಟ್ಟಿಲುಗಳು..! ಆಂ.. ಆಗಾಲೇ ಕಂಡಿದ್ದು ಮರದ ಮೇಲೊಂದು ಹಕ್ಕಿಯ ಗೂಡು, ಅದರತ್ತ ಹಾರಿ ಬಂದ ಹಕ್ಕಿಯೊಂದು ಗೂಡಿನ ಪುಟ್ಟ ಮರಿಯ ಬಾಯಿಗೆ ಕಾಳು ಇಟ್ಟದ್ದು..! ಅಲ್ಲಲ್ಲಿ ಸಣ್ಣದಾಗಿ ಹರಿಯುವ ಝರಿ.. ಅದೋ ಅಲ್ಲಿ ಸ್ವಲ್ಪ ಗಾತ್ರದ ಹರಿವು ಬೆಳ್ಳಗೆ ಹಾಲಿನಂತೆ! ಅದರ ರಭಸಕ್ಕೆ ಹೊಗೆಯೇಳುತ್ತಿರುವಂತೆ..! ಸುತ್ತಲೂ ಮಳೆಯಂತೆ.. ಅಕ್ಷತೆಯಂತೆ ಉದುರಿ ಮುದ ನೀಡುವ ಚಿಮ್ಮುವ ಹನಿಗಳು..! ಕೆಳಗೆ ಇಣುಕಿದರೆ ಬೆಟ್ಟದ ತಪ್ಪಲಲ್ಲಿ ಒಂದಷ್ಟು ಅಗಲಕ್ಕೆ ಆಕಾಶದ ನೀಲಿ ಬಿಂಬ.. ಅದರ ತುಂಬ ಅಲ್ಲಲ್ಲಿ ಹಸಿರು.. ಕೆಂಪು.. ಬಿಳಿ..! ತಲೆಯೆತ್ತಿದರೆ ನೀಲಾಕಾಶವೇ ಸಾಗರದ ಹಾಗೆ ಕಾಣುವುದು..! ಕೊನೆಗಳು ಬೆಳುಪಿನಿಂದ ಅಲೆಗಳಂತೆ ಉಕ್ಕಿ ಉಕ್ಕಿ ತನ್ನತ್ತ ಹರಿದುಬಂದಂತೆ! ಜಿಗಿದು ಒಮ್ಮೆ ಹಾರಬೇಕು ಗಗನಕ್ಕೆ..! ಅದರ ಅಲೆಗಳ ಅಬ್ಬರದಲ್ಲಿ ಮುಳುಗಿ ಏಳಬೇಕೆಂಬ ಬಯಕೆ..! ಮೋಡಗಳನ್ನೆಲ್ಲಾ ಎಳೆದೆಳೆದು ಜೋಡಿಸಿ ಚಿತ್ರ ಬಿಡಿಸಬೇಕು..! ಹಾರುವ ಹಕ್ಕಿಗಳ ಸಮೂಹವನ್ನು ಹಿಂಬಾಲಿಸಬೇಕು..! ಅದಷ್ಟು ದೂರ ಅವುಗಳೊಂದಿಗೆ ಸುತ್ತಿ ಮೇಲಿನಿಂದ ಕಿರಿದಾಗಿ ಕಾಣುವ ಧರೆಯ ಮನೆಮಠ ಗುಡಿಬೆಟ್ಟಗಳನ್ನೆಲ್ಲಾ ನೋಡಬೇಕು..! ಹೀಗೇ ಸುತ್ತಿ ಸುತ್ತಿ ಕನಸ ತೇರಿನಿಂದ ಮನೆಯ ಬಾಗಿಲ ರಂಗವಲ್ಲಿಯ ಬಳಿ ಇಳಿದು, ಒಳಹೊಕ್ಕು ದೀಪವ ಬೆಳಗಿ, ಒಲೆಯ ಮೇಲೆ ಹಾಲಿಟ್ಟು.. ಉಕ್ಕಿ ಹರಿವ ಮುನ್ನ ಒಲೆಯಾರಿಸಲಾರೆನೆಂಬ ಹಟದಲ್ಲಿ ನಿಂತು.. ಹಾಲದು ಉಕ್ಕಿ ಹರಿದು.. ಕಡಲ ಅಲೆಯಂತೆ..!

88. ಬದಲಾದ ಚರ್ಯೆ!

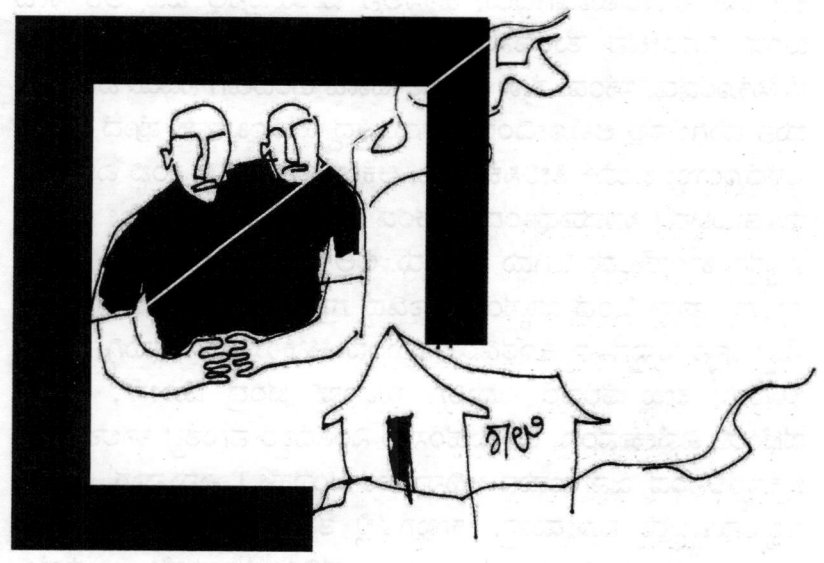

ಅವರಿಬ್ಬರೂ ಆಪ್ತ ಸ್ನೇಹಿತರು. ಒಂದೇ ತಟ್ಟೆಯಲ್ಲಿ ಊಟ ಮಾಡಿಕೊಂಡು, ಮರಕೋತಿ ಆಟ, ಚಿನ್ನೀದಾಂಡು, ಗುಡ್ಡದ ಮೇಲೆ ಕುಟ್ಟುಣಸೇಹಣ್ಣು, ಏರಿಯ ಮೇಲೆ ಲಗೋರಿ, ಶಾಲೆಯಲ್ಲೂ ಒಂದೇ ಬೆಂಚು, ಒಬ್ಬ ಹೊಡೆಸಿಕೊಂಡರೆ ಇನ್ನೊಬ್ಬನೂ ಎದ್ದು ನಿಂತು ಕೈಯೊಡ್ಡಿಬಿಡುವ..! ಆ ಚಿಕ್ಕ ಗ್ರಾಮದ ಹೈಸ್ಕೂಲು, ನಂತರ ಹತ್ತಿರದ ಪಟ್ಟಣದಲ್ಲಿ ಕಾಲೇಜು ಮುಗಿಸುವವರೆಗೂ ಅವರಿಗೆ ರನ್ನ ಪಂಪ, ಬೇಂದ್ರೆ ಕುವೆಂಪು, ವಿವೇಕಾನಂದ ಗಾಂಧಿಯರೇ ಮಾದರಿ ನಾಯಕರು!

ಮುಂದೆ ಡಿಗ್ರಿ ಪಡೆಯಲು ನಗರ ಸೇರಿದರು.. ಬೇರೆಯವರ ಸಹವಾಸವನ್ನು ಸ್ವಯಂ ನಿರ್ಧರಿಸಿದಂತೆ ತುಸು ದೂರವೇ ಇಟ್ಟಿದ್ದರು! ಮಾತಾಡಿದರೆ ಕೇವಲ ವಿಜ್ಞಾನ, ತತ್ವಶಾಸ್ತ್ರ, ಸಾಹಿತ್ಯ..! ಆದರೊಮ್ಮೆ ಆಕಸ್ಮಿಕವಾಗಿ ಒಬ್ಬ ಒಂದೇ ಒಂದು ಪದ ಪೋಲ್ಲಾಗಿ ಆಡಿಬಿಟ್ಟ.. ಛೆಛೆ ಎಂಥಾ ಮಾತೆಂದು ತಾವೇ ಮುಜುಗರ ಪಟ್ಟುಕೊಂಡರೂ, ಮಾರನೆಯ ದಿನದಿಂದ ಅದೇನೋ ಪುನಃ ಅದದನ್ನೇ ಆಡಿಕೊಳ್ಳುವ ಹಂಬಲ ಬೆಳೆದು, ಒಂದೊಕ್ಕೊಂದು ಅಶ್ಲೀಲ ಅರ್ಥ ಕಲ್ಪಿಸಿಕೊಂಡು ಆಡುವ ಮಾತೆಲ್ಲವನ್ನೂ ಅಪಾರ್ಥದಲ್ಲಿಯೇ ಗ್ರಹಿಸಿ, ಗಹಗಹಿಸಿ ನಗತೊಡಗಿದರು. ಕೆಟ್ಟ ಚಿತ್ರ ನೋಡತೊಡಗಿದರು, ಹಾಸ್ಟಲಿನ ಟಾಯ್ಲೆಟ್ಟಿನಲ್ಲಿ ಒಬ್ಬ ಅರೆ ಸೇದಿ ಬಂದ ಸಿಗರೇಟಿನ ತುಂಡನ್ನು ಇನ್ನೊಬ್ಬ ಸೇದಿ ಮುಗಿಸುವ ಪರಿಪಾಟ ಬೆಳೆಸಿಕೊಂಡರು. ಸೆಕೆಂಡು ಶೋ ಸಿನೆಮಾ ನೋಡಿ ಹಿಂದಿರುಗಿ ನಡೆದು ಬರುವಾಗ, ಮನೆ ಬಾಗಿಲಿನಲ್ಲಿ ಆಟೋದಿಂದ ಇಳಿಯುತ್ತಿದ್ದ ಹೆಣ್ಣೊಬ್ಬಳನ್ನು ಪೊದೆ ಸಂದಿಗೆ ಎಳೆದೊಯ್ದು, ಬಯಕೆ ತೀರಿಸಿಕೊಂಡು, ಆಕೆಯನ್ನೂ ತೀರಿಸಿ, ಕಂಬಿ ಎಣಿಸುತ್ತಾ ಕುಳಿತುಬಿಟ್ಟರು! ಸಿನೆಮಾವೊಂದರಲ್ಲಿ ಕಂಡ ಥ್ರಿಲ್ಲಿಂಗ್ ಸೀನಿನಂತೆಯೇ ಅಲ್ಲಿಂದ ಎತ್ತರದ ಕಾಂಪೌಂಡು ಜಿಗಿದು ಓಡಿದರು. ಅಲ್ಲಿ ಓಡಲು ಆರಂಭಿಸಿದ್ದು, ಬಂದು ಸೇರಿದ್ದು ತಾವು ಹಿಂದೆ ವ್ಯಾಸಂಗ ಮಾಡಿದ್ದ ಗ್ರಾಮದ ಹೈಸ್ಕೂಲಿನ ಆವರಣಕ್ಕೆ! ಸ್ಪೋರ್ಟ್ಸಿನ ವಸ್ತುಗಳಿದ್ದ ಕೊಠಡಿಯ ಮುರಿದ ಕಿಟಕಿಯಿಂದ ಒಳನುಗ್ಗಿ ಇರುಳು ಕಳೆದರು! ಕಣ್ಣು ತೆರೆದರೆ ಎದುರಿಗೆ ಸುಭಾಷ್ ಚಂದ್ರ ಬೋಸ್, ಗಾಂಧಿ, ಪಟೇಲ್, ವಿವೇಕಾನಂದ, ಪರಮಹಂಸರು ನಿಂತಿದ್ದಾರೆ ನಗುತ್ತಾ! ಶಾಲಾಮಕ್ಕಳು ಒಕ್ಕೊರಲಿನಿಂದ 'ಜನಗಣಮನ ಅಧಿನಾಯಕ ಜಯಹೇ..!' ಎನ್ನುವಾಗ, ಇಬ್ಬರೂ ಒಬ್ಬರನ್ನೊಬ್ಬರು ನೋಡುತ್ತಾ.. ಕಣ್ಣುಗಳಲ್ಲಿ ತಮಗರಿವಿಲ್ಲದಂತೆಯೇ ನೀರು ಸುರಿಸುತ್ತಾ.. ಎದ್ದು ನಿಂತು.. ಮುಷ್ಟಿಯ ಭದ್ರಪಡಿಸಿ.. 'ಜಯಹೇ.. ಜಯಹೇ.. ಜಯ.. ಜಯ.. ಜಯ.. ಜಯಹೇ..!' ಅನ್ನುವಾಗ ವಿಲಕ್ಷಣ ಭಾವ ಕಳೆದ ನಿರಾಳ!

89. ಹಾಜರಾತಿ

ಆ ಹುಡುಗ ಪ್ರತಿ ಬುಧವಾರ ಶಾಲೆಗೆ ರಜೆ ಹಾಕುತ್ತಿದ್ದ. ಕಳೆದ ವರ್ಷ ಶೇಕಡ ನೂರರ ಹಾಜರಾತಿಯೊಂದಿಗೆ ಉತ್ತಮ ವಿದ್ಯಾರ್ಥಿಯೆಂದು ಸ್ಕೂಲಿನ ಛೇರುಮೆನ್ನರಿಂದ ಪಾರಿತೋಷವನ್ನೂ, ಹೆಡ್ಡು ಮಾಸ್ತರರಿಂದ ಪೈಲೆಟ್ ಪೆನ್ನನ್ನೂ ಪಡೆದಿದ್ದ ಹುಡುಗನಾತ. ಈ ಬಾರಿ ಪೆಚ್ಚಾಗಿ, ಮತ್ತೊಬ್ಬ ಹುಡುಗನ ಜೇಬಿಗೆ ಹೆಡ್ಡು ಮಾಸ್ತರರು ಗುಲಾಬಿ ಸಿಕ್ಕಿಸುವುದನ್ನು ನೋಡುತ್ತ ಪೆಂಡಾಲಿನ ಮರೆಗೆ ಹೋಗಿ ಮೂಗು ಸೀಟಿಕೊಳ್ಳುವುದನ್ನು ನೋಡಿದ ಪಿಟಿ ಮಾಸ್ತರರು ಬೆನ್ನಿಗೊಂದು ಪೆಟ್ಟು ಹಾಕಿ ಸಮಾಧಾನಪಡಿಸಿದರು. ಸಮವಸ್ತ್ರ ಕಡ್ಡಾಯವಿದ್ದ ವಾರದ ಒಂದೇ ದಿನವಾದ ಬುಧವಾರಗಳಂದು ನಾಲ್ಕು ಬಾರಿ ತನ್ನ ಕಿತ್ತುಹೋದ ಶೂಗಳನ್ನು ತೊಟ್ಟು, ಕಾಲುಗಳ ಮೇಲೆ ಬೆತ್ತದ ಏಟು ತಿಂದ ನಂತರ ಪ್ರತಿ ಬುಧವಾರಗಳಂದು ಮನೆಯ ಕಿಟಕಿ ಕಂಬಿಗಳ ಹಿಡಿದು ಜೊತೆಗಾರರು ಶಾಲೆಗೆ ಹೋಗುವುದ ನೋಡುತ್ತಾ ನಿಲ್ಲುತ್ತಿದ್ದುದು ಆ ಹುಡುಗನಿಗೆ, ಮತ್ತವನ ತಂದೆ ಬಸ್ ಸ್ಟ್ಯಾಂಡಿನಲ್ಲಿ ಎಳನೀರು ಮಾರುವ ಈರನಿಗೆ ಮಾತ್ರ ಗೊತ್ತು!

90. ತಾಯಿ

ಯಾರ ತಾಯಿಯೋ ಏನೋ ಪ್ರಯಾಣಿಸುತ್ತಿದ್ದ ರೈಲಿನಲ್ಲಿ ಕುಂಟುತ್ತಾ ಹತ್ತಿಕೊಂಡ ನನ್ನ ನೋಡಿ, ತನ್ನ ಬುಟ್ಟಿಯನ್ನು ಕಂಕುಳಲ್ಲಿಟ್ಟುಕೊಂಡು ನನಗಾಗಿ ಜಾಗ ಮಾಡಿ 'ಬಾ ಕಂದ ಇತ್ತ ಕೂರು' ಎಂದ ಬಡಕಲು ದೇಹದ ಆ ಹಣ್ಣು ಮುದುಕಿಯನ್ನು ಕಂಡು, ಯಾರದೋ ಮನೆ ಬಾಗಿಲಲ್ಲಿ ಬಿಟ್ಟು 'ಇಲ್ಲೇ ಕುಳಿತಿರು ಕಂದ ಈಗ ಬಂದುಬಿಡುವೆ' ಎಂದು ಕೈಗೊಂದು ಬಿಸ್ಕತ್ ಪೊಟ್ಟಣವನ್ನು ಕೊಟ್ಟು, ಮತ್ತೆ ಮತ್ತೆ ಹಿಂದಿರುಗಿ ನೋಡುತ್ತಾ, ಅಳುತ್ತಾ ರಸ್ತೆ ತಿರುವಿನಲ್ಲಿ ಮಾಯವಾದ, ಮತ್ತೆಂದೂ ಬಾರದ ಹೆತ್ತ ತಾಯಿಯ ನೆನಪಾಯಿತು!

91. ಪೆಟ್ಟಿ ಅಂಗಡಿ

ಹೊನ್ನೇಶ್ವರಿ ದೇವಿಯ ಬೆಟ್ಟಕ್ಕೆ ಮೆಟ್ಟಿಲುಗಳ ಮೂಲಕ ನಡಿಗೆಯಲ್ಲಿ ಹೋಗುವವರಿಗೆ, ಸುಮಾರು ಇಪ್ಪತ್ತು, ಇಪ್ಪತ್ತೈದು ಹೆಜ್ಜೆಗಳು ಕಳೆದ ಮೇಲೆ ಎಡಭಾಗಕ್ಕೊಂದು ಪೆಟ್ಟಿ ಅಂಗಡಿ ಕಾಣಿಸುತ್ತದೆ. ಅಲ್ಲಿ ಯಾರೂ ಇರುವುದಿಲ್ಲ. ಕರಕಲಾದ ಚಪ್ಪರ, ಯಾರೂ ಕೂರಲು ಬಾರದ ಮಸಿಹಿಡಿದ ಬೆಂಚು, ಬೀಗ ಹಾಕುವ ಅವಶ್ಯಕತೆ ಕಾಣದ ಸೂತಕದ ಛಾಯೆಯನ್ನು ಮೈವೆತ್ತು ನಿಂತಿರುವ ಅಂಗಡಿ ಬಿಟ್ಟರೆ ಬೇರೇನೂ ಕಾಣುವುದಿಲ್ಲ. ಒಂದು ಕಾಲದಲ್ಲಿ ಅಂಗಡಿ ಮುಂದೆ ರಸ್ತೆಯನ್ನೂ ಆವರಿಸಿ ನಿಂತ ಯಾತ್ರಿಕರ ದೊಡ್ಡ ದಂಡೇ ಇರುತ್ತಿತ್ತು. ಪೂಜಾ ಸಾಮಗ್ರಿಗಳೊಂದಿಗೆ ಹೆಚ್ಚಿದ ಸೌತೇಕಾಯಿ, ಮಾವಿನಕಾಯಿ, ಮಂಡಕ್ಕಿ, ಕಾಫಿ, ಟೀ, ಬಿಸ್ಕತ್ತು, ಮಿಠಾಯಿ, ಬೀಡಾ, ದಿನಪತ್ರಿಕೆ ಎಲ್ಲವನ್ನೂ ಅದರ ಮಾಲೀಕ ಸೀನಪ್ಪ ಮಾರುತ್ತಿದ್ದ. ಪಾದರಕ್ಷೆಯೊಂದಿಗೆ ಇನ್ನು ಮುಂದಕ್ಕೆ ಪ್ರವೇಶವಿಲ್ಲವೆಂದು ತಾನೇ ಒಂದು ಬೋರ್ಡ್ ಬರೆದು ಪಕ್ಕದ ಮರವೊಂದಕ್ಕೆ ನೇತುಹಾಕಿ, ತನ್ನಂಗಡಿಯ ಬೆಂಚಿನ ಕೆಳಗೆ ಬಿಡಲು ಹೇಳಿ, ಏನಾದರೂ ಕೊಂಡೇ ತೀರಬೇಕೆಂಬ ಅಲಿಖಿತ ಮೆಮೋ ಹೇಳುತ್ತಿದ್ದ. ತಿಳಿದವರು ದೇವಾಲಯದ ಮುಖ್ಯದ್ವಾರದವರೆಗೆ ಹಾಕಿಕೊಂಡು ಹೋಗುತ್ತಿದ್ದರು. 'ದೇವರು ಅಂದ್ರೆ ಭಯಭಕ್ತಿಯಿಲ್ಲ ಇವರಿಗೆ' ಎಂದವರ ಬೆನ್ನಿಗೆ ಕೇಳುವಂತೆ ಗೊಣಗುತ್ತಿದ್ದ. ಹೊಸಬರಾದರೆ ತಾನೇ ಅಂಗಡಿಯಿಂದ ಹೊರಬಿದ್ದು ಅಡ್ಡಹಾಕಿ ಅವರ ಭಾರವಾದ ಲಗ್ಗೇಜುಗಳನ್ನು ತನ್ನ ಅಂಗಡಿಯಲ್ಲಿರಿಸಿಕೊಂಡು ಉಪಕರಿಸಲು ಯತ್ನಿಸುತ್ತಿದ್ದ. ಹಾಗೇ ಬಂದ ಒಬ್ಬ ಆಸಾಮಿಯ ಬ್ಯಾಗಿಗೆ ಕೈ ಹಾಕಿ ಜಗ್ಗತೊಡಗಿದ. ಅವನೂ ಕೊಸರಾಡಿ ಕೊಟ್ಟವನು ನೆಟ್ಟಗೆ ನಡೆದುಬಿಟ್ಟ. ಕೆಲಸೆಕೆಂಡುಗಳಲ್ಲಿ ಬ್ಯಾಗು ಬಾಯ್ಬಿಟ್ಟು ಕೆಂಪಗೆ ಕೇಕೆ ಹಾಕಿತು! ಚಪ್ಪರ, ಬೆಂಚುಗಳೊಂದಿಗೆ, ಸೀನಪ್ಪನೂ, ಅವನ ಗಿರಾಕಿಗಳೂ ಸುಟ್ಟು ಕರಕಲಾದರು..! ಸೀನಪ್ಪನ ಹೆಂಡತಿಯೂ ಮಗನೂ ದಿನವೂ ಅದೇ

ಮಾರ್ಗವಾಗಿ ನಡೆದು ದೇವಾಲಯದ ಕಡೆಗೆ ಚಪ್ಪಲಿ ಕಾಯುವ ಕೆಲಸಕ್ಕೆ ಹೋಗುತ್ತಾರೆ! ಇಪ್ಪತ್ತು, ಇಪ್ಪತ್ತೈದು ಹೆಜ್ಜೆಗಳು ಕಳೆಯುವವರೆಗೂ ಅಪ್ಪಿತಪ್ಪಿಯೂ ತಮ್ಮ ಎಡಭಾಗಕ್ಕೆ ಹೊರಳಿ ನೋಡುವುದಿಲ್ಲ, ತಮ್ಮ ಕಣ್ಣುಗಳನ್ನು ಕೇವಲ ಬಲಭಾಗಕ್ಕೆ ಮೀಸಲಿಟ್ಟು ಹೆಜ್ಜೆಯಿಡುತ್ತಿದ್ದರೂ ಆ ಸ್ಥಳವೊಂದನ್ನು ಹಾದು ಹೋಗುವಾಗ ಮಾತ್ರ ಬೇಡವೆಂದರೂ ಅವರ ಕಣ್ಣುಗಳಲ್ಲಿ ನೀರು ತುಂಬಿಕೊಂಡುಬಿಡುತ್ತದೆ!

92. ಪೆಚ್ಚ

ಅವನು ಚಿಕ್ಕವನಿದ್ದಾಗ ಮುದ್ದುಮುದ್ದಾಗಿ ಮಾತಾಡುತ್ತಿದ್ದ. ಅವನಮ್ಮ 'ಮುದ್ದು' ಎನ್ನುವುದು ಬಿಟ್ಟು 'ಪೆಚ್ಚ' ಎನ್ನುತ್ತಿದ್ದಳು. ಹಾಗೆ ಕರೆಯುವುದು ಅವಳಿಗೆ ಮುದ್ದು ಮಾಡಿದಂತೆ! ಅವನಮ್ಮ ಹಾಗೆ ಕರೆಯುವುದ ನೋಡಿ ಸ್ನೇಹಿತರೂ, ನೆಂಟರೂ, ಗುರುಗಳೂ ಕರೆಯುತ್ತ ಅವನ ಹೆಸರೇ ಅದಾಗಿ ನಿಂತುಬಿಟ್ಟಿತು! ತಿಳುವಳಿಕೆ ಬಂದ ಮೇಲೆ ತನ್ನನ್ನು ಹಾಗೆ ಕರೆಯಕೂಡದೆಂದು ಎಲ್ಲರಿಗೂ ಒಪ್ಪಿಸುತ್ತ, ರೋಸಿ ಹೋಗಿ ಖಿನ್ನತೆಯಿಂದ ಸದಾ ತನ್ನ ಕೋಣೆಯ ಬಾಗಿಲು ಜಡಿದುಕೊಂಡು ಕೂರಲು ಆರಂಭಿಸಿದ. ಯಾರ ಒಡನಾಟವೂ ಇಲ್ಲದೆ ಏಕಾಂಗಿಯಾಗಿ, ಎತ್ತಲೋ ನೋಡುತ್ತಾ, ತಲೆ ಕೆರೆದುಕೊಳ್ಳುತ್ತ ಪೆಕರುಪೆಕರಾಗಿ ಅನ್ನ ಉಣ್ಣುವ ಅವನನ್ನು ನೋಡಿದಾಗಲೆಲ್ಲಾ ಅವಳಿಗೆ ಹೊಟ್ಟೆಯಲ್ಲಿ ಮುಳ್ಳು ಇರಿಯುವಂತಾಗುತ್ತದೆ!

93. ಗದಾಯುದ್ಧ

ವೈಶಂಪಾಯನ ಸರೋವರದ ದಡದಲ್ಲಿ ನಿಂತು 'ಬಾರೆಲೇ ದುರ್ಯೋಧನ ನೀ ಅಪ್ಪಗೆ ಹುಟ್ಟಿದವನೇ ಆಗಿದ್ದರೆ' ಎಂದು ವೇದಿಕೆಯೊಂದಿಗೆ, ಪ್ರೇಕ್ಷಕರು ಕುಳಿತ ಕುರ್ಚಿಗಳೂ ಅಲ್ಲಾಡಿಬಿಡುವಂತೆ ಗರ್ಜಿಸುತ್ತಿದ್ದ ಭೀಮ. ದುರ್ಯೋಧನನೇ ಖರ್ಚುಮಾಡಿ, ನಾಟಕದ ನಡುವೆ ತನಗೆ ಹಾಕಬೇಕೆಂದು ಹುಕುಂ ಮಾಡಿ ತರಿಸಿದ್ದ ನೋಟಿನ ಹಾರವನ್ನು ಅವನ ಸ್ನೇಹಿತರು ಯಾವುದೋ ಭ್ರಮೆಯಲ್ಲಿ ಭೀಮನಿಗೆ ಹಾಕಿ, ಫೋಟೋ ತೆಗೆಸಿಕೊಳ್ಳಲು ನಿಂತುಬಿಟ್ಟರು. ಅವರುಗಳು ವೇದಿಕೆಯಿಂದಿಳಿದ ಮೇಲೆ ಭೀಮ ತನ್ನ ನೋಟಿನ ಹಾರವನ್ನು ಭದ್ರ ಮಾಡಲು ಪರದೆಯ ಹಿಂದಕ್ಕೆ ಹೋದ. ಇನ್ನೂ ತನ್ನ ಪ್ರವೇಶಕ್ಕೆ ಹೊತ್ತಿದ್ದಿದ್ದರಿಂದ ಕತ್ತಲಲ್ಲಿ ನಿಂತಿದ್ದ ದುರ್ಯೋಧನನ ಪಾತ್ರಧಾರಿ ಹಾರಿ ನೋಟಿನ ಹಾರವನ್ನು ಕಿತ್ತುಕೊಂಡ. ತಗೋ.. ಇನ್ನು ಪರದೆಯ ಹಿಂದೆಯೇ ಶುರುವಾಯಿತು ಗದಾಯುದ್ಧ! 'ಸರೋವರಕ್ಕೆ ನೀ ಇಳಿಯಬಾರದು ಭೀಮ.. ಅಧರ್ಮ.. ಅಧರ್ಮ' ಎಂದು ಧರ್ಮನ ಪಾತ್ರಧಾರಿ ಸ್ವರಚಿತ ಸಂಭಾಷಣೆಗಳನ್ನು ಆಶುಕವಿತೆಯಂತೆ ಒದರುತ್ತಿದ್ದರೆ.. ಭಾಗವತರಿಗೆ ರೇಗಿತು! ಹಿಂಭಾಗದ ಪರದೆಯನ್ನು ಸರಿಸಲು ಕಣ್ಸನ್ನೆಯಿಂದಲೇ ಅಪ್ಪಣೆ ಮಾಡಿದರು. ಅದೋ ನಡೆಯುತ್ತಿತ್ತು ನಿಜಕ್ಕೂ ಗದಾಯುದ್ಧ! ಗಧೆಗಳಿಂದ ಹೊರಗೆ ಬರುತ್ತಿದ್ದ ಪ್ಲಾಸ್ಟಿಕ್ ಬಿಂದಿಗೆಗಳೂ ಕೂಡಿಕೊಂಡು, ಬೀದಿ ಕೊನೆಯ ಗರತಿಯರ ನಲ್ಲಿ ಜಗಳದಂತೆ ಬಹಳ ಆಕರ್ಷಕವಾಗಿ..! ಅದರಿಂದ ವಿಪರೀತ ಸ್ಫೂರ್ತಿ ಪಡೆದುಕೊಂಡಂತೆ ಭಾರತದ ಎಲ್ಲ ಪಾತ್ರಧಾರಿಗಳೂ ಸ್ವರಚಿತ ಸಂಭಾಷಣೆ ಒದರುವುದ ಕಂಡು, ಭಾಗವತರಿಗೆ ಇನ್ನಷ್ಟು ರೇಗಿ ತಾವು ಹೇಳಿಕೊಟ್ಟದ್ದನ್ನೆಲ್ಲಾ ಗಾಳಿಗೆ ತೂರಿ, ಹೊಸ ಮಟ್ಟುಗಳನ್ನು ಕೆಡವುತ್ತಾ ರಭಸದಲ್ಲಿ ಹಾರ್ಮೋನಿಯಂ ಬಾರಿಸ ಹತ್ತಿದ್ದರು! ಇದೀಗ ಎಲ್ಲರಿಗೂ ನೋಟಿನ ಹಾರ..! ಜೊತೆಗೆ ಮೆಟ್ಟಿನದೂ..! 'ಇದೆಲ್ಲಾ ಈ ಕೌರವನದೇ ತಂತ್ರವಣ್ಣ..! ಇನ್ನೂ ಉಳಿದಿದ್ದಾರೆ ನೋಡು ಅವನ

ನೂರು ಮಂದಿ ತಮ್ಮಂದಿರು..! ಭೀಷ್ಮಜ್ಜನೋ, ಗುರು ದ್ರೋಣರೋ ಇದ್ದಿದ್ದರೆ ಇಷ್ಟಕ್ಕೆ ಅವಕಾಶ ಕೊಡುತ್ತಿದ್ದರೇ..?' ಎಂದು ನಕುಲ ಪ್ರೇಕ್ಷರನ್ನು ತೋರುತ್ತ ಧರ್ಮನಿಗೆ ಹೇಳುತ್ತಿದ್ದ! ಸಹದೇವ ಉಕ್ಕಿದ ಕ್ರೋಧದಲ್ಲಿ 'ಇದೋ ನೋಡಿ ಕೌರವರೇ.. ತಡೆದುಕೊಳ್ಳಿ' ಎಂದು ಪ್ರೇಕ್ಷರೆಡೆಗೆ ಬಾಣ ತೂರುವುದು ನೋಡಿ, ತಾನೇನು ಕಮ್ಮಿಯೆಂದು ಅರ್ಜುನ ಕೈಗೆತ್ತಿಕೊಂಡ ಇಂದ್ರ ದಯಪಾಲಿಸಿದ ವಜ್ರಾಯುಧವನ್ನು! ಪ್ರೇಕ್ಷಕರ ಕಡೆಯಿಂದ ಕುಡುಕನೊಬ್ಬ ಎದ್ದು ನಿಂತು 'ಸತ್ತಂತಿಹರನು ಬಡಿದೆಚ್ಚರಿಸು..' ಎಂದು ಆಲಾಪಿಸಹತ್ತಿದ ಮೇಲೆ...! ಇನ್ನೀಗ ಇಡೀ ಕಲಾಕ್ಷೇತ್ರವೇ ಕುರುಕ್ಷೇತ್ರ..! ಕೃಷ್ಣ ತನ್ನ ನವಿಲುಗರಿ ಹುಡುಕುತ್ತಿದ್ದ..! ಧರ್ಮ 'ಶಾಂತಿ ಶಾಂತಿ' ಎಂದು ಕಂಗೆಟ್ಟು ಅರಚುತ್ತಿದ್ದ!

94. ಹಾರುವ ಚಾಪೆ

ಅದ್ಭುತ ರೋಚಕ ಮಾಂತ್ರಿಕ ಕಥೆಗಳ ಸಂಗ್ರಹವೊಂದನ್ನು ಓದಿ ಮುಗಿಸಿದ ಸುಬ್ಬನಿಗೆ ರಾತ್ರಿ ತಾನೊರಗಿ ಮಲಗಿದ ಚಾಪೆ ಹಾರುವ ಚಾಪೆಯಾಯಿತು! ಆಕಾಶದಲ್ಲಿ ತೇಲುತ್ತಾ ಏಳು ಸಮುದ್ರ, ಏಳು ಬೆಟ್ಟಗಳನ್ನು ದಾಟಿ, ಗುಹೆಯೊಂದನ್ನು

ಹೊಕ್ಕು ಪಂಜದಲ್ಲಿದ್ದ ಹಕ್ಕಿಯ ರೆಕ್ಕೆಗಳನ್ನು ಕತ್ತರಿಸಿ, ಕಣ್ಣು ಕುಕ್ಕಿ ಕೊಂದು, ಅದೇ ಹೊತ್ತಿಗೆ ಅರಮನೆಯೊಂದರಲ್ಲಿ ರಾಜಕುಮಾರಿಯ ಮುಡಿಗೆ ಕೈಹಾಕಿದ್ದ ಮಾಂತ್ರಿಕ ವಿಲವಿಲನೆ ಒದ್ದಾಡಿ ರಕ್ತಕಾರಿ ಸತ್ತು.. ಕ್ಷಣ ಮಾತ್ರದಲ್ಲಿಯೇ ಹಾರುವ ಚಾಪೆಯೊಂದಿಗೆ ಅರಮನೆಯ ಮುಂಭಾಗಿಲಲ್ಲಿಳಿದು ಆರತಿ ಮಾಡಿಸಿಕೊಂಡು ಬೀಗುತ್ತಾ ರಾಜಕುಮಾರಿಯ ಬೆರಳಿಗುಂಗುರ ತೊಡಿಸಿ, ಅವಳಿಂದ ಮಾಲೆ ಹಾಕಿಸಿಕೊಂಡು, ಸಿಂಹಾಸನದಲ್ಲಿ ಪಾಲು ಪಡೆದು.. ತೊಡೆತಟ್ಟಿಕೊಂಡು ನೃತ್ಯ ಪ್ರದರ್ಶನವನ್ನು ನೋಡುತ್ತಿದ್ದಾಗ.. ಅರೆ ಎಲ್ಲಿ..? ನನ್ನ ಹಾರುವ ಚಾಪೆಯನ್ನು ಆರತಿ ಬೆಳಗಿದ ಹೆಂಗಳೆಯರು ಹೊತ್ತು ಓಡುತ್ತಿದ್ದಾರೆಂದು ಅರಚುತ್ತಾ 'ನನ್ನ ಚಾಪೆ.. ನನ್ನ ಚಾಪೆ..' ಎಂದು ತಾನು ಮಲಗಿದ್ದ ಚಾಪೆಯ ಕಡ್ಡಿಗಳನ್ನೆಲ್ಲಾ ಕಿತ್ತುಕಿತ್ತು ಹಾಕತೊಡಗಿದಾಗ, ಹಂಡತಿ ತಂದು ಸುರಿದ ಕೊಡದ ನೀರಿನಲ್ಲಿ ನೆನೆದು ತೊಪ್ಪೆಯಾಗಿ 'ಬೇಡ ಸಖಿಯರೇ.. ಇದೇನಿದು ಹೊತ್ತಿಲ್ಲದ ಹೊತ್ತಿನಲ್ಲಿ ಓಕುಳಿಯಾಟ..!' ಎಂದು ನಗುತ್ತಾ ಕಣ್ಣ ಬಿಟ್ಟು ಎದುರಿಗೆ ಪ್ರತ್ಯಕ್ಷಳಾಗಿ ನಿಂತಿದ್ದ ಕಾಳಿಮಾತೆಗೆ ಕೈಮುಗಿದ! 'ನಾನು ವರವಾಗಿ ಕೊಟ್ಟ ಚಾಪೆಯನ್ನು ಹಿಂದಕ್ಕೆ ಕೊಡು' ಎನ್ನುವಂತೆ ಅವನನ್ನು ಪಕ್ಕಕ್ಕೆ ದೂಡಿ ಚಾಪೆಯನ್ನು ಒದರಿ ಮಡಿಸಿ ಮೂಲೆಗಿಟ್ಟಳು ಹೆಂಡತಿ!

95. ಕನ್ನಡಿಯೊಳಗಿನ ಬಿಂಬ

'ಒಂದು ಬಾರಿ ನಗಬಾರದೇನೆ ಮನಸ್ಸುಬಿಚ್ಚಿ.. ಆಗ ನೀ ಗೆಲುವಾಗುತ್ತಿ.. ಈ ಜಡತ್ವ ಕಳೆಯುತ್ತಿ..' ಎಂದಾಗಲೆಲ್ಲಾ ರೆಪ್ಪೆ ಬಡಿದು ನೆಲಕ್ಕೆ ನೀರ ಹನಿಸುತ್ತಿದ್ದಳು. ತನ್ನ ನಿರ್ಭಾವದ ಮುಖವನ್ನು ಕನ್ನಡಿಯ ಮುಂದೆ ಹಿಡಿದಾಗಲೆಲ್ಲಾ ಬಿಂಬವು ಮಾತ್ರ ನಗುತ್ತಿತ್ತು! ಈ ಕನ್ನಡಿ ಸರಿಯಿಲ್ಲ..! ಇಂದಿನ ಮುಖವನ್ನು ತೋರದೆ, ಹಿಂದಿನ ನೆನಪನ್ನು ಮಾತ್ರ ತೋರುತ್ತದೆಯೆಂದವಳ ಟೀಕೆ!

96. ಹೆಣ್ಣುಮಗು

ಅವಳು ಗಂಡುಮಗು ಬೇಕೆಂದು ಬಯಸಿದ್ದಳು.. ಹೆಣ್ಣಾಯಿತು! ಆರೇಳು ವರುಷಗಳು ಕಳೆದರೂ ತನ್ನ ಬೇಸರವನ್ನು ನೀಗಿಕೊಂಡಿರಲೇ ಇಲ್ಲ ತಾನು ದುಃಖದಲ್ಲಿದ್ದಾಗ ಆ ಮಗು ಕಣ್ಣೀರ ಒರೆಸುವವರೆಗೆ! ನೆರೆಮನೆಯಾಕೆ ಹಾಸಿಗೆಯಲ್ಲಿ ಬಿದ್ದು ನರಳುತ್ತಿದ್ದರೂ ಅವಳ ಮೂವರು ಗಂಡುಮಕ್ಕಳೂ ವಾಲಿಬಾಲ್ ಕೈಲಿಡು ಮೈದಾನಕ್ಕೆ ಸೈಕಲ್ಲಿನಲ್ಲಿ ಜಾಲಿ ರೈಡ್ ಹೋಗುತ್ತಿದ್ದರು. ಆಗೆಲ್ಲಾ ಆಕೆ 'ಹೆಣ್ಣುಮಗುವೊಂದು ಇರಬೇಕು ಮನೆಗೆ' ಎಂದು ಕಣ್ಣೀರಿಡುತ್ತಿದ್ದುದನ್ನು ನೋಡಿದ್ದಳು. ಆದರೀಗ ಆಕೆ ಅಂತಹ ಮಾತಾಡಿದಾಗ, ಹೆಣ್ಣುಮಗುವನ್ನು ಹೆತ್ತ ಹೆಮ್ಮೆಯಿಂದ ಬೀಗುತ್ತಾ ದನಿಗೂಡಿಸುತ್ತಾಳೆ!

97. ರಗ್ಗು

ಅವನು ಕೊರೆವ ಚಳಿಗಾಲವೊಂದರಲ್ಲಿ ತಂದ ರಗ್ಗು ಅವಳಿಗೆ ಪ್ರಿಯವೆಂದು ಉರಿಬಿಸಿಲಿನ ಬೇಸಿಗೆಯಲ್ಲೂ ಹೊದ್ದು ಮಲಗುತ್ತಿದ್ದಳು. ಕಾಲ ಸರಿದು ಮಕ್ಕಳುಮರಿಗಳಾಗಿ, ಹಲ್ಲುದುರಿ, ಕೆನ್ನೆ ಇಳಿಬಿದ್ದು, ಅವ ತೀರಿಕೊಂಡು ಎಷ್ಟು ವರ್ಷಗಳು ಕಳೆದರೂ, ಆ ರಗ್ಗಿನ ತುಂಬ ನಕ್ಷತ್ರ ಮೀನುಗಳಂತೆ ಹೊಲಿಗೆಗಳು ಬಿದ್ದಿವೆಯೇ ಹೊರತು ಅವಳ ಬಿಸಿಯುಸಿರ ಆಸರೆ ಕಳೆದುಕೊಂಡಿಲ್ಲ. ಮರಿಮಗನ ಹೆಂಡತಿ ಬಂದಳು. ಅಷ್ಟು ದೊಡ್ಡ ಮನೆಗೆ ಆ ರಗ್ಗು ಅವಲಕ್ಷಣವಾಗಿ ಕಂಡು, ಎಸೆಯಲು ಹಿಂಜರಿಕೆಯಾಗಿ ಆರು ಮಡಿಕೆ ಮಡಿಚಿ, ಕಾಲೊರೆಸುವ ಮ್ಯಾಟ್ ಹೊಲೆದು ಮುಂಬಾಗಿಲಿಗೆ ಹಾಕಿ, ಹಣ್ಣು ಮುದುಕಿಯನ್ನು ಕರೆತಂದು ತೋರಿದಳು. 'ಇದೇಕೆ ಹೀಗೆ ಮಾಡಿದೆ ತಾಯಿ?' ಎಂದು ನಿಟ್ಟುಸಿರು ಬಿಟ್ಟು ಹಾಸಿಗೆ ಹಿಡಿದ ಮುದಕಿ, 'ಏಕೆ ಹೋದಿರಿ..? ಏಕೆ ಹೋದಿರಿ ನನ್ನ ಬಿಟ್ಟು' ಎನ್ನುವ ಮಾತನ್ನೇ ಒದರುತ್ತ ಎರಡು ದಿನ ಕಳೆದಳು ಉಸಿರಿನೊಂದಿಗೆ!

98. ಕುಟ್ಟಾಣಿ

ತಲೆಯಲ್ಲಿ ಹುಡುಕಿದರೂ ಒಂದಾದರೂ ಕರಿಗೂದಲಿಲ್ಲದ ಪೂರ್ಣ ಶುಭ್ರ ಬಿಳುಪು ಕೂದಲುಗಳ ಒಡತಿ ಆ ಮುದುಕಿ. ಆಗಾಗ ಕೈನೋವು, ಮಂಡಿನೋವು, ತಲೆನೋವುಗಳಿಗೆ ಶುಂಠಿ ಕುಟ್ಟಿ ಹಚ್ಚಿಕೊಳ್ಳಲು ಅವಳೊಂದು ಹಳೆಕಾಲದ ಕುಟ್ಟಾಣಿ ಇಟ್ಟುಕೊಂಡಿದ್ದಳು. ಆ ಮುದುಕಿ ತೀರಿಕೊಂಡ ಮೇಲೆ ಆಕೆಯ ಎಲ್ಲ ವಸ್ತುಗಳನ್ನೂ ಅಗಸಕೇರಿಯ ಚೆನ್ನಿ, ಮುನಿಯಮ್ಮರಿಗೆ ಕೊಟ್ಟುಬಿಟ್ಟ ಹಿರಿಸೊಸೆ ಕುಟ್ಟಾಣಿಯನ್ನು ಮಾತ್ರ ಅಡುಗೆಕೋಣೆಗೆ ಸೇರಿಸಿಕೊಂಡಳು! ಅದೇಕೋ ಎಷ್ಟು ಬಾರಿ ತೊಳೆದು ಉಪಯೋಗಿಸಿದರೂ, ಅದರಲ್ಲಿ ಕುಟ್ಟಿದ ಪದಾರ್ಥ ಮಾತ್ರ ಶುಂಠಿಯದೇ ವಾಸನೆಯನ್ನೂ, ಸ್ವಾದವನ್ನೂ ಕೊಡುತ್ತಿತ್ತು! 'ಹೌದು..! ರಾತ್ರಿ ಅಜ್ಜಿ ಬಂದು ಶುಂಠಿ ಕುಟ್ಟಿಕೊಂಡಿರಬೇಕು' ಎಂದು ಯಾರಾದರೂ ಅನ್ನುವುದೂ, ಮಿಕ್ಕವರು ನಗುವುದೂ ರೂಢಿಯಾಯಿತು. ಒಂದು ರಾತ್ರಿ ಬಾಯಾರಿಕೆಯಾಗಿ ನೀರು ಕುಡಿಯಲು ಎದ್ದ ಹಿರಿಸೊಸೆಗೆ ಒಳಗಿನಿಂದ ಕುಟ್ಟಾಣಿ ಕುಟ್ಟುವ ಸದ್ದು ಕೇಳಿತು! ತಲೆತಿರುಗಿ ಬೀಳುವ ಮೊದಲೇ ಓಡಿ ಬಂದು ಹಿಡಿದು ಒಂದೆಡೆ ಕೂರಿಸಿದ ಓರಗಿತ್ತಿ 'ಯಾಕೆ ಅಕ್ಕಯ್ಯಾ ಹೀಗೆ ಬಿದ್ದಿರಿ..?' ಎಂದು ನೀರು ಕುಡಿಸಿದರೆ ಆ ನೀರಿತ್ತು ಶುಂಠಿಯ ರಸದಂತೆ! 'ಅವರ ಕಾಲು ನೋವಿಗೆ ಶುಂಠಿ ಕುಟ್ಟಿಕೊಂಡು ಹೋಗಲು ಬಂದೆ. ಸಮವಾಯಿತು.. ಇಲ್ಲವಾದರೆ ಈ ಚೂಪು ಹಲಗೆ ತಮ್ಮ ಬೆನ್ನ ಇರಿಯುತಿತ್ತು ಗೊತ್ತೇ?' ಎಂದಾಗ ಹಿರಿಸೊಸೆಗೆ ಭೀತಿ ಕಳೆದ ಚೇತರಿಕೆ! ಪುನಃ ಅಡುಗೆಮನೆ ಸೇರಿದ ಓರಗಿತ್ತಿ.. ಬೆನ್ನ ಹಿಂದೆಯೇ ಕುಟ್ಟಾಣಿಯ ಸದ್ದು..! ನಿಟ್ಟುಸಿರಿಟ್ಟು ಕೂತಲ್ಲಿಂದ ಮೇಲೆದ್ದರೆ ಇದೀಗ ಕಣ್ಣು ತೀಡಿಕೊಂಡು ತನ್ನ ಕೋಣೆಯಿಂದ ಹೊರಗೆ ಬರುತ್ತಿದ್ದಾಳೆ ಓರಗಿತ್ತಿ..!

99. ಅದು ಯಾರು..?

ಯಾವುದೋ ಕೆಟ್ಟ ಕನಸು ಬಿದ್ದಿತೆಂದು ಹಾಸಿಗೆಯಿಂದೆದ್ದು ಕೂತೆ! ಕಣ್ಣು ಬಿಟ್ಟರೆ ಇನ್ನೂ ಹಾಸಿಗೆಯಲ್ಲಿಯೇ ದಿಂಬಿಗೊರಗಿ ಮಲಗಿದ್ದೆ! ಹಾಗಾದರೆ ಆಗಲೇ ಎದ್ದು ಕೂತವರಾರು..? ನಾನೇ..? ಹೇಗೆ ಸಾಧ್ಯ..? ಆತ್ಮ ಅಂತಾರಲ್ಲ.. ಅದೇ..? ಇದೊಂದು ವಿಸ್ಮಯಕ್ಕೆ ಉತ್ತರ ಇನ್ನೂ ಹುಡುಕುತ್ತಿರುವೆ..! ಕುಳಿತದ್ದು ಪರಮಾತ್ಮ.. ಮಲಗಿದ್ದುದು ಜೀವಾತ್ಮ.. ಎಂಬ ಸರಳ ವ್ಯಾಖ್ಯಾನ ಮಾಡಬಹುದೇ..? ಅಂತೂ ಇದೊಂದು ವಿಚಿತ್ರ ಅನುಭವವನ್ನು ನಾನೆಂದಿಗೂ ಮರೆಯಲಾರೆ! ನಾನಾ ಎಂಬುದು ನಾನಲ್ಲ..! ಒಳಗಿನ ಚೇತನಕ್ಕೂ.. ಹೊರಗಿನ ದೇಹಕ್ಕೂ ಸಂಬಂಧವಿಲ್ಲ! ದೇಹಕ್ಕೆ ಆಯಸ್ಸೆಂಬುದಿದೆ..! ಆತ್ಮಕ್ಕೆ ಸಾವಿಲ್ಲ! ಚಿರಾಯುವಾದ ಆತ್ಮವೇ.., ನೆನೆ ಈ ದೇಹವನ್ನು.. ಕೆಲಕಾಲ ಆಶ್ರಯ ಕೊಟ್ಟ ಋಣಕ್ಕಾಗಿ..! ಅದು ಅಳಿದ ಮೇಲೆಯೂ..!

100. ನಮ್ಮೂರ ಟೆಂಟು

ಊರು ಬಿಟ್ಟು ಇಪ್ಪತ್ತು ವರ್ಷಗಳ ನಂತರ ಸುಳಿದರೆ, ಆಗ ಕಂಡಿದ್ದ ಮರಗಳು, ಮನೆಗಳು, ಬೀದಿಗಳು, ಗುಡಿಯ ಆವರಣ, ಪ್ರಾಥಮಿಕ ಪಾಠಶಾಲೆ, ಬಸ್ಸು ನಿಲ್ದಾಣಗಳೆಲ್ಲವೂ ಕಿರಿದಾಗಿರುವಂತೆ ಕಾಣುವುದು! ಬಹುಶಃ ಬಾಲ್ಯದ ಕಣ್ಣಿಗೆ ಸುತ್ತಲಿನ ಪ್ರಪಂಚ ಹಿರಿದಾಗಿ ಕಂಡು, ಓದು ಕಲಿತು, ನೌಕರಿ ಹಿಡಿದು, ನಗರದ ವಿನಾಕಾರಣ ನಗುವ, ಮುದುಡಿಕೊಳ್ಳುವ, ಕಂಡದ್ದು ಕೊಳ್ಳುವ, ಉಟ್ಟ ಉಡುಗೆಯಿಂದಲೋ, ಬಂದ ವಾಹನದಿಂದಲೋ ವ್ಯಕ್ತಿಯನ್ನು ಅಳೆಯುವ ಜನಗಳ ನಡುವೆ ಒಡನಾಡುತ್ತ, ಹುಸಿಯಾದ ಪ್ರೌಢಭಾವವೊಂದನ್ನು ಹೇರಿಕೊಂಡು ಬಂದ ಕಣ್ಣುಗಳಿಗೆ ತನ್ನ ಬಾಲ್ಯವನ್ನು ಹಸಿರಾಗಿಸಿದ ಊರು ಕಿರಿದಾಗಿಯೇ ಕಾಣುವುದು! ಮನೆಮಠಗಳ ಪ್ರಮುಖ ಭಾಗವನ್ನು ಬಿಟ್ಟು ಇಬ್ಬದಿಯಲ್ಲಿಯೂ ಹುಣಸೇಮರಗಳು ಹರಡಿಕೊಂಡ ನೆರಳಿನಲ್ಲಿ ಹೊರಟ ದಾರಿಯಲ್ಲಿ ಒಂದರೆ ಮೈಲು ಸಾಗಿದರೆ ಕಾಣುತ್ತಿತ್ತು ನಮ್ಮೂರ ಟೆಂಟು! ಅದೆಷ್ಟು ದಿನ ಸಂಜೆಯ ಶೋಗೆ ಹೋಗಿ, ರಾತ್ರಿಯ ಕತ್ತಲಲ್ಲಿ ಹಿಂದಿರುಗುತ್ತಾ ಹುಣಸೇಮರಗಳ ಹಾದಿ ತುಳಿಯುತ್ತ, ಅದೇನೋ ಅಲ್ಲಿ ಸಂಚರಿಸುತ್ತಿರಬಹುದೆಂಬ ಭಯವನ್ನು ಹತ್ತಿರಕ್ಕೆ ತಂದುಕೊಳ್ಳಲು ನಿರಾಕರಿಸುತ್ತಾ, ಬೇಕೆಂದೇ ಗಟ್ಟಿಯಾಗಿ ಮಾತಾಡುತ್ತ, ಹಾಡು ಹೇಳಿಕೊಳ್ಳುತ್ತ ವೇಗದ ನಡುಗೆಯಲ್ಲಿ ಮನೆಯ ಸೇರುತ್ತಿದ್ದುದು ನೆನಪಾಗುತ್ತದೆ. ಅದೇ ನೆನಪುಗಳನ್ನು ಮೆಲುಕು ಹಾಕುತ್ತಾ ಟೆಂಟು ನೋಡಲು ಹೋದರೆ ಅದೊಂದು ಪಾಳುಬಿದ್ದ ಕೊಂಪೆಯಂತೆ ರೂಪು ಪಡೆದಿದೆ! ಕಿರಿಪ್ರಾಯದ ಮಗ ಸತ್ತನೆಂಬ ದುಃಖದಲ್ಲಿ ನವೆಯುತ್ತ ಅದರ ಮಾಲೀಕ ಟೆಂಟು ಮುಚ್ಚಿಬಿಟ್ಟನಂತೆ..! ನಾ ನಿಂತೆಡೆ ಗಾಳಿಯಲ್ಲಿ ತೂರಿ ಬಂದ ಹಳೆಯ ಸಿನೆಮಾವೊಂದರ ಪೋಸ್ಟರನ್ನು ಕೈಲಿಡು ನೋಡುವಾಗ ಏನೋ ಕಳಕೊಂಡ ಭಾವವುಕ್ಕಿ, ನಾ ಸೋತೆನೆಂಬ ಭಂಗಿಯಲ್ಲಿ ಮುರಿದುಬಿದ್ದಿದ್ದ ಟೆಂಟಿನ ಮೇಲ್ಹಾವಣಿಯನ್ನು ಮತ್ತೊಮ್ಮೆ ನೋಡಿದೆ..!

101. ಕುಂಟು

ಅಸಲಿಗೆ ಅವನ ಕಾಲಿಗೆ ಅಂತಹುದೇನೂ ಆಗಿರಲಿಲ್ಲ! ಸಣ್ಣ ಹೇರ್ ಲೈನ್ ಫ್ರಾಕ್ಚರ್, ಸ್ಟೂಲು ಹಾಕಿ ಗೋಡೆಗೆ ಮೊಳೆ ಹೊಡೆಯಲು ಹೋಗಿ ಆಯತಪ್ಪಿ ಬಿದ್ದು ಆದದ್ದು! ಎಲ್ಲರ ಕನಿಕರ, ಏಳಲೂ ಬಿಡದೆ ತಾವೇ ಆತನ ಕೆಲಸಗಳನ್ನು ಮಾಡಿಕೊಡುವ ಪರಿ, ತುಂಬಿದ ಬಸ್ಸಿನಲ್ಲಿಯೂ ಏರುತ್ತಲೇ ಸಿಕ್ಕುಬಿಡುವ ಕಿಟಕಿ ಬದಿಯ ಸೀಟು, ರಸ್ತೆಯಲ್ಲೂ ಭಾರ ಹೊತ್ತು ನಾಲ್ಕು ಹೆಜ್ಜೆಗಳು ನಡೆಯುವಷ್ಟರಲ್ಲಿ

ಯಾರಾದರೂ ಕೊಂಚ ದಾರಿಯವರೆಗೆ ಹೊತ್ತು ನಡೆಯುವ ವೈಖರಿ.. ದೂರದೂರುಗಳಲ್ಲಿರುವ ಮಕ್ಕಳಿಂದ ಅಪ್ಪ ಕೆಲಸಕ್ಕೆ ಹೋಗಲಾಗುವುದಿಲ್ಲವೆಂಬ ಕಾರಣಕ್ಕೆ ಕಳುಹಿಸುವ ತಿಂಗಳ ಖರ್ಚಿನ ಹಣ.. ಸ್ವಭಾವತಃ ಸೋಮಾರಿಯಾದ ಅವನಿಗೆ ಅದನ್ನೆಲ್ಲಾ ಕಳೆದುಕೊಳ್ಳಲು ಇಷ್ಟವಾಗದೆ, ಎಷ್ಟು ದಿನವಾದರೂ ಕುಂಟುತ್ತಲೇ ನಡೆಯುತ್ತಿದ್ದ. ಒಂದು ದಿನ ಯಾರೋ ಒಬ್ಬಾತ 'ಅವನನ್ನು ಲೆಕ್ಕಕ್ಕೆ ಸೇರಿಸಿಕೋಬೇಡಿ. ಕುಂಟನಿಂದ ಏನಾಗುತ್ತೆ?' ಎಂದೇನೋ ಗುಂಪಿನ ಇತರರಿಗೆ ಹೇಳುವುದನ್ನು ಕೇಳಿಸಿಕೊಂಡ ಮೇಲೆ, ಜ್ಞಾನೋದಯವಾದಂತಾಗಿ ತನ್ನ ಊರುಗೋಲನ್ನು ಕೈಬಿಟ್ಟು, ನೆಲದ ಮೇಲೆ ಪಾದಗಳನ್ನು ಭದ್ರವಾಗಿ ಊರಿ ನಡೆಯಲು ಯತ್ನಿಸುತ್ತಾನೆ... ಆದರೆ ಈ ಬಾರಿ ರೂಢಿ ಮುರಿಯಲು ಕಾಲುಗಳೇ ಸಿದ್ಧವಿಲ್ಲ! ಕುಂಟೇ ಶಾಶ್ವತವಾಗಿ ನಿಂತುಬಿಟ್ಟಿತು!

102. ನನ್ನ ಮಗಳು

ಮಗಳು ತೊದಲು ನುಡಿಯುತ್ತಾ, ಕುಂಟೇಬಿಲ್ಲೆ ಆಡುತ್ತಿದ್ದ ಕಾಲಕ್ಕೇ ಹೆಂಡತಿ ಮಗಳನ್ನು ತೊರೆದಿದ್ದನಾತ! ಹತ್ತೊಂಭತ್ತು ವರ್ಷಗಳ ತರುವಾಯ 'ಈಕೆ ನಿನ್ನ ಮಗಳು' ಎಂದು ಸಿನೆಮಾವೊಂದರ ವಾಲ್ ಪೋಸ್ಟ್ ಅನ್ನು ಸ್ನೇಹಿತನೊಬ್ಬ ತೋರಿದಾಗ, ಬೆರಗುಗಣ್ಣುಗಳಿಂದ ನೋಡಿದ್ದ! ಹಳೆಯ ಬಾಕಿ ತೀರಿಸದೆ ಟೀ ಬನ್ನುಗಳನ್ನು ಕೊಡಲಾರೆನೆಂದು ದಿನವೂ ಸತಾಯಿಸಿ, ಗೋಗರೆದ ಮೇಲೆ ಬೈದುಕೊಂಡು ತನ್ನೆದುರಿಗೆ ಟೀ ಲೋಟವನ್ನು ಕುಕ್ಕುವ ಟೀ ಅಂಗಡಿಯವನಿಗೆ ಮೊದಲು ತೋರಿ ಹೇಳಬೇಕು.. ತಾನು ಯಾರ ಅಪ್ಪನೆಂದು ಎನ್ನಿಸಿತು! ಗತ್ತಿನಿಂದ ಟೀಗೆ ಆರ್ಡರ್ ಮಾಡಿ, ಕಾಲು ಕುಲಕಿಸುತ್ತ ಅಂಗಡಿಯ ಮೋಟು ಗೋಡೆಗೆ ಅಂಟಿಸಿದ್ದ ಸಿನೆಮಾ ಪೋಸ್ಟರ್ ತೋರಿಸಿ 'ಇವಳು ನನ್ನ ಮಗಳು.. ನಾನಿವಳ ಅಪ್ಪ' ಎಂದಾಗ, 'ಬಾಕಿ ನಾಳೆಗೆ ತೀರಿಸುವೆಯಂತೆ..! ಸುಮ್ಮನೆ ಆ ನಟಿಯ ಮಾನ ಕಳೆಯಬೇಡಯ್ಯಾ..!' ಎಂದು ಪೊಟ್ಟಣದಿಂದ ಎರಡು ಬನ್ನು ತೆಗೆದು ಕಾಗದದಲ್ಲಿಟ್ಟು ಕೊಟ್ಟ ಅಂಗಡಿಯವನ ಪ್ರತಿಕ್ರಿಯೆಯಿಂದ ದಂಗಾಗಿ, ಅಲ್ಲಿಂದೆದ್ದು ರಸ್ತೆಯಲ್ಲಿ ನಡೆಯುವಾಗ.. ದಾರಿಯುದ್ದಕ್ಕೂ ಅರೆಬಟ್ಟೆಗಳನ್ನು ತೊಟ್ಟ ಮಗಳ ಪೋಸ್ಟರ್‌ಗಳನ್ನು ನೋಡುತ್ತಾ, ಕೈಲಿದ್ದ ಬನ್ನನ್ನು ಕಡಿದುಕೊಂಡು ಆಗಾಗ ಮೋರಿಗೆ ಉಗುಳುತ್ತಾ, ಒಮ್ಮೆ ಬವಳಿ ಬಂದು ಲೈಟುಕಂಬದ ಬುಡದಲ್ಲಿ ಕುಸಿದು ಕೂತು ಬಿಕ್ಕಿಬಿಕ್ಕಿ ಅತ್ತುಬಿಟ್ಟ..!

103. ಪುಟ್ಟನೂ ಮತ್ತವನ ತಂದೆಯೂ

ಸಾಧಾರಣವಾಗಿ ಎಲ್ಲಾ ಮಕ್ಕಳಂತೆ ಪುಟ್ಟನಿಗೂ 'ಮೈ ಡ್ಯಾಡಿ, ದಿ ಸ್ಟ್ರಾಂಗೆಸ್ಟ್' ಎನ್ನುವ ಭಾವವಿತ್ತು! ಒಮ್ಮೆ ಫಾರ್ಮ್ ಹೌಸಿನ ಒಡೆಯನ ಮನೆಗೆ ಕರೆದೊಯ್ದು, ಆ ಮನೆಯ ಶ್ರೀಮಂತ ಹುಡುಗನೊಟ್ಟಿಗೆ ಅವರ ಮನೆಯಂಗಳದ ಸ್ವಿಮ್ಮಿಂಗ್ ಪೂಲ್ ನಲ್ಲಿ ಆಡಲು ಬಿಡಬೇಕೆಂದು ಪುಟ್ಟುವಿನ ತಂದೆಯ ಆಸೆ! ಅದರೊಂದಿಗೆ ಮಗನನ್ನು ಒಡೆಯರಿಗೆ ತೋರಿ, ಶಾಲಾ ಫೀಜು, ಯೂನಿಫಾಮ್ ಗಳಿಗೆ ಹಣ ಕೇಳಿ ಪಡೆಯಬೇಕೆಂಬುದೂ ಇದ್ದ ಇನ್ನೊಂದು ಉದ್ದೇಶ! ಗಿಡಗಳಿಗೆ ನೀರು ಹಾಕುತ್ತಾ ತನ್ನ ಮಗ ಒಡೆಯನ ಮಗನೊಂದಿಗೆ ಕೊಳದಲ್ಲಿ ಈಜುವುದು ನೋಡುತ್ತಾ, ಬೇಡವೆಂದರೂ ತನಗೇ ಅರಿವಿಲ್ಲದೆ ಡಾ. ರಾಜ್‌ಕುಮಾರ್ ಹಿಟ್ಸ್ ಉದುರುತ್ತಿರುವಾಗ ಮನೆಯೊಡತಿ ತನ್ನ ಮೊಬೈಲ್ ಪೋನಿನಲ್ಲಿ ಮಾತಾಡುತ್ತಾ ಹೊರಬಂದವಳು ಕೊಳದ ಹತ್ತಿರಕ್ಕೆ ಹೋಗಿ, ಮಗನನ್ನು ಒಳಗೆ ಕಳಿಸಿ, ಪುಟ್ಟನಿಗೆ ಏನೋ ಹೇಳುವುದು.. ಪುಟ್ಟು ಮುಖ ಇಳಿಬಿಟ್ಟು ತನ್ನತ್ತ ನಡೆದುಬರುವುದನ್ನು ಕಂಡ. ಏನಾಯಿತೆಂದು ಪುಟ್ಟುವೂ ಹೇಳಲಿಲ್ಲ, ಪುಟ್ಟುವಿನ ತಂದೆಯೂ ಕೇಳಲಿಲ್ಲ. ಆದರೆ ಅವನು ಮೂಗು ಸೀಟಿಕೊಳ್ಳಲು ತನ್ನ ಹೆಗಲ ಮೇಲಿದ್ದ ಚೌಕವನ್ನು ಕೊಟ್ಟು, ನೀರಿನ ಪೈಪು ಹಿಡಿದು ಬೇರೆಡೆ ಸಾಗಿದ. ಆ ದಿನ 'ಒಡೆಯರ ಮನೆಯ ಊಟ ಹೇಗಿರುತ್ತದೆಂದು ನೀನೇ ನೋಡುವಿಯಂತ' ಎಂದು ಬಡಾಯಿ ಕೊಚ್ಚಿಕೊಂಡಿದ್ದ ಅವನೂ, ಅವನೊಂದಿಗೆ ಪುಟ್ಟುವೂ ಏನೂ ಉಣ್ಣಲಿಲ್ಲ. ಒಡೆಯನ ಕಾರು ಮನೆ ಮುಂದೆ ನಿಂತಿತು! ಕೆಳಗಿಳಿದ ಒಡೆಯನ ಬಳಿ ಚೌಕವನ್ನು ಸೊಂಟಕ್ಕೆ ಕಟ್ಟಿಕೊಂಡ ತಂದೆ ಏನೋನೇ ಹೇಳಿ, ಒಡೆಯನು ಕೈ ಒದರಿ, ತಂದೆ ಕಾಲಿಗೆ ಬಿದ್ದು ಹೊರಳುವುದನ್ನು ನೋಡುತ್ತಿದ್ದ ಪುಟ್ಟನಿಗೆ 'ಮೈ ಡ್ಯಾಡಿ, ದಿ ಸ್ಟ್ರಾಂಗೆಸ್ಟ್' ಎಂಬ ಭಾವ ಕರಗುತ್ತಿತ್ತು! ನಿರಾಶೆಯಿಂದ ತನ್ನೆಡೆಗೆ ಬಂದ ತಂದೆಯನ್ನು ಪುಟ್ಟುವೂ ಏನೂ ಕೇಳಲಿಲ್ಲ, ತಂದೆಯೂ ಏನೂ ಹೇಳಲಿಲ್ಲ! ಹಿಂದಿರುಗುವಾಗ ಏನೊಂದೂ ಮಾತಾಡಲಿಲ್ಲ, ಆದರೆ ತಂದೆ ಬಲವಂತಪಡಿಸಿ ಕೊಡಿಸಿದ ಬಲೂನನ್ನು ಪುಟ್ಟ ಎದೆಗೊತ್ತಿಕೊಂಡು ನಡೆದ!

104. ರಾಜಿ

ಅದೇಕೆ ಹಾಗೆ ಮಾಡಿಕೊಂಡಳೋ ರಾಜಿ, ತನ್ನನ್ನು ತಾನು ಸಮಾಜಕ್ಕಾಗಿ ರಾಜಿ ಮಾಡಿಕೊಳ್ಳಲು ಒಪ್ಪದೇ..? ಕಡ್ಡಿಗೆ ಸೀರೆಯುಡಿಸಿದಂತೆ, ಕತ್ತಿನ ಮೂಳೆಗಳು ಎದ್ದು ಕಾಣುವಂತೆ, ಗುಳಿಬಿದ್ದ ಕಣ್ಣುಗಳ, ಒಣ ತುಟಿಯ, ಮೊಡವೆಗಳ ಮುಖದ, ಇಲಿ ಕಡಿದಂತಿಂದ್ದ ಅಲ್ಲಲ್ಲಿ ಮಾತ್ರ ಎರಡು ಮೂರು ಇಂಚುಗಳ ಉದ್ದಕ್ಕೆ ಇದ್ದ ತಲೆಗೂದಲುಗಳ, ಭಾರದ ಕಿವಿಯೋಲೆ ಹಾಕಿಕೊಂಡು ಕಿವಿಹರಿದ ಮೇಲೆ ಮಿನುಗು ಕಳೆದು ಹೊಲಿಗೆ ಕಾಣುತ್ತಿದ್ದ ಕಿವಿಗಳ, ಚುಕ್ಕಿಯಚ್ಚೆಯ ಹಣೆಯ, ಗೂರಲು ರೋಗದ ರಾಜಿ ಸದಾ ಮೌನಿ! ಯಾರು ಏನೇ ಮಾತಾಡುತ್ತಿದ್ದರೂ ಅವಳ ನಿಗವೆತ್ತಲೋ ಇರುವುದು..! ನಗುತ್ತಲೂ ಇರಲಿಲ್ಲ, ಅಳುತ್ತಲೂ ಇರಲಿಲ್ಲ! ಮಾತಾಡಲು ಬರುತ್ತಿದ್ದರೂ ಅದಕ್ಕೆ ಬದಲಾಗಿ ಅವಳು ಹೆಚ್ಚು ಬಳಸುತ್ತಿದ್ದುದು ಸನ್ನೆ ಮಾಡುವ ಕೈಗಳನ್ನು.. ಒಂದೆರಡು ಶಬ್ಧಗಳ ಕೂಗಿನೊಂದಿಗೆ! 'ಅದೂ ಒಂದು ಜೀವ ಅಂತ ಇದೆ ಪಾಪ..! ಅದಕ್ಕೇನು ತಿಳಿಯುತ್ತೆ..? ಮಗು ತರ..! ನೀವು ಮಾತಾಡಿ!' ಎನ್ನುತ್ತಾ ಯಾರಾದರೂ ಹೇಳುವುದು ಕೇಳಿದರೆ, ಹಿತ್ತಲಲ್ಲಿ ಕಲ್ಲೊಂದು ಬಾವಿಗೆ ಬಿದ್ದು, 'ಗುಳುಂ' ಎಂಬ ಸದ್ದು ಕೇಳುವುದು! ಅದಕ್ಕಾರೂ ಪ್ರತಿಕ್ರಯಿಸುತ್ತಿರಲಿಲ್ಲ! ಒಬ್ಬರನ್ನೊಬ್ಬರು ನೋಡಿಕೊಂಡು ತಮ್ಮ ಪಾಡಿಗೆ ಹರಟುತ್ತಿದ್ದರು! ಬಾಲ್ಯದಲ್ಲಿಯೇ ತಂದೆತಾಯಿಯರನ್ನು ಕಳೆದುಕೊಂಡು, ಏನು ಕಾರಣವೋ ಗಂಡು ಸಿಗದೆ ಮದುವೆಯ ವಯಸ್ಸು ಮೀರಿ, ಅಣ್ಣನ ಮನೆಯಲ್ಲಿ ಕೂತುಬಿಟ್ಟ ರಾಜಿಗೆ 'ಇನ್ನಿವಳಿಗೆ ಗಂಡು ಹುಡುಕುವುದು ವ್ಯರ್ಥದ ಕೆಲಸ' ಎಂದು ಅಣ್ಣ ಕೈಚೆಲ್ಲಿದ ಮೇಲೆ, ಮನೆಯ ಕೆಲಸದ ಆಳುಗಳಿಬ್ಬರು ಕೆಲಸ ಕಳೆದುಕೊಂಡರೆಂಬುದು ಗೊತ್ತು! ಮಿಕ್ಕ ಅನ್ನ ಎಲೆಗೆ ಹಾಕಿಕೊಂಡು ಒಗೆಯುವ ಕಟ್ಟೆಯ ಮೇಲಿಟ್ಟುಕೊಂಡು ತಿಂದು ಮುಗಿಸುವ ರಾಜಿಗೆ ಸ್ಪಂದಿಸುವ ಜನರೇ ಇಲ್ಲ! ಮನೆಗೆ ಬಂದಿದ್ದ ನೆಂಟರಲ್ಲಿ ಒಬ್ಬ ಹೆಂಗಸು ಕಳೆದಿಟ್ಟು ಮರೆತಿದ್ದ ಗಾಜಿನ

ಬಳೆಗಳನ್ನು ತಾನು ಕೈಯಿಗೆ ಹಾಕಿಕೊಂಡು ಊರಿನ ಎಲ್ಲಾ ಬೀದಿಗಳಲ್ಲಿಯೂ ಸುತ್ತಿ, ಕಡೆಗೆ ನಡೆದದ್ದು ಕೆರೆ ಏರಿಯ ಕಡೆಗೆ! 'ಏನಾಗಿತ್ತು ಇದಕ್ಕೆ..? ಉಂಡುಕೊಂಡು, ತಿಂದುಕೊಂಡು ಚೆನ್ನಾಗಿಯೇ ಇದ್ದಿತಲ್ಲ..!' ಎಂದು ಗೊಣಗುತ್ತಿದ್ದವರಲ್ಲಿ ಯಾರೂ ಆ.. ಅದರ ಕೈಬಳೆಗಳನ್ನು ಗಮನಿಸಲೇ ಇಲ್ಲ! ಅದೂ ಸರಿಯೇ..! ಅವಳಿಗೊಂದು ಮನಸ್ಸಿದ್ದಿತ್ತೆಂದು ಅರಿತಿದ್ದಿದ್ದರಲ್ಲವೇ ಕೈಬಳೆಗಳ ಗಮನಿಸುವುದು..!?

105. ಮೂಲೆಮನೆ

ಆ ಮೂಲೆಮನೆಯ ಬಾಗಿಲು ಯಾವಾಗಲೂ ಮುಚ್ಚಿರುತ್ತಿತ್ತು! ಮನೆಯೊಳಗೆ ಯಾರಾದರೂ ವಾಸವಿದ್ದಾರೆಯೇ ಇಲ್ಲವೇ ಎಂಬುದೂ ಅಕ್ಕಪಕ್ಕದವರಿಗೆ ತಿಳಿದಿರಲಿಲ್ಲ. ಏಕೆಂದರೆ ಆ ಬಾಗಿಲು ತೆರೆದುಕೊಂಡು ಒಂದು ಹುಳುವೂ ಹೊರಗೆ ಇಣುಕಿದ್ದನ್ನು ಯಾರೂ ಕಂಡಿರಲಿಲ್ಲ. ಆದರೊಂದು ದಿನ ಮುಸ್ಸಂಜೆ ಹೊತ್ತಿನಲಿ ಅಕ್ಕಪಕ್ಕದ ಮನೆಯ ಜನ, ತಮ್ಮತಮ್ಮ ಮನೆಗಳ ಮುಂದೆ ಮಕ್ಕಳನ್ನು ಆಟವಾಡಲು ಬಿಟ್ಟು ಹರಟುತ್ತಿರಬೇಕಾದರೆ, 'ಢಮ್' ಎಂಬ ಬಂಧೂಕಿನ ಸದ್ದು ಕೇಳಿ ಎಲ್ಲರೂ ಮೂಲೆಮನೆಯ ಕಡೆಗೆ ನೋಡಿದರು!

106. ಕಂಥಕ

ರಾತ್ರಿಯೆಲ್ಲಾ ಪ್ರಯಾಣಿಸಿ, ಸೂರ್ಯೋದಯದ ವೇಳೆ ಅನುಮಾನದಿ ತೀರದಲ್ಲಿ ತನ್ನೊಡೆಯನನ್ನು ಬಿಟ್ಟು ಹಿಂದಿರುಗುವಾಗ ಅತೀವವಾದ ನೋವು ದುಗುಡಗಳು ತುಂಬಿಕೊಂಡು ಹೆಜ್ಜೆಯೂರಲೂ ಕಷ್ಟಪಡುತ್ತಿದ್ದ ಕಂಥಕನನ್ನು ಹೇಗೆ ಸಮಾಧಾನಿಸುವುದೆಂದೇ ತಿಳಿಯದೆ ಹೆಣಗುತ್ತಾ, ತಾನೂ ಆಗಾಗ ತನ್ನ ಭುಜಗಳಿಗೆ ಕಣ್ಣುಗಳನ್ನು ತೀಡಿಕೊಂಡು ಯಾತನೆಪಡುತ್ತಾ ಕಪಿಲವಸ್ತುವಿನ ಕಡೆಗೆ ಸಾಗುತ್ತಿದ್ದ ಚೆನ್ನ! ಕಂಥಕ ಸಿದ್ಧಾರ್ಥನ ನೆಚ್ಚಿನ ಕುದುರೆ..! ಅದೆಷ್ಟು ಬಾರಿ ಅವನು ತನ್ನೊಡೆಯನನ್ನು ಹೊತ್ತು ಮೆರೆಸಿಲ್ಲ..? ಯಾವಾಗ ಅವನು ತನ್ನ ಮೇಲೆ ಏರಿ ಕೂತರೂ, ಚಿಮ್ಮುವ ಉತ್ಸಾಹ ಇಬ್ಬರಲ್ಲಿಯೂ..! ಹಿಂದಿನ ದಿನವೇಕೋ ಉತ್ಸವದ ಹೊತ್ತಿನಲ್ಲಿ ರಥದಲ್ಲಿ ಕೇವಲ ಯಶೋಧರೆ ಹಾಗೂ ರಾಹುಲರನ್ನು ಕೂರಿಸಿ, ತಾನು ಕುದುರೆಯಲ್ಲಿ ಮುಂದೆ ಸಾಗುವುದಾಗಿ ಹೇಳಿ ತನ್ನಡೆಗೆ ಸಾಗಿದ ಒಡೆಯನನ್ನು ಕಂಡು ಕುಣಿಕುಣಿದು ಹೇಂಕರಿಸಿ ಜೊತೆಯಾಗಿದ್ದ.. ಆದರೆ ಆ ಉತ್ಸಾಹಕ್ಕೆ ಸ್ಪಂದಿಸದೆ, ತನ್ನೊಳಗೇ ಏನೋ ಹೇಳುಕೊಳ್ಳುತ್ತಿರುವಂತೆ ಅದೆಷ್ಟೋ ಬಾರಿ ತಲೆದಡವಿದ ಒಡೆಯನ ವರ್ತನೆಯನ್ನು ನೋಡಿ ಉತ್ಸಾಹ ಕುಗ್ಗಿದರೂ, ಆಪ್ತಭಾವದಿಂದ ನಿಧಾನಗತಿಯಲ್ಲಿ ಚಲಿಸಿದ್ದ! ಕಂಥಕನಿಗೆ ಒಡಯನೇನೂ ಆದೇಶಿಸಬೇಕಿರಲಿಲ್ಲ! ಅವನ ದೇಹದ ಬಿಸಿಯಿಂದಲೂ, ಕುತ್ತಿಗೆ, ಬೆನ್ನುಗಳ ಸವರುವ ಮೃದು ಸ್ಪರ್ಶದಲ್ಲಿಯೂ ಅವನ ಮನಸ್ಥಿತಿಯನ್ನು ಕಂಥಕ ಅರಿತುಬಿಡುತ್ತಿದ್ದ! ರಾಜಉಡುಪನ್ನು ಕಳಚಿ ಭಿಕ್ಷುಕನೊಬ್ಬನಿಗೆ ಕೊಟ್ಟು, ಆತನ ಮಾಸಿದ ಉಡುಪನ್ನು ತಾನು ಧರಿಸಿ, ತಲೆಗೂದಲನ್ನು ತೆಗೆದು, ಗಡ್ಡ ಬೋಳಿಸಿಕೊಂಡು ಬೀಳ್ಕೊಟ್ಟ ಒಡೆಯನನ್ನು ಕಂಡು ಕಲಕಿಹೋದ ಕಂಥಕ ಕಪಿಲವಸ್ತುವನ್ನು ತಲುಪಿದ ರಾತ್ರಿಯೇ ಅಗಲಿಕೆಯನೋವನ್ನು ತಾಳಲಾರದೆ ಕೊನೆಯುಸಿರೆಳೆದುಬಿಟ್ಟ!

107. ಬೋಧಿವೃಕ್ಷದ ಕೆಳಗೆ

ತಾಯಿ ಮಾಯಾವತಿಯ ತವರೂರು ದೇವದಹದ ಮಾರ್ಗದ ಲುಂಬಿಣಿ ತೋಟದಲ್ಲಿ ಹುಟ್ಟಿದ ಕೂಸು ಅವನು. ಜೋಯಿಸರು ಮಗು ಸಿದ್ಧಾರ್ಥನ ಭವಿಷ್ಯವನ್ನು ನುಡಿದ ಎರಡು ವಿರುದ್ಧವಾದ ಸಾಧ್ಯತೆಗಳಲ್ಲಿ, ತಂದೆಯಾದ ಶುದ್ಧೋದನ ಸಹಜವಾಗಿ ಬಯಸಿದ್ದು ತನ್ನ ಮಗ ರಾಜನಾಗಬೇಕೆಂಬುದನ್ನೇ ಹೊರತು ಸನ್ಯಾಸಿಯಾಗಬೇಕೆಂಬುದಲ್ಲ! ಅದಕ್ಕಾಗಿ ವೃದ್ಧಾಪ್ಯ, ರೋಗ, ಸಾವು, ಸಂನ್ಯಾಸತ್ವ ಮೊದಲಾದವುಗಳ ಪರಿಚಯ ಅವನಿಗಾಗದಂತೆಯೇ ಕಾಯ್ದುಕೊಂಡಿದ್ದ. ತಾಯಿ ಸತ್ತು, ಚಿಕ್ಕಮ್ಮ ಪ್ರಜಾಪತೀದೇವಿಯ ಆರೈಕೆಯಲ್ಲಿ ಬೆಳೆದು, ಯಶೋಧರೆಯ ಕೊರಳಿಗೆ ಮಾಲೆ ಹಾಕಿದ ಸಿದ್ಧಾರ್ಥನಿಗೆ ಇನ್ನೂ ಚಿಕ್ಕ ಪ್ರಾಯ! ಕಪಿಲವಸ್ತುವಿನ ನಗರವೀಕ್ಷಣೆಗೆ ಸಖ ಚೆನ್ನನೊಂದಿಗೆ ಹೊರಟ ಅವನಿಗೆ ಅದುವರೆಗೂ ಶುದ್ಧೋದನ ಮುಚ್ಚಿಟ್ಟ ಜಗತ್ತಿನ ವ್ಯಾಪಾರಗಳೆಲ್ಲವೂ ತಿಳಿದುಹೋದುವು! ಜಗತ್ತಿನಲ್ಲಿ ಎಲ್ಲೆಲ್ಲಿಯೂ ಆವರಿಸಿರುವ ದುಃಖವನ್ನು ಜಯಿಸುವ, ಸತ್ಯಶೋಧನೆಯ ಮಾರ್ಗವನ್ನು ಹುಡುಕುವ ದೃಷ್ಟಿಯಿಂದ ಆತ ಕಂಡಿದ್ದ ನಗುಮುಖದ ಸಂನ್ಯಾಸಿಯನ್ನೇ ಅನುಸರಿಸಬೇಕೆಂದುಕೊಂಡ. ಮಗು ರಾಹುಳನನ್ನು ಒಮ್ಮೆಯೂ ಎತ್ತಿ ಮುದ್ದಾಡಲಿಲ್ಲ.. ನಡುರಾತ್ರಿ ತನ್ನ ಭೋಗಭಾಗ್ಯ ಬಂಧನಗಳನ್ನೆಲ್ಲಾ ತ್ಯಜಿಸಿ ಚೆನ್ನನೊಂದಿಗೆ ಕುದುರೆಯೇರಿ ಅಡವಿಗೆ ಹೊರಟುಬಿಟ್ಟ! ಚೆನ್ನನನ್ನು, ಕುದುರೆಯೊಂದಿಗೆ ಬೀಳ್ಕೊಟ್ಟು, ಭಿಕ್ಷುಕನೊಬ್ಬನಿಗೆ ತನ್ನ ರಾಜ ಉಡುಪನ್ನು ಕೊಟ್ಟು, ಅವನ ಹರಿದು ಮಾಸಿದ ವಸ್ತ್ರವನ್ನು ತಾನು ಪಡೆದು ತೊಟ್ಟುಕೊಂಡ ಸಿದ್ಧಾರ್ಥ.. ಗೌತಮನಾದ! ಬಿಂಬಸಾರನೊಂದಿಗೆ ವಾದಿಸಿ ಪ್ರಾಣಿವಧೆಯನ್ನು ತಡೆದ, ಕಿಸಾಗೌತಮಿಗೆ ಹುಟ್ಟಿದವ ಸಾಯಲೇಬೇಕಾದ ಸತ್ಯ ಕಾಣಿಸಿದ, ನಂತರ ಜ್ಞಾನವನ್ನು ಪಡೆಯಲೋಸುಗ ಆರಾಡ, ರುದ್ರಕ ಮೊದಲಾದ ಗುರುಗಳನ್ನು ಆಶ್ರಯಿಸಿದ. ಅದರಿಂದ ತೃಪ್ತನಾಗದೆ ತನ್ನದೇ ಮಾರ್ಗದಲ್ಲಿ

ಬೆಳಕು ಕಾಣಲು ಉರವೇಲವೆಂಬ ಕಾಡಿಗೆ ಹೊರಟ. ಸತತ ಆರುವರ್ಷಗಳ ಕಾಲ ಧ್ಯಾನದಲ್ಲಿ ತೊಡಗಿದ ಗೌತಮನಿಗೆ ದಿನಕ್ಕೆ ಒಂದೇ ಒಂದು ಅಕ್ಕಿ ಅಥವಾ ಎಳ್ಳಿನ ಕಾಳಾದರೆ ಸಾಕಾಗಿತ್ತು! ಒಂದು ದಿನ ಬೆನ್ನು ಹೊಟ್ಟೆಗೆ ಅಂಟಿಕೊಂಡು ಮೂರ್ಛೆಯ ಅವಸ್ಥೆಯಲ್ಲಿದ್ದಾಗ, ಕುರುಬ ಕರೆದ ಆಡಿನ ಹಾಲನ್ನು ಕುಡಿದು, ಅವನಿಗೆ ಮೇಲುಕೀಳೆಂಬುದು ವ್ಯಕ್ತಿಯ ಸಂಕುಚಿತಭಾವವೆಂದು ವಿವರಿಸಿದ. ಉರವೇಲದ ಕಾಡಿನಲ್ಲಿ ಗೌತಮನು ಬುದ್ಧನಾಗಿ ತಮಗೆ ಉಪದೇಶಿಸುವನೆಂದು ಕಾದಿದ್ದ ಪಂಚವರ್ಗೀಯರೆಂಬ ಸಂನ್ಯಾಸಿಗಳು ನಂಬಿಕೆ ಕಳೆದುಕೊಂಡು ಹೊರಟುಹೋದರು. ಈ ವೇಳೆಗೆ ಅನ್ನಾಹಾರಗಳನ್ನು ತ್ಯಜಿಸಿದರೆ ಸಾಧನೆ ಸಾಗದೆಂಬ ಅರಿವು ಮೂಡಿತ್ತು. ಸೇನಾನಿಗ್ರಾಮದ ನಿರಂಜನಾ ನದಿಯ ದಡದಲ್ಲಿ ಶಾಲಮರದ ಕೆಳಗೆ ಧ್ಯಾನದಲ್ಲಿ ಕುಳಿತಿದ್ದ ಗೌತಮನಿಗೆ ಸುಜಾತೆಯೆಂಬ ಹೆಣ್ಣುಮಗಳು ಆತ ವೃಕ್ಷ ದೇವತೆಯೆಂದು ಭಾವಿಸಿ ಹಣ್ಣುಹಾಲನ್ನಿತ್ತು ಸತ್ಕರಿಸಿದಳು. ಪುನಃ ಅರಮನೆಯ ಕಡೆಗೆ ಸೆಳೆವ ಮನವನ್ನು ನಿರ್ಬಂದಿಸಿಕೊಂಡು ಬೋಧಿವೃಕ್ಷದ ಆಶ್ರಯದಲ್ಲಿ ಧ್ಯಾನಕ್ಕೆ ತೊಡಗಿದ. ಬೋಧಿ ಎಂದರೆ ಜ್ಞಾನ..! ಬೋಧಿವೃಕ್ಷದ ಕೆಳಗೆ ಗೌತಮನು.. ಬುದ್ಧನಾದ! ನಾಲ್ಕು ಸತ್ಯಗಳನ್ನು ಕಂಡುಕೊಂಡ...! ಲೋಕದಲ್ಲಿ ದುಃಖವು ತುಂಬಿದೆ.. ಮುಪ್ಪು, ರೋಗ, ಸಾವು! ಅದಕ್ಕೆ ಒಂದು ಕಾರಣವುಂಟು..ಅದು ಆಸೆ! ಅದನ್ನು ಕೊನೆಗಾಣಿಸಲು ಸಾಧ್ಯ.. ಆಸೆಯನ್ನು ತ್ಯಜಿಸಿ ಪುನಃ ಹುಟ್ಟದಿರುವುದು! ಕೊನೆಗಾಣಿಸಲೂ ಒಂದು ದಾರಿಯುಂಟು.. ಗುಣಶೀಲನೂ, ಸತ್ಯವಂತನೂ, ದಯಾವಂತನೂ, ಪ್ರೇಮಮಯಿಯೂ ಆಗಿ, ಶುದ್ಧಚಾರಿತ್ರ್ಯವನ್ನು ಹೊಂದುವುದು! ಇಂತಪ್ಪ ಜ್ಞಾನೋದಯವನ್ನು ಹೊಂದಿದ ಬುದ್ಧನ ಕಣ್ಣುಗಳೆಷ್ಟು ಪ್ರಖರ..! ಮುಖದಲ್ಲೆಷ್ಟು ಶಾಂತಿಯ ಕಾಂತಿ..! ಆತ ಬೋಧಿವೃಕ್ಷದ ಕೆಳಗೆ ಕಂಡುಕೊಂಡ ಈ ಉತ್ಕೃಷ್ಟ ಜ್ಞಾನವೇ ಬೋಧಿ..! ಇದೊಂದು ಸರಳ ವಿಚಾರ... ಹೇಳಲು.., ಕೇಳಲು.., ಓದಲು.., ಬರೆಯಲು.., ಅರ್ಥೈಸಿಕೊಳ್ಳಲು..! ಆದರೆ ಒಳಗಿಳಿಸಿಕೊಂಡು ತಮ್ಮದೇ ಅನುಭವದ ಒರಳಿನಲ್ಲಿ ನುಣ್ಣಗೆ ತೇಯ್ದುಹೋದಾಗ ಮಾತ್ರ ದಕ್ಕುವುದು ನಿಜವಾದ ಬೋಧಿ..! ಎಂದಾರೋ ಕೂಗಿ ಹೇಳುತ್ತಿರುವಂತೆ ಭಾಸವಾಗಿ ಕಣ್ತೆರೆದು ಎದುರಿಗೆ ನಿಂತ ಶಾಂತನೂ, ಭವ್ಯನೂ ಆದ ಬುದ್ಧನ ಕಂಡೆ!!

108. ಕಸಮುಸುರೆ ತಿಮ್ಮಕ್ಕ

ಓದು ಬರಹವಿಲ್ಲದ ತಿಮ್ಮಕ್ಕ ತನ್ನ ಹತ್ತನೇ ವಯಸ್ಸಿನಿಂದಲೂ ಕಸಮುಸುರೆಯ ಕೆಲಸ ಮಾಡುತ್ತಾ ಬಂದಿದ್ದಾಳಾದ್ದರಿಂದ ಕಸಮುಸುರೆ ಎಂಬುದು ಅವಳ ಹೆಸರಿಗೆ ವಿಶೇಷಣವಾಗಿ ಅಂಟಿಕೊಂಡುಬಿಟ್ಟಿದೆ. ಈಗೆಷ್ಟು ವಯಸ್ಸು ನಿನ್ನದೆಂದು ಕೇಳಿದರೆ ಈ ದೀಪಾವಳಿ ಬಂದರೆ ನಲವತ್ತೆರಡು ಎನ್ನುತ್ತಾಳೆ. ಹತ್ತುವರ್ಷಗಳಿಂದ ಅವಳು ಹಾಗೇ ಹೇಳುತ್ತಾ ಬಂದು ಅವಳ ವಯಸ್ಸು ಕೂಡಾ ಹಾಗೇ ನಿಂತುಬಿಟ್ಟಿದೆ! ಬೆಳಗ್ಗಿನಿಂದ ನಡುಮಧ್ಯಾಹ್ನದ ಒಳಗೆ ಸುಮಾರು ಐದಾರು ಮನೆಗಳ ಕೆಲಸವನ್ನು ಮುಗಿಸಿ ನೆಟ್ಟಗೆ ಬಾಯಿಗೆ ವೀಳ್ಯ ಹಾಕಿಕೊಂಡು ಕಡ್ಡಿಪುಡಿಯನ್ನು ಹೊಸಕುತ್ತ

ಧೂಳು ತೆಗೆದು ಬಾಯಿಗೆಸೆದುಕೊಂಡು ಸಾಲುಮರಗಳ ಕೆಳಗೆ ತನ್ನ ಟೆನ್ ಬೈ ಟೆನ್ ಮನೆಯತ್ತ ಹೆಜ್ಜೆಹಾಕಿಬಿಡುವ ತಿಮ್ಮಕ್ಕನಿಗೆ ಆ ಮರಗಳೆಲ್ಲ ಅವಳ ಅಪ್ಪಣೆಗಾಗಿ ಕಾದು ನಿಂತ ಸೈನಿಕರಂತೆ ಕಾಣುತ್ತವೆ! ಅವಳು ಕೆಲಸ ಮಾಡುವ ಮನೆಗಳ ಯಜಮಾನ್ತಿಯರಾರೂ ಇವಳಷ್ಟು ಅಚ್ಚುಕಟ್ಟಾಗಿ ಡ್ರೆಸ್ ಮಾಡುವುದಿಲ್ಲ! ರೂಲ್ಸು ಎಂದರೆ ರೂಲ್ಸು ಎಂದು ಸೇರುವಾಗಲೇ ಹೇಳಿಬಿಟ್ಟಿರುತ್ತಾಳೆ! ಮನೆಯವರು ಬಹಳ ನಾಜೂಕಿನಿಂದ ಅವಳಲ್ಲಿ ವ್ಯವಹರಿಸಬೇಕು! ಮಿಕ್ಕ ಅನ್ನವನ್ನು ಯಾರೂ ಇದುವರೆಗೆ ಅವಳಿಗೆ ಕೊಟ್ಟಿಲ್ಲ. ಉಟ್ಟು ಹಳೆಯದಾದ ಸೀರೆಯನ್ನು ಕೊಡಲೂ ಬಹಳಷ್ಟು ಯೋಚಿಸಿ ನೀಡಬೇಕು.. ಅಥವಾ ನೀಡುವ ಮುನ್ನ ಅನುಮತಿ ಕೇಳಬೇಕು..! ಯಾರಾದರೂ ಇದೇಕೆ ಇಲ್ಲಿ ಗುಡಿಸಿಲ್ಲವೆಂದರೆ, ಹಾಗೇ ಇತ್ತಲೂ ಒಂಚೂರು ಸಾರಿಸಿಬಿಡೆಂದರೆ, ಸರಿಯಾದ ಸಮಯಕ್ಕೆ ಟೀ ಕಾಯಿಸಲಿಲ್ಲವೆಂದರೆ ಮಾರನೆಯ ದಿನಕ್ಕೆ ಅವಳಿಗೆ ಹುಷಾರಿರುವುದಿಲ್ಲ.. ಎಂದರೆ ಬರುವುದಿಲ್ಲ! ಹೀಗಿದ್ದ ತಿಮ್ಮಕ್ಕನಿಗೆ ತನ್ನ ಪತಿಯ ಆಪರೇಷನ್‌ಗಾಗಿ ಅವಳೆಂದೂ ಕೇಳಿಯೂ ಇರದಷ್ಟು ಹಣ ಬೇಕಾಗಿ ಬಂದಿತು. ಕೆಲಸದ ಯಾವ ಮನೆಗಳಲ್ಲಿಯೂ ಅವಳು ಕೇಳಿದಷ್ಟು ಹಣ ಸಿಗಲಿಲ್ಲ. ಎಲ್ಲ ಮನೆಗಳಲ್ಲಿಯೂ ಗೋಗರೆದು ಕೇಳಿ, ಕಾಲ ಮೇಲೆ ಬಿದ್ದು ಹೊರಳಿ 'ಸಾಯೋತನಕ ನಿಮ್ಮನೇಲಿ ಜೀತ ಮಾಡ್ತೀನಕ್ಕ' ಎನ್ನುತ್ತಿದ್ದ ಅವಳ ಆಕ್ರಂದನ ಮಾತ್ರ ಕೇಳುತ್ತಿತ್ತು! 'ನೀವು ಕೊಟ್ಟಿರಾ? ನಾನಂತೂ ಕೊಡಲಿಲ್ಲ. ಸುಮ್ಮನಿರಿ.. ಅವಳ ಕೊಬ್ಬು ಅಡಗಲಿ' ಇತ್ಯಾದಿ ಮಾತುಕತೆಗಳು ಹಿಂದಿನ ದಿನವೇ ನೆರೆಮನೆಗಳ ಒಡತಿಯರ ನಡುವೆ ನಡೆದಿತ್ತಾದ್ದರಿಂದ ಅವಳಿಗೆ ನಕಾರದ ಉತ್ತರ ದೊರೆಯಿತು! ಯಾರಿಂದಲೋ ಸಾಲ ಹೊತ್ತು ಹೇಗೋ ತನ್ನ ತಾಪತ್ರಯ ತೀರಿಸಿಕೊಂಡ ತಿಮ್ಮಕ್ಕ ಈಗ ರೂಲ್ಸಿನ ಬಗ್ಗೆ ಒಂದು ಮಾತೂ ಆಡವುದಿಲ್ಲ! ಎಷ್ಟು ಕೆಲಸ ಹೇರಿದರೂ ಒಂದು ನಿಟ್ಟುಸಿರೂ ಬಿಡುವುದಿಲ್ಲ! ಹಿತ್ತಲಲ್ಲಿ ನಿಂತು ಮುರುಕಲು ರೊಟ್ಟಿಯನ್ನು ಕಡಿಯುತ್ತ ತನ್ನಷ್ಟಕ್ಕೆ ಗೊಣಗಿಕೊಳ್ಳುತ್ತಾಳೆ! ಆದರೆ ನಿಜಕ್ಕೂ ಕೆಲಸದ ಮನೆಯ ಯಜಮಾನ್ತಿಯರಿಗೆ ಒಂದು ಶಿಸ್ತು ಕಲಿಸಿದ್ದವಳೆಂದರೆ ಇವಳೇ..! ಅವಳ ರೂಲ್ಸುಗಳು ಎಂದೂ ಅನ್ಯಾಯದ್ದಾಗಿರಲಿಲ್ಲವೆಂಬ ಅರಿವು ಅವರುಗಳಿಗಿದ್ದಿದ್ದರೆ, ಮಾನವೀಯತೆಯ ಅಂಶ ಒಂದೇ ಒಂದು ಕೂದಲೆಳೆಯಷ್ಟು ಅದರೊಂದಿಗಿದ್ದಿದ್ದರೆ ಚೆನ್ನಾಗಿತ್ತು! ಕೆಲಸದ ನಡುನಡುವೆ ಆಕೆ ಮಾಡುತ್ತಿದ್ದ ಜೋಕುಗಳನ್ನು ಮಾತ್ರ ಕಳೆದುಕೊಂಡ ವ್ಯಥೆ ಒಡತಿಯರಿಗಿದೆ!

109. ಪದ್ಮಮ್ಮ ಎಂಬೊಂದು ಪಾತ್ರ!

ಅದೇಕೆ ಮನೆಯ ಮಾಲೀಕ ಭೋಗ್ಯಕ್ಕೆ ಹಾಕಿಸಿಕೊಂಡ ಮನೆಗೆ ಬೇಗನೆ ಹಾಲುಕ್ಕಿಸಿಕೊಂಡು ಬಂದುಬಿಡಿರೆಂದು ಆತುರಪಡಿಸುತ್ತಿದ್ದನೆಂದು, ಹೂಮಾರುವ ಕೆಂಚಮ್ಮ ಹೇಳಿದ ಸುದ್ದಿಯಿಂದ ಹಂದಲಗೆರೆ ದಂಪತಿಗಳಿಗೆ ತಿಳಿಯಿತು. ಈಗಿರುವ ಮಾಲೀಕರಿಗೆ ಹಿಂದೆ ಅಲ್ಲಿ ವಾಸವಿದ್ದ ಮನೆಯವರು ಮಾರಿದ್ದ ಮನೆಯದು. ಅಣ್ಣನಿಲ್ಲದ ವೇಳೆ ಹಣಕ್ಕಾಗಿ ಪೀಡಿಸಿದ ಮೈದುನ ಕೊಡಲು ನಿರಾಕರಿಸಿದ ಅತ್ತಿಗೆಯ ಕುತ್ತಿಗೆಯನ್ನು ಕೊಯ್ದು ಮುಗಿಸಿಬಿಟ್ಟಿದ್ದ. ಅದೊಂದು ಕೊಲೆಯ ಮನೆಯಾಗಿಯೂ, ಆಕೆ ಅಲ್ಲಿ ಭೂತವಾಗಿ ಸಂಚರಿಸುತ್ತಿರುವುದಾಗಿಯೂ ಕೆಲವರು ಮಾತಾಡಿಕೊಳ್ಳುತ್ತಿದ್ದುದು ಗೊತ್ತಿದ್ದರೂ ಈಗಿನ ಮಾಲೀಕರು ಕಡಿಮೆಗೆ ಸಿಕ್ಕಿತೆಂದು ಕೊಂಡುಕೊಂಡರು. ಆದರೆ ತಾವು ವಾಸಿಸಲು ಇಚ್ಛಿಸದೆ ಬಾಡಿಗೆಗೋ, ಭೋಗ್ಯಕ್ಕೋ ಕೊಡೋಣವೆಂದುಕೊಂಡಿದ್ದ ಹಾಗೆ, ಸಿಕ್ಕ ಆಸಕ್ತರಿಗೆ ಸುದ್ದಿ ತಿಳಿಯುವ ಮುನ್ನವೇ ಅಗ್ರಿಮೆಂಟ್ ಮಾಡಿಬಿಡಲು ಆತುರಪಡಿಸಿದರು. ಆದರೆ ಈ ಕಥೆ ತಿಳಿದ ಮೇಲೆಯೂ ವಾಸಿಸಲು ಇಚ್ಛಿಸಿದ ವೈಚಾರಿಕ ದೃಷ್ಟಿಕೋನವಿದ್ದ ದಂಪತಿಗಳು ತಾವೇ ಆ ಮನೆಯ ಸುಣ್ಣಬಣ್ಣವನ್ನೂ, ಕೆಲವು ಸಣ್ಣಪುಟ್ಟ ರಿಪೇರಿನ ಕೆಲಸವನ್ನೂ ಮಾಡಿಸಿಕೊಂಡರು. ಈ ಅವಧಿಯಲ್ಲಿ ನಡೆದ ಸ್ವಾರಸ್ಯಕರ ಸನ್ನಿವೇಶವೆಷ್ಟೋ..! ಮಿಸ್ಟರ್ ಹಂದಲಗೆರೆ ಮನೆ ನೋಡಲು ಹೋಗಿ ಹಾಕಿ ಮರೆತು ಬಂದಿದ್ದ ಲೈಟು ಸ್ವಿಚ್ಚನ್ನು ಮಿಸೆಸ್ ಹಂದಲಗೆರೆ ಆರಿಸಿ ಬರಬೇಕು..! ಎಷ್ಟೇ ಮಾತಾಡಿದರೂ ಸಣ್ಣದೊಂದು ಅಳುಕಿನೊಂದಿಗೇ ಹೋಗಿ ಲೈಟು ಆಫ್ ಮಾಡಿ, ಫ್ಯಾನು ಹಾಕಿ, ಆ ಹಳೆಯ ಫ್ಯಾನು ತಿರುಗದೆ ಇಂಚಿಂಚೇ ಗರ್ ಗರ್ ಗಟರ್ ಎಂದು ಯಾರೋ ಹಿಡಿದಿಟ್ಟುಕೊಂಡಂತೆ ತಿರುಗಿ, ತಲೆತಿರುಗುವ ಮುನ್ನ ಅಲ್ಲಿಂದ ಹೊರಬಿದ್ದು..! ಪುನಃ ಬಟ್ಟೆಗಂಟೊಂದನ್ನು ತಮ್ಮನೊಂದಿಗೆ ಕಳುಹಿಸಿ, ಅದನಿಟ್ಟು, ಅಂತೆಯೇ ಫ್ಯಾನು ಆರಿಸಿಬರಲು ಹೇಳಿ, ಎಳೆಪ್ರಾಯದ ಹುಡುಗ ಪಾಪ ಧೈರ್ಯಪರಾಕ್ರಮದ

ಬಡಾಯಿಕೊಚ್ಚುತ್ತಾ ಹೋದವನು ಡೋರ್ ಲಾಕ್ ತಿರುಗಿಸಲು ಬರದೆ ನಿಜಕ್ಕೂ ಇದು ಪದ್ಮಮ್ಮನದೇ ಕೆಲಸವೆಂದು ಬೆವರುತ್ತಿರುವಾಗ, ಹಿಂದಿನಿಂದ ಬೆನ್ನಿಗೆ ಬಡಿದ ಗ್ರಿಲ್ಲಿನ ಮತ್ತೊಂದು ಬಾಗಿಲ ಏಟಿಗೆ ತತ್ತರಿಸಿ ಮುಗ್ಗರಿಸಿ ಬಟ್ಟೆಗಂಟನ್ನು ಅಲ್ಲೇ ಬಿಟ್ಟು ಹೊರನಡೆದುಬಿಟ್ಟ! ಹೀಗೇ ಒದ್ದಾಡಿಕೊಂಡು ಕೈಕೈಹಿಡಿದುಕೊಂಡೇ ಮನೆ ಹೊಕ್ಕು ದೀಪಬೆಳಗಿದ ಮೇಲೆ ಮಿಸೆಸ್ ಹಂದಲಗೆರೆ ಎನ್ನುತ್ತಾರೆ.. 'ನಮ್ಮ ಮನೆಯಲ್ಲಿ ಎಲ್ಲರೂ ಸಂತೋಷವಾಗಿದ್ದೇವೆ! ನಾನು, ನನ್ನ ಗಂಡ, ಮಗಳು, ತಮ್ಮ, ಪದ್ಮಮ್ಮ ಎಲ್ಲರೂ..! ಊಟಕ್ಕೆ ಕುಳಿತಾಗಲೂ ಮನೆಯ ಹಿರಿಯಳಾಗಿ ಪದ್ಮಮ್ಮನೂ ಪಂಕ್ತಿಯಲ್ಲಿ ಕೂತಿರುತ್ತಾಳೆಂಬ ಭಾವ ಚೆನ್ನಾಗಿಯೇ ಇದೆ!'

110. ನಾಲ್ಕಾಣೆಯ ಉಂಗುರ

ದೂರದೂರಿನ ವೆಂಕಟಪ್ಪ ಸೀತಮ್ಮ ದಂಪತಿಗಳ ಮನೆಗೆ ರಜೆಗೆಂದು ಹೋಗಿದ್ದ ಬಡ ವಾಚ್‌ಮ್ಯಾನ್‌ನ ಮಕ್ಕಳಿಬ್ಬರು ಹಿಂದಿರುಗಿ ತಮ್ಮ ಮನೆಗೆ ಬಂದ ಮೇಲೆ, ತಾವು ಊರಿನಲ್ಲಿ ಕಳೆದ ದಿನಗಳ ಅನುಭವವನ್ನೆಲ್ಲಾ ಹಂಚಿಕೊಳ್ಳುತ್ತಿದ್ದಾಗ ಹಿರಿಯ ಹುಡುಗಿಯು ತಾವೆಲ್ಲಾ ಆಡುತ್ತಿರುವಾಗ ಸಿಕ್ಕ ಒಂದು ಉಂಗುರವನ್ನು ಸೀತಮ್ಮತ್ತೆಗೆ ನೀಡಿದೆವೆಂದು ಹೇಳಿದಳು. ಅದು ಚಿನ್ನದ್ದಾಗಿತ್ತೆಂದು ಕಿರಿಯ ಹುಡುಗಿ ಸೇರಿಸಿತು. ವಾಚ್‌ಮ್ಯಾನ್‌ಗೆ ಕಸಿವಿಸಿಯಾಯಿತು

'ಸುಮ್ಮನೆ ನಿಮ್ಮಲ್ಲೇ ಇಟ್ಟುಕೊಳ್ಳಬಾರದಿತ್ತೇ? ಅವರಿಗೇಕೆ ಕೊಟ್ಟಿರಿ' ಎಂದು ರೇಗಿಕೊಂಡನಾದರೂ ಮನಸ್ಸು ತಡೆಯದೆ ವೆಂಕಟಪ್ಪ ದಂಪತಿಗಳಿಗೊಂದು ಕಾಗದ ಬರೆದ 'ನನ್ನ ಹಿರಿಯ ಮಗಳ ಕೈಗೊಂದು ಉಂಗುರ ಮಾಡಿಸಿ ಹಾಕಿದ್ದೆ. ನಿಮ್ಮ ಮನೆಯಲ್ಲೆಲ್ಲೋ ಕಳೆದುಕೊಂಡು ಬಂದಿದ್ದಾಳೆ. ಹುಡುಕಿಸಲು ಸಾಧ್ಯವೇ?' ಎಂಬ ಒಕ್ಕಣೆಯೊಂದಿಗೆ! ವೆಂಕಟಪ್ಪ ದಂಪತಿಗಳೂ ಕೂಡಾ ಅನುಕೂಲಸ್ಥರಲ್ಲ; ಬದುಕುವುದೇ ಒಂದು ಪಾಡಾದ ಅವರಿಗೆ ಇಂತಹಾ ಅಪರಾಧವನ್ನು ತಡೆದುಕೊಳ್ಳಲು ಸಾಧ್ಯವೇ ಇರಲಿಲ್ಲ! ರೈಲಿನ ಚಾರ್ಜು ಹಾಕಿಕೊಂಡು ವಾಚ್ ಮ್ಯಾನ್ ನ ಮನೆಗೆ ಆ ಉಂಗುರವನ್ನು ಹೊತ್ತುಕೊಂಡೇ ಬಂದರು! ಚಿನ್ನ ಸಿಕ್ಕರೆ ಚಿಂತೆಯಂತೆ! ಅಸಲಿಗೆ ಚಿನ್ನವೇ ಅಲ್ಲದ ಖಾಲೀ ನಾಲ್ಕಾಣೆಯ ಉಂಗುರಕ್ಕೆ ನಾಲ್ಕಾರು ಆಣೆಗಳಾಯಿತು! ನಾಲ್ಕಾರು ನಿಂದನೆಯ, ತೇಜೋವಧೆಯ ಬಿರುಮಾತುಗಳಾಯಿತು! ಕಳ್ಳರು, ಸುಳ್ಳರೆಂಬ ಮಾತುಗಳ ನಡುವೆ ಮಕ್ಕಳ ಬೆನ್ನುಗಳಿಗೆ ಬಾಸುಂಡೆಗಳೂ ಬಿದ್ದಿತು! ಬಡತನವೆಂಬುದು ಎಷ್ಟು ಘೋರ ಎಂಬ ವಿಚಾರಗೋಷ್ಠಿಯೂ ನಡೆಯಿತು!

111. ಬಿಲ್ವಪತ್ರೆ

ನಾಸ್ತಿಕನಾದ ಆತ ಬಿಲ್ವಮರದ ನೆರಳಿನಲ್ಲಿ ನಿಂತಿದ್ದ. ಬಿಲ್ವಪತ್ರೆಯ ಎಸಳೊಂದು ತಲೆಯ ಮೇಲಿನಿಂದ ಭುಜ, ಬೆನ್ನುಗಳ ಸವರಿ ನೆಲಕ್ಕೆ ಬಿದ್ದಾಗ, ಎದುರಿಗಿದ್ದ ಶಿವನಾಲಯದ ಲಿಂಗಕ್ಕೆ ಪೂಜಾರಿಯು ಅರ್ಪಿಸುತ್ತಿದ್ದ ಬಿಲ್ವಪತ್ರೆಯು ಅಂತೆಯೇ ಬೀಳುತ್ತಿರಲು.. ಕಣ್ಣುಮುಚ್ಚಿದರೆ ಹಿಮಾಲಯದ ಶಿಖರಗಳು..! ಢಮಢಮನೆ ಬಡಿದು ಇದ್ದರಾರೇಳು ಲೋಕಕ್ಕೆಲ್ಲಾ ಕೇಳುವಂತೆ ಸದ್ದುಮಾಡುವ ಢಮರುಗ..! ತಲೆಯಿಂದ ಕಾಲವರೆಗೂ ಹರಿದಾಡುವ ಸರ್ಪ..! ಬಲಗೈಯಲ್ಲೊಂದು ಶಂಖ, ಎಡಗೈಯಲ್ಲೊಂದು ತ್ರಿಶೂಲ..! ಅಬ್ಬಬ್ಬಾ.. ಈ ಲೋಕದ ಪಾಡೇ..? ತುಂಬಿ ತುಳುಕುವ ಅರ್ಥಮದಲಿ ಮಿಂದ ಮಂದಿಯನ್ನು ಕಾಲುಗಳ ಕೆಳಗೆ ಸಿಕ್ಕಿಸಿ.. ತ್ರಿಶೂಲ ಜಳಪಿಸುತ್ತಾ...! ಹಾಂ.. ಹೀಗೇ..!! ಕಣ್ಣುಬಿಟ್ಟ ನಾಸ್ತಿಕ ತಾನೇ ಶಿವನಾಗಿದ್ದ!!

112. ನೆರಳು

ಒಮ್ಮೆ ಮೈದಾನದಲ್ಲಿ ಸೈಕಲ್ ತುಳಿಯುತ್ತ ಬಿದ್ದುಬಿಟ್ಟ ಏಳುವರ್ಷದ ಹುಡುಗ ದಿಲೀಪನು, ಅಂದಿನಿಂದ ತನ್ನಮ್ಮ ರತ್ನಳನ್ನು 'ಪಾರು' ಅಥವಾ 'ಪಾರ್ವತಿ' ಎಂಬ ಹೆಸರಿನಿಂದ ಏಕವಚನದಲ್ಲಿ ಹೆಂಡತಿಯನ್ನು ಕರೆವಂತೆ ಕರೆಯತೊಡಗಿದ. ನಾಲ್ಕುಜನರ ಮುಂದೆ ಮಗುವು ಹಾಗೆ ಕರೆದಾಗ ಮೊದಲೆಲ್ಲಾ ತಮಾಷೆಯಂತಿದ್ದು, ನಂತರದಲ್ಲಿ ತಂದೆತಾಯಿಯರಿಬ್ಬರೂ ಅತೀವವಾಗಿ ಮುಜುಗರ ಪಟ್ಟುಕೊಳ್ಳುವಂತಾದ ಮೇಲೆ ಅವನನ್ನು ವಸತಿ ಶಾಲೆಗೆ ಸೇರಿಸಲಾಯಿತು. ಎಷ್ಟೋ ದಿನಗಳ ಮೇಲೆ, ವಸತಿ ಶಾಲೆಯಿಂದ ಬೀಳ್ಕೊಡುವಾಗ ಅವನು ಗುರುತಾಗಿ ಹೇಳಿದ್ದ ಊರು, ಜನ, ಮನೆಗಳು ನಿಜಕ್ಕೂ ಇರಬಹುದೇ ಎಂಬ ಕುತೂಹಲದೊಂದಿಗೆ ಅದರ ಬೆನ್ನತ್ತಿ ಹೋದ ದಂಪತಿಗಳಿಗೆ ಅವನು ಹೇಳಿದ ಎಲ್ಲಾ ವಿವರಗಳೂ ಗೋಚರಿಸಿದುವು. ಹಿಂದಿರುಗಿ ತಮ್ಮ ಮನೆಗೆ ಹೋಗುವ ಮಾತು ಬಂದಾಗ, ಪಾರುವೇ ಆಗಿಹೋಗಿದ್ದ ರತ್ನ ಒಲ್ಲೆನೆಂದುಬಿಟ್ಟಳು!!

113. ಚಿನ್ನದಂಗಡಿಯಲ್ಲಿ

ಕಿವಿಯ ವಾಲೆಗೆ ಬದಲಾಗಿ ಅಂಚಿಕಡ್ಡಿಯ ತುಂಡುಗಳನ್ನು ಇಟ್ಟುಕೊಂಡಿದ್ದ, ಕೊರಳಿಗೆ ಕೊಳೆಯಾದ ಹಳದಿ ದಾರ ಹಾಕಿಕೊಂಡಿದ್ದ, ತೇಪೆ ಹಾಕಿದ ರವಿಕೆಯ, ಹರಿದು ಮಾಸಿದ ಸೀರೆಯ, ಸೊರಗಿ ಮುರುಟಿಕೊಂಡ ದೇಹದ ಗಾರೆಕೆಲಸದ ಕಲ್ಯಾಣಮ್ಮ ಅದೆಷ್ಟು ಪ್ರಯಾಸ ಪಡುತ್ತಿದ್ದಳು ಚಿನ್ನದಂಗಡಿಯಲ್ಲಿ..?

ಕಣ್ಣಿನಲ್ಲಿ ನೀರೇ ಹಾಕಿಕೊಂಡು ನಿಂತಿದ್ದಳಲ್ಲ ಕಂಕುಳಿನ ಮಗುವಿನ ಮೂಗನ್ನು ತನ್ನ ಸೆರಗಿನಲ್ಲಿ ಸೀಟುತ್ತಾ, ತಾನು ಅಡವಿಡಲು ತಂದ ತಾಳಿಬೊಟ್ಟು ಖಂಡಿತವಾಗಿಯೂ ತನ್ನದೇ ಎಂದು ಸಾಧಿಸಲು..! ಒಪ್ಪಿಸಲು..!! ಅಂಗಡಿಯವನೊಂದಿಗೆ ಬಂದ ಗಿರಾಕಿಗಳೂ ಅವಳನ್ನು ಕಳ್ಳಿಯಂತೆ ಕಾಣುತ್ತಾ ದೂರದೂರವೇ ನಿಂತದ್ದು ಗಮನಿಸಿ.. ಅವಮಾನದಿಂದ ತತ್ತರಿಸಿ, ಪರಿಹಾರ ಕಾಣದೆ ಹೆಣಗಿ, ಕಡೆಗೆ ನಿರ್ದಯದ ಸಮಾಜಕ್ಕೆ ಧಿಕ್ಕಾರವೆಂಬಂತೆ, ಅಂಗಡಿಯವ ಕೈಲಿಡಿದು ಕುಣಿಸುತ್ತಿದ್ದ ತಾಳಿಬೊಟ್ಟನ್ನು ಕಿತ್ತುಕೊಂಡು, ದಾರಿಯುದ್ದಕ್ಕೂ ಬೈದುಕೊಂಡು ನಡೆದಳು! ಅತ್ತ ನೋಡುತ್ತಿದ್ದ ಅಂಗಡಿಯವ ಇತ್ತ ತಿರುಗುವಷ್ಟರಲ್ಲಿ ರೇಷಿಮೆ ಶಾಲಿನ, ಲಿಪ್‌ಸ್ಟೀಕು ತುಟಿಗಳ, ಕಪ್ಪು ಕನ್ನಡಕದ ಸುಸಂಸ್ಕೃತ ಮಹಿಳೆ ದೊಡ್ಡ ಕಾಸಿನಸರವನ್ನು ತನ್ನ ಪರ್ಸಿಗೆ ಸೇರಿಸಿಕೊಂಡದ್ದು ಸಿಸಿ ಟೀವಿಯಲ್ಲಿ ಸೆರೆಯಾಯಿತು!!

114. ದೂರ ತೀರ ಯಾನ!

ಅವನಿಗೆ ನೀರ ಮೇಲೆ ವಾಸಿಸಬೇಕೆಂಬುದು ಬಹಳ ದಿನಗಳ ಬಯಕೆ. ಒಂದು ದಿನ ಸಣ್ಣ ತೆಪ್ಪವೊಂದರಲ್ಲಿ ಕೂತು ತಾನೇ ಹುಟ್ಟು ಹಾಕಿಕೊಂಡು ನದಿಯಲ್ಲಿ ತೇಲುತ್ತಾ ತೇಲುತ್ತಾ ದಡವನ್ನು ಬಿಟ್ಟು ದೂರ ದೂರಕ್ಕೆ ಸಾಗತೊಡಗಿದ. ಇರುಳಾಯಿತು..! ಹಗಲಾಯಿತು..! ಇರುಳು.. ಹಗಲು.. ಆಗುತ್ತಲೇ ಇತ್ತು! ದೂರ ದೂರ ಸಾಗಿ ಸುಳಿಗೆ ಸಿಕ್ಕ ತೆಪ್ಪದೊಂದಿಗೆ ತೇಲಿ ಹೋದ..! .....ದೂರ ತೀರ ಯಾನಕ್ಕೆ!

115. ದತ್ತು ಮಗು

ಅದೆಷ್ಟು ದೇವರಲ್ಲಿ ಬೇಡಿಕೊಂಡದ್ದೋ, ಅದೆಷ್ಟು ದಿನ ಕಣ್ಣೀರಿಟ್ಟದ್ದೋ, ಅದೆಷ್ಟು ಆಸ್ಪತ್ರೆಗಳಿಗೆ ತಿರುಗಿದ್ದೋ ಮಕ್ಕಳ ಭಾಗ್ಯವೇ ಇಲ್ಲದೆ ಹೋಯಿತು ದಂಪತಿಗಳಿಗೆ. ಅನಾಥಾಲಯದ ಮಗುವೊಂದನ್ನು ದತ್ತು ಪಡೆದುಕೊಂಡು ಸಾಕತೊಡಗಿದರು. ಅದೆಂಥಹಾ ಅನುಪಮ ಪ್ರೇಮ ಆ ಮಗುವಿನ ಮೇಲೆ! ಅಪ್ಪ ದಿನವೂ ಒಂದೊಂದು ಆಟಿಕೆಯ ವಸ್ತುಗಳನ್ನು ಕೈಲಿಡಿದು ತಂದರೆ, ಅಮ್ಮ ದಿನವೂ ಒಂದೊಂದು ರೀತಿಯ ಮಿಠಾಯಿ ಮಾಡಿ ಕೊಡುವಳು. ಆ ಮಗುವು ಬಂದ ಹೊತ್ತೋ ಏನೋ ಆಕೆ ಗರ್ಭಿಣಿಯಾದಳು. ಏನಾಗಲೀ ತನ್ನ ಒಡಲ ರಕ್ತ ಹಂಚಿಕೊಂಡು ಹುಟ್ಟಿದ ಮಗುವಿನ ಮೇಲೆ ತನಗೇ ಅರಿವಿಲ್ಲದಂತೆ ಹೆಚ್ಚು ಅಕ್ಕರೆ, ಆಸ್ಥೆ..! ಒಂದು ದಿನ ದತ್ತು ಮಗುವು ವೇಳೆಗೆ ಸರಿಯಾಗಿ ಮನೆಗೆ ಬರಲಿಲ್ಲ..! ಗಂಡಹೆಂಡಿರಿಬ್ಬರೂ ಕಂಗಾಲಾದರು, ಕಂಪ್ಲೈಂಟು ಕೊಟ್ಟರು! ಎಲ್ಲಿ ಸಿಕ್ಕುವುದು ಮಗು..? ದತ್ತು ಪಡೆದ ತಂದೆಯೇ ಹೊರನಾಡಿನ ಆಶ್ರಮವೊಂದಕ್ಕೆ ಒಪ್ಪಿಸಿ ಬಂದ ಮೇಲೆ..!?

116. ನಿರ್ಲಿಪ್ತ

ಅವನು ಮೆಟ್ಟಿಲುಗಳನ್ನು ಹತ್ತುವಾಗಲೆಲ್ಲಾ, ಪ್ರತಿ ಹೆಜ್ಜೆಗೂ ಒಂದೊಂದು ಮೆಟ್ಟಿಲನ್ನು ಬಿಟ್ಟೇ ಹತ್ತುತ್ತಿದ್ದ! ಯಾವುದೇ ಕ್ರಿಯೆಗೆ ಪ್ರತಿಕ್ರಿಯೆ ಎಂಬುದು ಇದ್ದೇ ಇರುತ್ತದೆಂಬ ಸತ್ಯದಲ್ಲಿ ನಂಬಿಕೆ ಇರಿಸಿದ್ದವನಾತ..! ಹೀಗಾಗಿ ಕ್ರಿಯೆಯನ್ನು ಮಾಡಿ, ಅಥವಾ ಒಪ್ಪಿಕೊಂಡು, ಪ್ರತಿಕ್ರಿಯೆಯನ್ನು ತೋರದೆ, ಅಥವಾ ಸ್ವೀಕರಿಸಲು ಇಚ್ಛಿಸದೆ ದಾಟಿಕೊಂಡೇ ನಡೆಯುತ್ತಿದ್ದ..!

117. ಇರುವ ಇಬ್ಬರಲ್ಲಿ..?

ಅವಳು ಶ್ರದ್ಧೆಯಿಂದ ಹಣ ಕೂಡಿಸಿ ಮರದ ಕಪಾಟಿನಲ್ಲಿಟ್ಟು ಭದ್ರವಾಗಿ ಬೀಗ ಜಡಿದುಕೊಂಡು, ಕಂಕುಳಿಗೆ ಬೀಗದಕೈ ಗೊಂಚಲನ್ನು ಇಳಿಬಿಟ್ಟುಕೊಂಡು ಅತೀವವಾದ ನೆಮ್ಮದಿಯಿಂದಿರುತ್ತಿದ್ದಳು ಕಪಾಟಿನ ತಳಭಾಗದಲ್ಲಿ ನಕ್ಷತ್ರಾಕಾರದ ಸಂದು ಬಾಯಿಬಿಟ್ಟುಕೊಂಡು ಅವಳಿಟ್ಟ ಹಣವನ್ನು ನುಂಗುತ್ತಿದೆ ಎಂದು ತಿಳಿಯುವವರೆಗೆ! ಇರುವ ಇಬ್ಬರಲ್ಲಿ ಕದ್ದವರಾರೆಂದು ಆಕೆ ಕೇಳಿಯಾಳು ಹೇಗೆ..? ಅವಳು ಮಂಕು ಹಿಡಿದು ಕೂತದ್ದೇಕೆಂದು ಅವನಾದರೂ ಕೇಳಿಯಾನು ಹೇಗೆ..?

118. ಗುಹೆಯೊಳಗಿನ ಚಿತ್ತಾರ!

'ಇದು ನಾನು ಕನಸಿನಲ್ಲಿ ಕಂಡ ಚಿತ್ರ.. ಗರಿಗೆದರಿದ ನವಿಲಿನ ಒಡಲಿಗೆ ಹೆಣ್ಣೊಬ್ಬಳ ಮುಖ..! ಎಚ್ಚರವಾದೊಡನೆ ಕ್ಯಾನ್ವಾಸಿನ ಮೇಲೆ ಚಿತ್ರಿಸಿಬಿಟ್ಟೆ!' ಎಂದಿದ್ದ ವನಮಾಲಳ ಮಾತು ಇದೀಗ ಕೇಳಿದ ಹಾಗೆ, ಆಕೆ ಕ್ಯಾನ್ವಾಸಿನ ಮೇಲೆ ಮೂಡಿಸಿದ ಚಿತ್ರ ಇದೀಗ ಕಣ್ಣಮುಂದೆ ಸುಳಿದ ಹಾಗೆ ಅನ್ನಿಸುತ್ತಿತ್ತು ಪ್ರತಾಪನಿಗೆ ಶಿಲಾಯುಗದ ಅವಶೇಷಗಳಿದ್ದ ಗುಹೆಯೊಳಗಿನ ಗೋಡೆಯ ಚಿತ್ತಾರ ನೋಡುವಾಗ..! ಅದೇ ಗರಿಗೆದರಿದ ನವಿಲಿನ ಒಡಲು..! ಅದೇ ಹೆಣ್ಣು ಮುಖ..!!

119. ಒತ್ತರಿಸಿದ ಗೋಡೆಗಳು

ಅವನು ಆಗಾಗ ತಾನು ಮಲಗುವ ಕೋಣೆಯ ನಾಲ್ಕು ಗೋಡೆಗಳೂ ಒತ್ತರಿಸಿಕೊಂಡು ಬಂದು, ತಾನದರಲ್ಲಿ ಸಿಕ್ಕಿಕೊಂಡಂತೆ ಭ್ರಮಿಸಿ ನಡುಗುತ್ತಿದ್ದ..! ನಂತರದಲ್ಲಿ ಇದಾವ ವಿಚಿತ್ರ ಕಲ್ಪನೆಯೆಂದು ತಾನೇ ತಲೆ ಕೊಡವಿಕೊಂಡು ಮೇಲೇಳುತ್ತಲೂ ಇದ್ದ! ಒಂದು ದಿನ ನಾಡಿನ ಉತ್ತರಭಾಗದಲ್ಲಿ ಭೂಕಂಪವಾದ ವರದಿಯೊಂದನ್ನು ಟಿವಿಯಲ್ಲಿ ನೋಡುತ್ತಾ ಕುಳಿತಿದ್ದವನಿಗೆ, ಆ ಪ್ರದೇಶದಲ್ಲಿ ವಾಸವಿದ್ದ ತನ್ನ ಮುದಿ ತಂದೆ ನಾಲ್ಕು ಗೋಡೆಗಳ ನಡುವೆ ಸಿಲುಕಿ ಸತ್ತಿರುವುದು ತಿಳಿಯಿತು..!! ಬೀಳುವ ಕನಸುಗಳಿಗೆ ಅರ್ಥವುಂಟೇ..!? ಯಾವುದಾದರೂ ಜರುಗಬಹುದಾದ ಘಟನೆಯ ಸುಳಿವನ್ನು ನೀಡುವ ಶಕ್ತಿಯುಂಟೇ..!? ದಡಬಡಾಯಿಸಿ, ಇದೀಗ ಗೋಡೆಗಳು ಒತ್ತರಿಸಿಕೊಂಡು ಬರುವ ಮುನ್ನ ಹೊರಗೆ ಹಾರಬೇಕೆಂಬ ಆವೇಗದಿಂದ ಕಿತ್ತೆಸೆದ ವಸ್ತುವಿನಂತೆ ತಾನೇ ಹೊರದೂಡಿಕೊಂಡು ಮನೆಯ ಮುಂಬಾಗಿಲಲ್ಲಿ ಬಿದ್ದು ಹೊರಳಿ ನೋಡಿದ! ತನ್ನ ಕೋಣೆಯೂ, ಪುಟ್ಟ ಮನೆಯೂ ಹಾಗೇ ಇತ್ತು ಎಂದಿನಂತೆ!!

120. ಬಿಡುಗಡೆ

ಯಾವ ಕಾರಣಕ್ಕಾಗಿ ತಾನು ಹೀಗೆ ಎಂಟುವರ್ಷಗಳಿಂದ ಕಂಬಿಗಳ ಎಣಿಸುತ್ತ ಕೂತೆನೆಂದು ಅವನಿಗೇ ಅರಿವಿರಲಿಲ್ಲ! ಅಂದು ಕಾರಾಗೃಹದ ಅಂಗಳ ಗುಡಿಸುತ್ತ, ಮತ್ತೊಬ್ಬ ಖೈದಿ ಸ್ನೇಹಿತನೊಂದಿಗೆ ಮೋಟು ಬೀಡಿ ಹಂಚಿಕೊಂಡು ಸೇದಿ ಯಾರಿಗೂ ಕಾಣದಂತೆ ಕಂಬವೊಂದರ ಮರೆಯಲ್ಲಿ ಎಸೆದು ಹೊಸಕುವಾಗ, ಪೇದೆಯೊಬ್ಬ ಸಾಹೇಬರು ಕರೆಯುತ್ತಿದ್ದಾರೆಂದು ಹೇಳಿ ಹೋದ. ಬಿಡುಗಡೆಯಾಗಿ ಹೊರಬಿಸಿಲಿಗೆ ತೆರೆದ ಬಾಗಿಲಿಂದೀಚೆಗೆ ಬಂದು, ತನ್ನಿಬ್ಬರು ಹೆಣ್ಣುಮಕ್ಕಳನ್ನು ನೋಡಿದಾಗ ನೆನಪಾಯಿತು.. ಎತ್ತಿಹಿಡಿದಿದ್ದ ಮಚ್ಚಿನಿಂದ ಟೀ ತೋಟದ ಮಾಲೀಕನನ್ನು ಆ ದಿನ ತೀರಿಸಲಾಗಲಿಲ್ಲವೆಂದು! ಕಣ್ಣೀರ ಕರೆಯುತ್ತ ಕಾಲಿಗೆರಗಿದ ಮಕ್ಕಳನ್ನು ದಾಟಿಕೊಂಡು ತುಳಿದದ್ದು ಟೀ ತೋಟದ ಹಾದಿ! ಪುನಃ ಅದೇ ದಿನ ರಾತ್ರಿ ಕಂಬಿಗಳ ಎಣಿಸುತ್ತ ಕೂತ.. ಕಾರಣವೇನೆಂಬ ಅರಿವಿನೊಂದಿಗೆ!!

121. ಧನ್ವಂತರಿ

ಅವನು ಊರಿನೆಲ್ಲ ಜನರ ಬೇನೆಗೆ ತನಗೆ ತಿಳಿದ ಹಿತ್ತಲ ಮದ್ದು ಮಾಡಿ ಉಪಚರಿಸುತ್ತಾ, ಅವರಿವರ ಜಗಳಗಳನ್ನು ಬಿಡಿಸುತ್ತಾ, ಮನಃಶಾಂತಿಗಾಗಿ ಭಗವತ್ ಗೀತೆಯ ಉಪದೇಶವನ್ನೂ ಮಾಡುತ್ತಿದ್ದ ಒಬ್ಬ ಆಗಂತುಕ! ಸದಾ ಕಾವಿ ವಸ್ತ್ರವನ್ನೇ ಧರಿಸುತ್ತಿದ್ದ ಅವನನ್ನು ದೇವರೆಂದೇ ಭಾವಿಸಿ ಪೂಜಿಸುತ್ತಿದ್ದ ಜನ ಅವನನ್ನು ಧನ್ವಂತರಿ ಎಂಬ ಹೆಸರಿನಿಂದ ಕರೆಯುತ್ತಿದ್ದರು! ಒಂದು ದಿನ ಊರ ಹೊರವಲಯದ ವಿಶಾಲವಾದ ಮೈದಾನದಲ್ಲಿ ಧನ್ವಂತರಿಯು ಮೌಢ್ಯ ನಿವಾರಣೆಯ ಕುರಿತು ಉಪನ್ಯಾಸ ಏರ್ಪಡಿಸಿದ್ದ. ಊರಿನೆಲ್ಲಾ ಜನ, ಧನ್ವಂತರಿ ಕುಳಿತ ಪೀಠದ ಮುಂದೆ ಹಣ್ಣುಕಾಯಿಗಳನ್ನು ಅರ್ಪಿಸಿ ತಂತಮ್ಮ ಮನೆಗಳಿಂದ ತಂದ ಚಾಪೆ, ಜಮಖಾನಗಳನ್ನು ಹಾಸಿಕೊಂಡು ಕುಳಿತರು. ಇಡೀ ರಾತ್ರಿ ಉಪನ್ಯಾಸ, ಭಜನೆಗಳ ನಂತರ ಧನ್ವಂತರಿಯ ಪಾದಗಳಿಗೆರಗಿ ತಂತಮ್ಮ ಮನೆಗಳಿಗೆ ತೆರಳಿದ ಜನರ ಮೌಢ್ಯ ನಿಜಕ್ಕೂ ನಿವಾರಣೆಯಾಗಿತ್ತು! ಧನ್ವಂತರಿಯ ಶಿಷ್ಯರು ಇಡೀ ಊರನ್ನೇ ಆ ರಾತ್ರಿ ಕೊಳ್ಳೆ ಹೊಡೆದಿದ್ದರು!

122. ಬೆಟ್ಟದ ಕಲ್ಲಮ್ಮ

ಆವರೆಗೆ ಆ ಬೆಟ್ಟವನ್ನು ಹತ್ತಿದ್ದವರು ಯಾರೂ ಇರಲಿಲ್ಲ! ಒಮ್ಮೆ ಆ ಬೆಟ್ಟವನ್ನು ಹತ್ತಿ, ತಾನೊಂದು ದೊಡ್ಡ ಕಲ್ಲನ್ನು ಸರಿಸುತ್ತಿರುವಂತೆ ಆಕೆಗೊಂದು ಕನಸಾಯಿತು. ತನ್ನನ್ನು ಅಲ್ಲಿಗೆ ಕರೆದೊಯ್ಯಬೇಕೆಂದು ಗಂಡನಲ್ಲಿ ಕೇಳಿಕೊಂಡಳು. ಯಾವುದೇ ನರನ ಕಾಲುಗಳು ಸುಳಿಯದ ಆ ಬೆಟ್ಟದ ಮೇಲೆ ಪ್ರಪ್ರಥಮವಾಗಿ ಕಾಲುಗಳನ್ನು ಕಲ್ಲುಮುಳ್ಳುಗಳ ಮೇಲೆ ಊರುತ್ತ ಪ್ರಯಾಸದಿಂದ ತುತ್ತತುದಿಯನ್ನು ತಲುಪಿ ನಿಂತರು. ಅವಳು ತನ್ನ ಕನಸಿನಲ್ಲಿ ಕಂಡ ಕಲ್ಲಿಗಾಗಿ ಹುಡುಕಾಡಿ, ಹಾಂ.. ಇದೇ! ಎಂದೊಂದು ದೊಡ್ಡ ಕಲ್ಲನ್ನು ಗುರುತಿಸಿ, ಸರಿಸಲು ಹೆಣಗಾಡಿದಳು. ಕಲ್ಲು ಸರಿಸಿದ ಮೇಲೆ ಅಲ್ಲೊಂದು ಬಾವಿ ಕಂಡಿತು. ಒಳಗೇನಿದೆಯೆಂದು ಇಣುಕಿ ನೋಡಲು ಹೋಗಿ ಕಾಲು ಜಾರಿ ಬಿದ್ದಳು. ಅವಳು ಸರಿಸಿದ್ದ ಕಲ್ಲು ಪುನಃ ಅಲ್ಲಿಯೇ ನೆಲೆಕಂಡಿತು! ಆ ಕಲ್ಲಿನ ಮೇಲೆ ಪುಟ್ಟ ಗೋಪುರವೆದ್ದಿತು! ಬೆಟ್ಟದ ಕಲ್ಲಮ್ಮನ ಗುಡಿಯೆಂದು ಪ್ರತೀತಿಯಾಯಿತು! ಕೆಟ್ಟ ಕನಸು ಬೀಳಬಾರದೆಂದು ಜನ ಆಕೆಯಲ್ಲಿಯೇ ಹರಕೆ ಹೊರುತ್ತಾರೆ! ಯಾರೂ ಸುಳಿಯದಿದ್ದ ಆ ಬೆಟ್ಟಕ್ಕೆ ಇದೀಗ ಸಾವಿರ ಮೆಟ್ಟಿಲು..! ಇಪ್ಪತ್ತು ಮೆಟ್ಟಿಲುಗಳಿಗೊಂದು ಮಂಟಪ..!

123. ಅವಳಿ

'ಇಂದು ಬೆಳಗ್ಗೆ ಲಾಲ್ ಭಾಗಿನಲ್ಲಿ ವಾಕಿಂಗ್ ಮಾಡುತ್ತಿದ್ದೆಯಲ್ಲವೇ? ನಾನು ನೋಡಿದೆ' ಎಂದಾಗ, 'ನಾನೇ..? ಇಲ್ಲವಲ್ಲ. ಇಂದು ಮಾರ್ನಿಂಗ್ ಕ್ಲಾಸ್ ಇತ್ತು ನನಗೆ' ಎಂದಳು. ಮತ್ತೊಬ್ಬರೆಂದರು 'ಮೊನ್ನೆ ನಿನ್ನ ಸಿನೆಮಾ ಥಿಯೇಟರ್ ನಲ್ಲಿ ಟಿಕೆಟ್ ಕ್ಯೂನಲ್ಲಿ ನಿಂತಿದ್ದನ್ನು ನೋಡಿದೆ! ನಿನ್ನ ಸ್ನೇಹಿತೆಯರ ಜೊತೆಗಿದ್ದದ್ದರಿಂದ ಮಾತಾಡಿಸಲಿಲ್ಲ' ಅವಳು 'ನಾಲ್ಕು ತಿಂಗಳಾಯಿತು.. ನಾನು ಸಿನೆಮಾಕ್ಕೆ ಹೋಗಿ!' ಎಂದು ನಕ್ಕಳು. ಈ ದಿನ ತಮ್ಮನ್ನು ಇಲ್ಲಿ.. ಆ ದಿನ ತಮ್ಮನ್ನು ಅಲ್ಲಿ.. ಎಂದು ದಿನಕ್ಕೆ ಮೂರ್ನಾಲ್ಕು ಜನರಾದರೂ ಬಂದು ಹೇಳತೊಡಗಿದಾಗ, ಅದರ ಸುಳಿವು ಹಿಡಿದು ಹುಡುಕತೊಡಗಿದ ಮಾಲಿನಿಗೆ, ಚಿಕ್ಕಂದಿನಲ್ಲಿ ಕಳೆದುಹೋಗಿದ್ದ ಅವಳಿ ಅಕ್ಕ ಮಂಜರಿಯು ಸಿಕ್ಕಳು!

124. ಪ್ರತಿಬಿಂಬ

ಅವನೆಷ್ಟು ಇವನ ಹಾಗೇ ಇದ್ದನೆಂದರೆ, ಪ್ರತಿ ದಿನವೂ ಇವನು ಕನ್ನಡಿಯೆಂದು ಭ್ರಮಿಸಿ ನೋಡಿಕೊಂಡು ಹೋಗುತ್ತಿದ್ದ ಖಾಲಿ ಫ್ರೇಮಿನ ಹಿಂಬದಿ ನಿಂತು ಎಡಬಲಗಳ ಗಲಿಬಿಲಿ ಮೀರಿ ಇವನಂತೆಯೇ ಆಂಗಿಕ ಚಲನೆಗಳನ್ನೂ ಮಾಡುತ್ತಿದ್ದ! ಒಂದು ದಿನ ಇವನು ಜೋರಾಗಿ ಕೆಮ್ಮಿದಾಗ, ಬಿಂಬದಲ್ಲಿಯೂ ಶಬ್ಧ ಬರಬಹುದೇ ಬಾರದೇ ಎಂಬ ಗೊಂದಲದಲ್ಲಿ ಕೆಲಕ್ಷಣ ತಬ್ಬಿಬ್ಬುಗೊಂಡಾಗ ಇವನು ಫ್ರೇಮಿನೊಳಗಿನವನ ಕಿವಿಹಿಡಿದು ಹೊರತಂದುಬಿಟ್ಟ! 'ನೀ ನನ್ನ ನೀವಾಳಿಸಿ ತೆಗೆಯುವಂತೆಯೇ ತದ್ರೂಪಾಗಿಯೂ ಇರುವೆ..! ನಿಜದ ಮೇಲೆ ಹೊಡೆಯುವಂತೆ ನಟಿಸಿಯೂ ಇರುವೆ..! ಆದರೆ ತಿಂದು ಉಳಿಸಿ ಹೋದ ದೋಸೆ, ಬಿಸ್ಕತ್ತುಗಳ ಅಂತೆಯೇ ಕಾಪಾಡಲು ಆಗಲಿಲ್ಲ ನಿನಗೆ! ಅದರಿಂದ ಸಿಕ್ಕಿಬಿದ್ದೆ!' ಎಂದು ಇವನಂದಾಗ, ಅವನಿವನಿಬ್ಬರೂ ಬಿದ್ದುಬಿದ್ದು ನಕ್ಕರು!

125. ಬೂಟು ಪಾಲೀಶು

ಒಮ್ಮೆ ತಾನು ಸರಿಯಾಗಿ ಮಗ್ಗಿ ಹೇಳಲಿಲ್ಲವೆಂದು ಬೆತ್ತದಲ್ಲಿ ಕೈಯಿಗೆ ಬಾಸುಂಡೆ ಏಳುವಂತೆ ಹೊಡೆದಿದ್ದರೆಂಬ ಕಾರಣಕ್ಕೆ ಅಪ್ಪಾ ಅವ್ವರಿಗೆ ಹೇಳಿ ಶಾಲೆಗೆ ಕರೆದೊಯ್ದು, ಆ ಮಾಸ್ತರನ್ನು ಶಾಲೆಯ ಮುಖ್ಯಸ್ಥರು ಸೇವೆಯಿಂದ ಕಿತ್ತುಹಾಕುವಂತೆ ಮಾಡಿದ್ದರ ಸ್ಮರಣೆ ಇನ್ನೂ ಕಣ್ಣಿನಲ್ಲಿರುವಾಗಲೇ, ತಾನು ಚಾಚಿದ ಕಾಲುಗಳ ಬೂಟಿಗೆ ಪಾಲೀಶ್ ಹಾಕುತ್ತಿದ್ದ ಆತ ಅದೇ ಮಾಸ್ತರೇ ಆಗಬೇಕೇ..!? ಅತ್ತ ಇತ್ತ ಯಾರು ಕಂಡಾರೆಂಬ, ಏನೆಂದುಕೊಂಡಾರೆಂಬ ಲಕ್ಷ್ಯವಿಲ್ಲದೆ ದಢಾರನೆ ಆತನ ಕಾಲುಗಳಿಗೆರಗಿ 'ಮೇಸ್ಟ್ರೇ.. ತಪ್ಪಾಯಿತು ನನ್ನದು..! ಆ ನಂತರ ತಮಗೆ ಬೇರಾವ ಶಾಲೆಯಲ್ಲೂ ಕೆಲಸ ಸಿಗಲಿಲ್ಲವೆಂದು ಕೇಳಿದೆ..! ತಾವು ಅವರಿವರಿಂದ ಅನಾದರಕ್ಕೆ ಒಳಗಾಗಿ ತಲೆಕೆಟ್ಟು ತಿರುಗುತ್ತಿದ್ದೀರೆಂದು ತಮ್ಮ ನೆರೆಯವರು ಹೇಳಿದರು..! ಇಲ್ಲಿ.. ಹೀಗೆ.. ಕಾಣುತ್ತೇನೆಂದುಕೊಂಡಿರಲಿಲ್ಲ! ಅಂದು ತಾವು ಕೊಟ್ಟ ಏಟಿನಿಂದ ಇಂದು ಮಗ್ಗಿಯನ್ನು ನಾ ಮರೆತರೂ, ಅದು ನನ್ನ ಸ್ಮರಣೆಯಿಂದ ಹೋಗದಂತಾಗಿದೆ. ಬನ್ನಿ ಮೇಸ್ಟ್ರೇ ನನ್ನ ಮನೆಗೆ' ಎಂದು ಭುಜ ಕೊಟ್ಟು ಎಬ್ಬಿಸಿದಾಗ, ನಿರ್ಭಾವದಿಂದ 'ಯಾರಪ್ಪಾ ನೀನು..?' ಎಂದು ಉಸುರಿದ ಮಾಸಿದ ಬಟ್ಟೆಯ ಮಾಸ್ತರರಿಗೆ ಇನ್ನು ಹೇಗೆ ವಿವರಿಸಬೇಕೆಂಬುದನ್ನು ಅರಿಯದೆ ನಿರುಪಾಯನಾಗಿ ನಿಂತನಾತ!

126. ಹಸಿರು ಜುಬ್ಬ

ಅವಳು ಅವನಿಗಾಗಿ ತಂದ ಹಸಿರು ಜುಬ್ಬ ಅವನ ತಲೆಯಿಂದ ಕೆಳಗಿಳಿಯುತ್ತಲೇ ಇರಲಿಲ್ಲ, ಕೈಗಳು ತೂರಿದರೆ ತೋಳುಗಳಿಗೆ ಬಿಗಿದು ಅಂಟಿಕೊಂಡಂತಿರುತ್ತಿತ್ತು. ಆದ್ದರಿಂದ ಅವನದನ್ನು ಒಮ್ಮೆಯೂ ತೊಟ್ಟುಕೊಂಡು ಮೆರೆಯಲಿಲ್ಲ. ಆದರೆ ಅವನ ಕಪಾಟಿನಲ್ಲಿ ಪ್ರತ್ಯೇಕವೂ, ವಿಶಿಷ್ಟವೂ ಆದ ಜಾಗವನ್ನು ಅದು ಪಡೆದಿತ್ತು. ಕಾಲಾಂತರದಲ್ಲಿ ಅವನ ಹಲ್ಲುಗಳುದುರಿ, ಕೆನ್ನೆಗಳು ಇಳಿಬಿದ್ದು, ತೋಳುಗಳು ಬಿದಿರುಕಡ್ಡಿಗಳಂತಾದ ಮೇಲೆ ಆ ಹಸಿರು ಜುಬ್ಬದ ಹೊರತಾಗಿ ಬೇರಾವ ಮೇಲಂಗಿಯೂ ಅವನಿಗೆ ಹಿಡಿಸುತ್ತಿರಲಿಲ್ಲ. ಅದೇ ಜುಬ್ಬದೊಳಗೇ ತಾನು ಒಂದಲ್ಲ ಒಂದು ದಿನ ಉಸಿರು ಬಿಡುವುದು ಎನ್ನುತ್ತಿದ್ದ..! ಅಂತೆಯೇ ಮಾಡಿದ!

127. ಕೆಂಪು ಹರಳ ಮೂಗುತಿ

ಹಸಿರು ಚುಕ್ಕಿಬಳೆಗಳ ಕೈಯೊಂದು ಚಿಕ್ಕದಾದ ಒಡವೆಯ ಡಬ್ಬಿಯೊಂದನ್ನು ಕೈಗಿಟ್ಟಂತೆ ಅವಳಿಗೆ ಕನಸಾಯಿತು. ಕೊಡುವ ಮುನ್ನ ತನ್ನ ಪುಟ್ಟ ಮಗಳು ಮಾಡುವಂತೆಯೇ 'ಕಣ್ಣು ಮುಚ್ಚು' ಎಂದು ಆದೇಶಿಸಿ, ಕೈಗಿಟ್ಟು 'ಈಗ ಕಣ್ಣು ತೆರೆ' ಎಂದು ಹೊರಟುಹೋದಂತೆ ಆಯಿತು. ಭದ್ರವಾಗಿ ಕೈಯಲ್ಲಿ ಹಿಡಿದ ವಸ್ತುವನ್ನು ನಿಧಾನವಾಗಿ ಕಣ್ಣು ತೆರೆದು ನೋಡಿದಳು.. ನಿಜಕ್ಕೂ ನಿದ್ದೆಯಿಂದೆದ್ದು..! ಒಂದು ಬೆಳ್ಳಿಯ ಬಿರಡೆಯ ಕೆಂಪು ಡಬ್ಬಿಯದು! ಸುತ್ತಮುತ್ತ ಯಾರೂ ಇಲ್ಲ.. ಮಲಗಿದ್ದ ಪತಿ, ಪುಟ್ಟ ಮಗಳನ್ನು ಹೊರತುಪಡಿಸಿ..! ಆದರೆ ಕೈಯಲ್ಲಿ ಡಬ್ಬಿ..! ಕುತೂಹಲದಿಂದ ತೆರೆದು ನೋಡಿದರೆ ಅಲ್ಲಿತ್ತು ಕೆಂಪುಹರಳ ಮೂಗುತಿ! ಕೈಯಲ್ಲಿಡಿದು ಡಬ್ಬಿಯಿಂದ ಹೊರಗೆ ತೆಗೆದರೆ ಕತ್ತಲ ಕೋಣೆಯೆಲ್ಲಾ ಕೆಂಪು ದೀಪದಿಂದ ಹೊಳೆದಂತೆ..! ಪತಿಯನ್ನು ಎಬ್ಬಿಸಿ ಮೂಗುತ್ತಿ ತೋರಿದರೆ 'ಇದೇನು ಹಾಸ್ಯವೇ ನಿನ್ನದು ನಿದ್ದೆಯಲ್ಲಿ?' ಎಂದು ರೇಗಿಕೊಂಡು ಮಲಗಿದ. ಮಾರನೆಯ ದಿನ ದೇವರ ಮುಂದಿಟ್ಟು ಪೂಜಿಸಿ ತೊಟ್ಟುಕೊಂಡಳು! ಹೇಗೆ ಕಾಣುತ್ತೀನಿ ನಾನು ದೇವತೆಯಂತೆಯೇ ಎನ್ನಿಸಿತು ಕನ್ನಡಿಯ ಮುಂದೆ ನಿಂತಾಗ..! ಆದರೆಲ್ಲರೂ 'ಮೂಗುತಿ ಇಡದಿದ್ದರೆ ನಿನ್ನ ನೋಡಲೇ ಆಗುವುದಿಲ್ಲ..; ಇದೇನು ಬೋಳುಬೋಳಾಗಿ..?' ಎನ್ನುವವರೇ..! ತನ್ನ ಸ್ಪರ್ಶಕ್ಕೂ ಸಿಗುವ, ತನ್ನ ಕಣ್ಣಿಗೂ ಕಾಣುವ, ಆ ಕೆಂಪು ಹರಳಿನಿಂದಲೇ ತಾನು ಓಡಿಯಾಡುವ ಎಡೆಯೆಲ್ಲಾ ಕೆಂಪು ದೀಪದ ಬೆಳಕು ಚೆಲ್ಲುವ ಮೂಗುತಿ ಯಾರಿಗೂ ಕಾಣದು ಏಕೆಂಬ ಪ್ರಶ್ನೆ ಅವಳಲ್ಲಿ ನಿರಂತರವಾಗಿ ನಿಂತುಬಿಟ್ಟಿತು..! ಆದರೆ ಯಾರಾದರೂ ಅವಳನ್ನು ಮೂಗುತಿ ಏಕೆ ಇಟ್ಟುಕೊಂಡಿಲ್ಲವೆಂದು ಕೇಳಿದರೆ, ಅವಳು ವಾದಿಸಲೇ ಹೋಗುವುದಿಲ್ಲ! ಸುಮ್ಮನೆ ಮುಗುಳುನಕ್ಕು ಕೆಂಪುಮೂಗುತ್ತಿಯ ತಿರುಪನ್ನು ನುಲಿದುಕೊಳ್ಳುತ್ತಾಳೆ! ತನ್ನಲ್ಲಿ ತಾನು ನಿಶ್ಚತವಾಗಿ ನಂಬಿದ್ದಾಳೆ ಖಂಡಿತವಾಗಿಯೂ ತಾನು ಮೂಗುತಿ ತೊಟ್ಟಿರುವೆನೆಂದು!

128. ಸಸ್ಪೆನ್ಸ್ ಕಥೆಗಳ ದೊರೆ

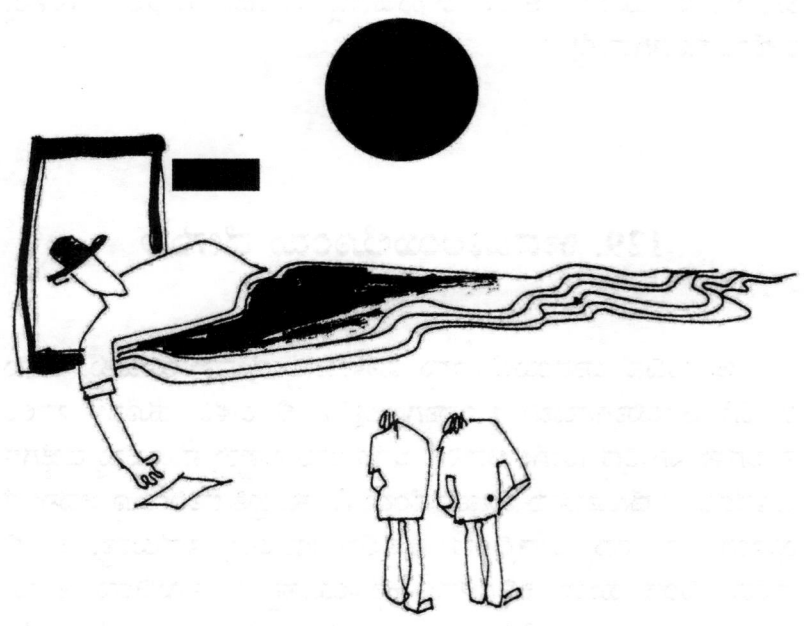

ಅವನೊಬ್ಬ ಸಸ್ಪೆನ್ಸ್ ಕಥೆಗಳ ಬರಹಗಾರ. ರೋಚಕವೂ, ಕುತೂಹಲಕರವೂ ಆದ ಥ್ರಿಲ್ಲರ್ ಕಾದಂಬರಿ ಕಥೆಗಳ ಮೂಲಕ ಅಪಾರವಾದ ಓದುಗರ ಬಳಗವನ್ನೇ ಸಂಪಾದಿಸಿದವ. ಬರೆಯುತ್ತಾ ಬರೆಯುತ್ತಾ ಅವನಿಗೊಂದು ಭ್ರಮೆ ಹಿಡಿಯಿತು..! ತನ್ನನ್ನು ಯಾರೋ ಹಿಂಬಾಲಿಸುತ್ತಿದ್ದಾರೆಂದು..! ತನ್ನನ್ನು ಕೊಲ್ಲಲು ಸಂಚು ರೂಪಿಸುತ್ತಿದ್ದಾರೆಂದು..! ನಡೆಯುವಾಗ ಗಕ್ಕನೆ ತಿರುಗಿ ನೋಡತೊಡಗಿದ.. ಏನೇ ತಿನ್ನಲಿ, ಕುಡಿಯಲಿ ಸದಾ ನನ್ನೊಂದಿಗಿರುತ್ತಿದ್ದ ನಾಯಿಗೆ ಮೊದಲು ತಿನಿಸಿ

ಅಥವಾ ಕುಡಿಸಿ ನಂತರ ಸ್ವೀಕರಿಸತೊಡಗಿದ.. ಕೋಣೆಯ ಬಾಗಿಲು ಹಾಕಿದೊಡದೆ ದಡ್ಡನೆ ಪುನಃ ತೆರೆದು ಅತ್ತಿತ್ತ ಇಣಿಕಿ ನಂತರ ಮುಚ್ಚತೊಡಗಿದ.. ಕಾಲಿಗೆ ಶೂಗಳನ್ನು ಏರಿಸುವ ಮೊದಲು ಟಾರ್ಚಿನಿಂದ ಒಳಗೊಮ್ಮೆ ನೋಡತೊಡಗಿದ.. ನಿದ್ದೆಯಲ್ಲಿ ಆಗಾಗ ಎದ್ದು ಕೂರತೊಡಗಿದ.. ತನ್ನ ದಿಂಬಿನಡಿ ಸದಾ ಲೋಡ್ ಆಗಿರುತ್ತಿದ್ದ ಬಂದೂಕನ್ನು ಇಟ್ಟುಕೊಳ್ಳತೊಡಗಿದ..! ಒಂದು ದಿನ ಅವನ ಶವ ಅವನ ಮನೆಯ ಹಿತ್ತಲಿನ ನೀರಿನ ತೊಟ್ಟಿಯಲ್ಲಿ ಸಿಕ್ಕಿತು..! ಹೇಗೆ ಸತ್ತನೆಂಬುದು ಇದುವವರೆಗೂ ಯಾರಿಗೂ ತಿಳಿಯದು..! ಅವನ ಶಿಷ್ಯರೆಂದು ಹೇಳಿಕೊಂಡು ಬರೆಯುವ ಮಂದಿ ಅದೇ ವಸ್ತುವನ್ನು ಹಿಡಿದು ಥ್ರಿಲ್ಲರ್ ಗಳನ್ನು ಹೆಣೆಯತೊಡಗಿದ್ದಾರೆ!

129. ಕಾಡದಾರಿಯಲ್ಲೊಂದು ದೇಗುಲ

ಆ ಕಾಡಿನ ದಾರಿಯಲ್ಲೊಂದು ಪಾಳುಬಿದ್ದ ದೇವಾಲಯವಿತ್ತು. ತಾನು ಬೇಟೆಗೆ ಆ ಮಾರ್ಗವಾಗಿ ಬಂದಾಗಲೆಲ್ಲಾ ನೀಲಿ ಹಳದಿ ಹೂಗಳ ಸಾಲು ಮರಗಳು ಸಿಗುತ್ತಿದ್ದ ಹಾಗೇ ಅವನಿಗೆ ಇನ್ನೊಂದು ಇಪ್ಪತ್ತು ಮೂವತ್ತು ಹೆಜ್ಜೆಗಳ ದೂರದಲ್ಲಿ ಆ ದೇವಾಲಯ ಕಾಣುವುದೆಂದು ಗೊತ್ತು. ಪ್ರತಿ ಬಾರಿಯೂ ಅವನಲ್ಲಿಗೆ ಹೋಗಿದ್ದಾನೆ. ತನ್ನ ಖಡ್ಗದಿಂದ ಸುತ್ತಲಿನ ಜಾಡನ್ನು ಸವರುತ್ತಾ, ಅಲ್ಲಲ್ಲಿ ಬೆಳೆದು ನಿಂತ ಹುಲ್ಲು ಕಡ್ಡಿಗಳನ್ನು ಕಿತ್ತೆಸೆಯುತ್ತಾ ಗರ್ಭಗುಡಿಯ ತುಂಬ ತುಂಬಿಕೊಂಡ ಒಣ ಎಲೆಗಳನ್ನು ದೂಡಿ ತಳ್ಳಿದ ಮೇಲೆ ಕಾಣುವ ಲಿಂಗದ ಮುಂದೆ ಕಣ್ಮುಚ್ಚಿ ಕೆಲಕಾಲ ಧ್ಯಾನಿಸಿ ಹೋಗಿದ್ದಾನೆ. ಆದರೆ ಈ ಬಾರಿ ಅವನಿಗೆ ನೀಲಿ ಹಳದಿ ಹೂಗಳ ಸಾಲು ಮರಗಳು ಕಳೆದು ಮೂವತ್ತಲ್ಲ, ಐವತ್ತು ಹೆಜ್ಜೆಗಳ ದೂರ ಕ್ರಯಿಸಿದರೂ ಯಾವ ದೇವಾಲಯವೂ ಕಣ್ಣಿಗೆ ಬೀಳಲಿಲ್ಲ! ದೇವಾಲಯ ಹುಡುಕುವುದೇ ಬೇಟೆಯಾಯಿತು..! ಕುಸಿದ ನೆಲವನ್ನು ಬಗೆಯುತ್ತಾ ಮೂರು ತಿಂಗಳು ಕಳೆದ ಮೇಲೆ, ಕಂಡ ಲಿಂಗಕ್ಕೆ ತಾನೇ ಬೇಟೆಯಾದ..! ತನ್ನನ್ನೇ ಅರ್ಪಿಸಿಕೊಂಡುಬಿಟ್ಟ!

130. ಮತ್ತೆ ಒಂದರಿಂದ!

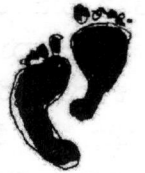

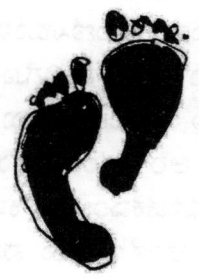

ಅವನು ತಾನಿಡುವ ಪ್ರತಿ ಹೆಜ್ಜೆಗಳ ಎಣಿಸುತ್ತಾ ನಡೆಯುತ್ತಿದ್ದ. ನಡುವೆ ಲೆಕ್ಕ ತಪ್ಪಿತು. ಆದರೆ ಪುನಃ ಮೊದಲಿನಿಂದ ನಡೆಯಲು ಆಗದಷ್ಟು ದೂರಕ್ಕೆ ನಡೆದುಬಿಟ್ಟಿದ್ದನಾದ್ದರಿಂದ, ಈಗ ತಾನು ನಿಂತಿರುವ ಎಡೆಯಿಂದ ಹೊಸತಾಗಿ ಎಣಿಕೆಗಳ ಆರಂಭಿಸಬೇಕಲ್ಲದೆ ಬೇರೆ ಪರಿಹಾರವಿಲ್ಲವೆಂಬ ಅರಿವಾಯಿತವನಿಗೆ. ಮತ್ತೆ ಒಂದರಿಂದ ಎಣಿಸಹತ್ತಿದ..! ಈ ಬಾರಿ ಹೆಜ್ಜೆಯೊಂದಿಗೆ ಎಣಿಕೆ ತಪ್ಪದಂತೆ ಎಚ್ಚರವಹಿಸುತ್ತಾ..!

131. ಅನ್ಯೋನ್ಯ ದಾಂಪತ್ಯದ ಸಂಕೇತ!

ಮದುವೆ ರಿಸೆಪ್ಷನ್ ನಲ್ಲಿ ಜನಗಣಮನದ ಅಟೆಂಷನ್ ಭಂಗಿಯಲ್ಲಿ ಬಂಧುಗಳೊಂದಿಗೆ ಪೋಟೋ ಕ್ಲಿಕ್ಕಿಸಿಕೊಳ್ಳುವಾಗ ನೋಡಿದ್ದದ್ದು ಆ ಗಂಡಹೆಂಡಿರನ್ನು! ಹೆಂಡತಿ ಆತನ ಭುಜಕ್ಕಿಂತಲೂ ಕೆಳಗೆಂದರೆ ಆತನ ಶರ್ಟಿನ ಜೇಬಿನ ಎತ್ತರಕ್ಕೆ ಇದ್ದಳು..! ಆತನೊಂದು ಲೈಟು ಕಂಬದಂತಿದ್ದ..! ಇದೀಗ ಸುಮಾರು ಹತ್ತುವರ್ಷಗಳು ಕಳೆದು ತಮ್ಮ ಹೊಸಮನೆಯ ಗೃಹಪ್ರವೇಶಕ್ಕೆ ಆಮಂತ್ರಿಸಲು ಇಬ್ಬರೂ ಬಂದಿದ್ದರು. ಪತ್ರಿಕೆ ಕೈಗಿಟ್ಟು, ಬರಲೇಬೇಕೆಂದು ಮತ್ತೊಮ್ಮೆ ಹೇಳಿ, ಹೊರಡಲು ಎದ್ದು ನಿಂತಾಗ ಗಮನಿಸಿದೆ.. ಆತನ ಬೆನ್ನು ಬಾಗಿದೆ, ಕುತ್ತಿಗೆ ಇನ್ನೂ ಉದ್ದವಾಗಿದೆಯಾದರೂ ಹುತ್ತದಿಂದ ಇಳಿದ ಹಾವಿನಂತೆ ಸದಾ ಇಳಿಮುಖವಾಗಿ ಬಾಗಿ ಮುಖ ಮಾತ್ರ ಭುಜಗಳ ಎತ್ತರಕ್ಕೆ ಕಾಣಿಸಿಕೊಳ್ಳುವಂತೆ ಚಾಚಿಕೊಂಡು ಕಣ್ಣುಗಳು ಮಿನುಗುತ್ತಿವೆ..! ಆಕೆಯ ಬೆನ್ನು ಹುರಿಗೊಂಡಂತೆ ಸೆಟೆದು ನಿಂತಿದೆ, ಕುತ್ತಿಗೆಯೂ ಉದ್ದವಾಗಿದೆಯಾದರೂ ಆತನಂತೆ ಇಳಿಮುಖವಾಗಿ ಬಾಗಿರದೆ ನೀಳವಾಗಿ ಮೇಲೆದ್ದು ಹೂವು ಅರಳಿದಂತೆ ಮುಖವು ಮೇಲ್ಮುಖವಾಗಿದ್ದು, ಹುಬ್ಬುಗಳು ಸದಾ ಆಶ್ಚರ್ಯ ಸೂಚಕವೆಂಬಂತೆ ಕಮಾನಿನ ಹಾಗಿದ್ದು ಕಣ್ಣುಗಳು ಫಳಫಳನೆ ಹೊಳೆಯುತ್ತಿವೆ..! ಅಂತೂ ಹತ್ತು ವರ್ಷಗಳ ಅನ್ಯೋನ್ಯ ದಾಂಪತ್ಯದ ಸಂಕೇತವೆಂದು ನಾನು ಒಳಗೊಳಗೇ ನಕ್ಕೆ!

132. ಮೊದಲ ಬಾಗಿನ

ರಮಣನು ವಿನಾಕಾರಣ ಲಕುಮಿಯೊಂದಿಗೆ ಜಗಳ ಕಾಯ್ದುಕೊಂಡು ದೇಶಾಂತರ ಹೋದವನು ವರುಷಗಳು ಕಳೆದರೂ ಬರಲಿಲ್ಲ. ಯಾರೋ ಹೇಳಿದರು ಆತ ಶಬರಿಮಲೆಯಲ್ಲಿ ಮಾಲೆ ಹಾಕಿಕೊಂಡು ಹಣ್ಣುಕಾಯಿ ಮಾರುತ್ತ ಅಲ್ಲೇ ಇದ್ದುಬಿಟ್ಟಿದ್ದಾನೆಂದು! ಮತ್ತಾರೋ ಎಂದರು ಆತ ಮಠವೊಂದರ ಸ್ವಾಮಿಗಳ ಗುಂಪಿನೊಂದಿಗೆ ಹಿಮಾಲಯದಕ್ಕೆ ಹೋದನೆಂದು..! ಅವನಿಗೆ ಚಿಕ್ಕಂದಿನಿಂದಲೂ ದೇವರುದಿಂಡಿರೆಂದರೆ ಬಹಳ ಶ್ರದ್ಧೆ ಇದ್ದು, ದಿನನಿತ್ಯ ಸಾಯಂಕಾಲದ ವೇಳೆ ಚಿಕ್ಕದೊಂದು ಹನುಮಂತನದೋ, ರಾಯರದೋ ಮೂರ್ತಿ ಇಟ್ಟುಕೊಂಡು ಅಭಿಷೇಕವನ್ನೂ, ಪೂಜೆಯನ್ನೂ, ಕೂಟ ಸೇರಿಸಿಕೊಂಡು ಭಜನೆಯನ್ನೂ ಮಾಡುತ್ತಿದ್ದನೆಂದೂ, ಆಗಾಗ ಅವನ ಮೈಮೇಲೆ ರಾಘವೇಂದ್ರ ಸ್ವಾಮಿಗಳು ಬರುತ್ತಿದ್ದರೆಂಬುದನ್ನೂ ಸೇರಿಕೊಂಡು ಈ ವಾರ್ತೆಗಳು ನಿಜವಿದ್ದರೂ ಇರಬಹುದೆಂದುಕೊಂಡರು ಮನೆಮಂದಿಯೆಲ್ಲಾ. ರಮಣನ ಮುದಿತಾಯಿಯೊಬ್ಬಳು ತೀರಿಹೋದ ಮೇಲೆ ಲಕುಮಿಯ ವಿನಃ ಯಾರಿಗೂ ಅವನನ್ನು ಹುಡುಕಿಸುವ ಆಸ್ತೆಯೇ ಇರಲಿಲ್ಲ. ಅವನಿಗಿಬ್ಬರು ಅಣ್ಣಂದಿರು, ಇಬ್ಬರು ತಮ್ಮಂದಿರಿದ್ದರೂ ಹುಡುಕಿ ತಂದರೆ ಆಸ್ತಿಯಲ್ಲಿ ಎಲ್ಲಿ ಪಾಲು ಕೊಡಬೇಕಾಗಿ ಬರುವುದೋ ಎಂಬ ಕಾರಣಕ್ಕೆ ಹುಡುಕುವ ಬೂಟಾಟಿಕೆಯ ನಾಟಕವಾಡಿ ತೆಪ್ಪಗಾಗಿ ಬಿಟ್ಟಿದ್ದರು! ಪಾಪ ಲಕುಮಿ ಗಂಡನು ಕ್ಷೇಮವಾಗಿ ಮನೆಗೆ ಬರಬೇಕೆಂದು ಪ್ರಾರ್ಥಿಸಿಕೊಂಡು ಪ್ರತಿ ಮಂಗಳವಾರಗಳಂದು ಬಿಡದೆ ಗೌರಿವ್ರತವನ್ನು ಆಚರಿಸುತ್ತಿದ್ದುದಲ್ಲದೆ, ಗಂಡನ ಊರಿನಲ್ಲೂ, ತನ್ನ ತವರೂರಿನಲ್ಲೂ ಯಾರನ್ನು ಕಂಡರೂ ಕಾಲಿಗೆ ಬಿದ್ದು ಬೇಡುತ್ತಿದ್ದಳು ಪತಿಯನ್ನು ಹುಡುಕಿಸಬೇಕೆಂದು! ಅವಳ ಕಣ್ಣೀರು ನೋಡಲಾಗದ ಜನರಲ್ಲಿ ಯಾರೋ ಒಬ್ಬರು ಹಿರಿಯರು ಕಾಶಿಗೆ ಹೋಗಿದ್ದಾಗ ಆತನನ್ನು ಕಂಡರೆಂದೂ, ಬರಲು ಒಪ್ಪಲಿಲ್ಲವೆಂದೂ ಹೇಳಿದರು. ಒತ್ತಾಯಿಸಿ ಕಳುಹಿಸಿದ ಭಾವಂದಿರು ಆತ ಉಳಿದುಕೊಂಡಿದ್ದ ಮಠದವರು ಆತನಿಗೆ ವಿಷಮಶೀತ ಜ್ವರ ಹತ್ತಿಕೊಂಡು ಎರಡು ತಿಂಗಳ ಹಿಂದೆಯೇ ತೀರಿಕೊಂಡನೆಂದು ಹೇಳಿದರೆಂದು ಹೇಳಿ ಕೈತೊಳೆದುಕೊಂಡರು. ಇಷ್ಟಾದರೂ ಲಕುಮಿಗೆ ಅವರ ಮಾತಿನ ಮೇಲೆ

ನಂಬಿಕೆ ಹುಟ್ಟದೆ, ಇಡೀ ಮನೆಯವರ ಇಷ್ಟಕ್ಕೆ ವಿರುದ್ಧವಾಗಿ, ಎಂದಿನಂತೆ ತನ್ನ ಮಂಗಳವಾರದ ಗೌರಿ ವ್ರತವನ್ನು ಬಿಡದೆ ಮುಂದುವರಿಸಿದಳು. ಆದರೆ ಈ ಬಾರಿ ಆಕೆಯ ಗಂಡ ತೀರಿಕೊಂಡಿದ್ದಾನೆಂಬ ಸುದ್ದಿ ತಿಳಿದ ಹೆಂಗಳೆಯರಾರೂ ಆಕೆಯಿಂದ ಬಾಗಿನ ತೆಗೆದುಕೊಳ್ಳಲು ಬರಲಿಲ್ಲ. ಬಾಗಿನ ಕೊಡದೆ ತಾನು ಉಣ್ಣುವಂತಿಲ್ಲವೆಂದು ಆಕೆ ಹಠ ಹಿಡಿದು ಕೂತಳು. ಆಕೆಯ ಹಠಕ್ಕೆ ಯಾರೂ ಸೊಪ್ಪು ಹಾಕಕೂಡದೆಂದೂ, ಆಕೆಯಿಂದ ಬಾಗಿನ ಪಡೆದವರು ತಾವುಗಳೂ ಆಕೆಯಂತೆ ವಿಧವೆಯರಾಗಬೇಕಾದೀತೆಂದು ಓರಗಿತ್ತಿಯರು ಸಾರಿಕೊಂಡು ಬಂದರು. ಆ ಮಂಗಳವಾರ ಕಳೆದು ಇನ್ನೊಂದು ಮಂಗಳವಾರ ಬಂದಿತು. ಕೇವಲ ನೀರೊಂದನ್ನು ಕುಡಿದುಕೊಂಡು ಹಾಸಿಗೆಯಲ್ಲಿಯೇ ಹೊರಳಾಡುತ್ತಿದ್ದ ಲಕುಮಿ ಈ ಮಂಗಳವಾರವೇ ತನ್ನ ಕೊನೆಯ ದಿನವೆಂದು ನಿಶ್ಚಯಿಸಿಕೊಂಡು ತೆವಳಿಕೊಂಡೇ ತಲೆಗೆ ನೀರು ಹಾಕಿಕೊಂಡು ಎಂದಿನಂತೆ ಗೌರಿವ್ರತವನ್ನು ಮಾಡಿಯೇ ತೀರಿದಳು. ಬಾಗಿನ ಹಿಡಿದು ತುಳಸಿಯ ಕಟ್ಟೆಯ ಮುಂದೆ ಕೂತು 'ಯಾರಾದರೂ ಬನ್ನಿರೇ ತಾಯಂದಿರಾ ಬಾಗಿನ ಕೊಳ್ಳಿ.. ತುಳಸಮ್ಮ ನೀನೇ ತೊಗೋ.. ನನ್ನ ಗಂಡ ಬಂದೇ ಬರುತ್ತಾನೆಂದು ಹರಸು' ಎಂದು ತುಳಸಿಯ ಮುಂದೆ ನಡುಗುವ ಕೈಗಳಿಂದ ಬಾಗಿನ ಇಟ್ಟು ಅಲ್ಲಿಯೇ ಪ್ರಾಣ ಬಿಡಲು ನಿಶ್ಚಯಿಸಿದವಳಂತೆ ಧ್ಯಾನಿಸುತ್ತಾ ನಿಧಾನವಾಗಿ ತುಳಸಿಯ ಸುತ್ತ ಸುತ್ತಹಾಕತೊಡಗಿದಳು. ಬಾಗಿನ ಪಡೆಯಲು ಅಲ್ಲದಿದ್ದರೂ ಸೋಜಿಗ ನೋಡಲೆಂದು ಆ ಮನೆಯ ಬೇಲಿಯ ಸುತ್ತಲೂ ಜನ ಸೇರಿಬಿಟ್ಟಿದ್ದರು. ಮೂರನೆಯ ಸುತ್ತಿಗೆ ಆಕೆ ತುಳಸಿ ಕಟ್ಟೆಯ ಮುಂದೆ ಕುಸಿಯುವುದಕ್ಕೂ 'ಲಕುಮೀ..' ಎಂದು ಚೀರುತ್ತಾ ಮಾಸಿದ ಬಟ್ಟೆಯ, ಸೊಣಕಲು ದೇಹದ, ಮುಂದಿನ ಎರಡು ಹಲ್ಲುಗಳುದುರಿದ, ಬೊಕ್ಕತಲೆಯ ರಮಣನು ಒಳನುಗ್ಗುವುದಕ್ಕೂ ಸಮವಾಯಿತು. ಸಿನೆಮೀಯವಾದ ಈ ದೃಶ್ಯವನ್ನು ಕಂಡ ಮಂದಿಯೆಲ್ಲಾ ಲಕುಮಿಯ ದೈವಭಕ್ತಿಯನ್ನೂ, ಪತಿಭಕ್ತಿಯನ್ನೂ ಮನಸಾರೆ ಮೆಚ್ಚಿ ಉಘೇ ಉಘೇ ಎಂದರು! ನಂತರದಲ್ಲಿ ಆ ಸುತ್ತಲಿನ ಹತ್ತು ಹಳ್ಳಿಗಳಲ್ಲಿ ಯಾರಿಗೆ ಲಗ್ನವಾದರೂ, ಹೆಣ್ಣುಮಕ್ಕಳು ಮೈನೆರೆದರೂ ಮೊದಲು ಲಕುಮಿಯೇ ಆ ಹೆಣ್ಣುಮಕ್ಕಳಿಗೆ ಬಾಗಿನ ಕೊಡಬೇಕೆಂದು ಅಲಿಖಿತ ಶಾಸನವಾಯಿತು! ಈಗ ಲಕುಮಿ ಮುತ್ತೈದೆಯಾಗಿ ತೀರಿಕೊಂಡು ಅನೇಕ ವರ್ಷಗಳಾಗಿವೆ..! ಗೌರಿವ್ರತ ಮಾಡುವವರೆಲ್ಲಾ ಗೌರಿಯೊಂದಿಗೆ ಸಾಂಕೇತಿಕವಾಗಿ ಪಕ್ಕದಲ್ಲಿ ಚಿಕ್ಕದೊಂದು ಅಕ್ಕಿಹಿಟ್ಟಿನ ಮುದ್ದೆಯೊಂದನ್ನು ಮಾಡಿಟ್ಟು, ಅದಕ್ಕೆ ಅರಿಶಿನಕುಂಕುಮಗಳನ್ನು ಹಚ್ಚಿ, ಅದನ್ನು ಲಕುಮಿಯೆಂದು ಕರೆದು ಮೊದಲು ಅವಳಿಗೆ ಬಾಗಿನ ಕೊಡುವುದು ಪದ್ಧತಿಯಾಗಿದೆ!

133. ಮತ್ತೆ ಮರಳಲಿಲ್ಲ!

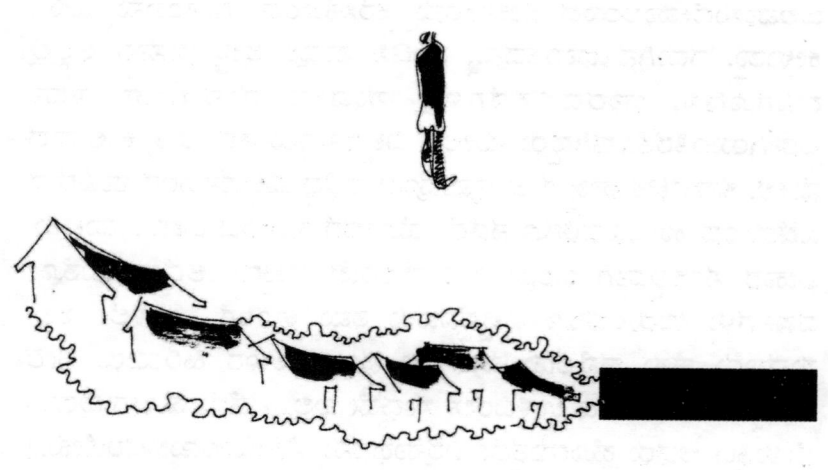

'ಕಾಶಿಗೆ ಹೋಗಿ, ಸನ್ಯಾಸಿಯಾಗಿಬಿಡುತ್ತೇನೆ ನೋಡಿ' ಎಂಬುದು ಆತ ತನ್ನ ಮನೆಮಂದಿಯನ್ನು ಭಯಭಕ್ತಿಯಲ್ಲಿಡಲು ಸದಾ ಬಳಸುತ್ತಿದ್ದ ಮಾತಾಗಿತ್ತು. ಈ ಮಾತನ್ನು ಕೇಳೀ ಕೇಳಿ ರೋಸಿದ ಅವನ ಹೆಂಡತಿ 'ಸುಮ್ಮನೆ ಇದೊಂದು ಮಾತು ಮನೆಮಂದಿಯನ್ನು ಭಯದಲ್ಲಿಡೋಕೆ..! ಹೋಗುವವರು ಹೀಗೆಲ್ಲಾ ಹೇಳಿ ಹೋಗುತ್ತಾರೆಯೇ..?' ಎಂದೊಂದು ದಿನ ವ್ಯಂಗ್ಯವಾಡಿಬಿಟ್ಟಳು. ಆ ದಿನ 'ಇದೋ ನೋಡು ಹೊರಟೆ' ಎಂದು ಜಗುಲಿಯ ಮೇಲೆ ಕೂತಿದ್ದಾತ, ತನ್ನ ಹೆಗಲ ಚೌಕವನ್ನು ಕೊಡವಿ ಹಾಕಿಕೊಂಡು, ಚಪ್ಪಲಿ ಮೆಟ್ಟು ಹೊರಟವನು ಮತ್ತೆಂದೂ ಮರಳಲೇ ಇಲ್ಲ!

134. ಮೇಲ್ಮನೆ ವಿಟ್ಟಪ್ಪ

ಆಗಾಗ ತಮ್ಮ ನಾಡಹೆಂಚಿನ ತೊಟ್ಟಿಮನೆಯ ಹೊರಜಗುಲಿಯ ಮೇಲೆ ಜಲವಾಸುದೇವಾಲಯದ ಅರ್ಚಕರನ್ನು ಕರೆಸಿಕೊಂಡು ಗೀತೆಯನ್ನು ಓದಿಸಿ ಕೇಳುತ್ತಾ, ಗದುಗಿನ ಭಾರತವನ್ನು ಹಾಡಿಸಿ ತಾವೂ ಶಕ್ತ್ಯಾನುಸಾರ ಅಲ್ಲಲ್ಲಿ ದನಿಗೂಡಿಸಿ, ಬಾರದ ಕಡೆಗಳಲ್ಲಿ ಸುಮ್ಮನೆ ಗುನುಗುತ್ತಾ ಸದಾ ವಿರಾಗಿಯಂತಿರತೊಡಗಿದ್ದರು ಮೇಲ್ಮನೆ ವಿಟ್ಟಪ್ಪನವರು ತಮ್ಮ ಪತ್ನಿ ಕಾಲವಾದ ಮೇಲೆ. ಕರ್ನಾಟಕ ರಾಜ್ಯದ ಕುಗ್ರಾಮವೊಂದರಲ್ಲಿದ್ದ ವಿಟ್ಟಪ್ಪನವರಿಗೆ ತಾವಿರುವ ಎಡೆಯಿಂದ ಕಾಶಿಯವರೆಗೂ ನಡೆದೇ ಹೋದರೆ ಹೇಗೆಂಬ ವಿಚಾರ ಹುಟ್ಟಿತು. ವಿಚಾರ ಸಂಕಲ್ಪವಾಗಿ ಒಂದು ದಿನ ಹೊರಟೇ ಬಿಟ್ಟರು. ಅದೇನಾಯಿತೋ ವರ್ಷಗಳು ಉರುಳಿದರೂ ವಿಟ್ಟಪ್ಪನವರು ತಮ್ಮ ಊರಿಗೆ ಮರಳಲೇ ಇಲ್ಲ. ಸುಮಾರು ಹತ್ತು ಹನ್ನೆರಡು ವರ್ಷಗಳ ನಂತರ ಊರ ಹಿರಿಯರು ಸೇರಿ 'ಇನ್ನಾತ ಜೀವಂತದಿಂದ ಉಳಿದಿರಲು ಸಾಧ್ಯವೇ ಇಲ್ಲ.. ನಡೆದೇ ಹೋಗುವುದಾಗಿ ಹೇಳುತ್ತಿದ್ದ ಅವರು ಹೋಗುತ್ತಲೇ ವಿಶ್ವನಾಥನನ್ನು ಸೇರಿಕೊಂಡುಬಿಟ್ಟಿರಬೇಕು..! ಇಲ್ಲವಾದರೆ ಇಷ್ಟು ವರ್ಷಗಳಾದರೂ ಹಿಂದಿರುಗಿ ಬರದೆ ಇರುತ್ತಿದ್ದರೇ..? ಏನಾಗಲೀ ಹೋದ ಜೀವಕ್ಕೆ ಶಾಂತಿ ಅಂತ ಒಂದು ಆಗಲೇ ಬೇಕು..! ಇಲ್ಲವಾದರೆ ಅವರಿಗೂ ಮುಕ್ತಿಯಿಲ್ಲ; ಸಂಸ್ಕಾರವನ್ನು ಕೈಬಿಟ್ಟ ನಿನಗೂ ಮುಕ್ತಿಯಿಲ್ಲ!' ಎಂದು ಮಗ ಮೇಲ್ಮನೆ ಗೋಪಾಲನಿಗೆ ಹೇಳಿ ಒಪ್ಪಿಸಿ, ವಿಟ್ಟಪ್ಪನವರ ಹೆಸರು ಹೇಳಿ ತಿಥಿ ಕಾರ್ಯವನ್ನು ನಡೆಸಿಯೇ ಬಿಟ್ಟರು! ಇದಾಗಿ ಎರಡುಮೂರು ವರ್ಷಗಳ ನಂತರ ಊರೂರು ಅಲೆದುಕೊಂಡು ಮೇಲ್ಮನೆ ವಿಟ್ಟಪ್ಪ ತಮ್ಮೂರಿಗೆ ಹಿಂದಿರುಗಿದರು. ಆದರೆ ಸೀದಾ ಮನೆಯ ಒಳನುಗ್ಗಲು ಹೋದ ಅವರನ್ನು ಶಾಸ್ತ್ರವೆಂಬುದು ತನ್ನ ಕಾಲನ್ನು ಅಡ್ಡಕಟ್ಟಿ ನಿಲ್ಲಿಸಿಬಿಟ್ಟಿತು! ಹಿರಿಯರೆಲ್ಲ ಸೇರಿ, ಒಂದು ಬಾರಿ ಶಾಸ್ತ್ರೋಕ್ತವಾಗಿ ತರ್ಪಣ ಬಿಟ್ಟ ಮೇಲೆ ಪುನಃ ಅವರಿಗೆ ಒಳಗೆ ಪ್ರವೇಶವಿಲ್ಲವೆಂದೂ, ಅವರು ಪ್ರೇತಕ್ಕೆ ಸಮಾನವೆಂದೂ ತಿಳುವಳಿಕೆ ಹೇಳಿ ಒಂದೆರಡು ಪಾತ್ರೆಪಡಗಗಳನ್ನು

ಕೊಟ್ಟು ಮನೆಯ ಮುಂದಿನ ಸೀಬೇಗಿಡದೆಡೆ ಒಂದು ಸೋಗೆಗರಿಯ ಚಪ್ಪರ ಹಾಕಿಸಿಕೊಟ್ಟರು! ಇದ್ದಂತೆಯೇ ಸತ್ತಿದ್ದ ಆ ಹಿರಿಯಜೀವ ಅದೆಷ್ಟು ಸಂಕಟಪಟ್ಟುಕೊಂಡು ಆ ಚಪ್ಪರದಡಿ ಉರುಳಿಕೊಳ್ಳುತ್ತಿದ್ದರೋ...!? ಹೇಗೋ ಬರೋಬ್ಬರಿ ಒಂದು ವರ್ಷ ಸವೆಸಲು ಅವರಿಂದ ಸಾಧ್ಯವಾಯಿತೆಂಬುದೇ ಅಚ್ಚರಿ..! ಇನ್ನಾವ ರೀತಿಯ ಶಾಸ್ತ್ರ ಮಾಡಿದರೋ ಆ ವೃದ್ಧರು ನಿಜಕ್ಕೂ ಕೊನೆಯುಸಿರೆಳೆದ ಮೇಲೆ ಎಂಬುದು ಅಮುಖ್ಯ..! ಅಸಂಗತ..!

135. ಅರಿತೆವೇನು ನಾವು ನಮ್ಮ..?

ತೊರೆಯುವ ಘಟ್ಟ ತಲುಪಿ ನಿಂತ ಹೊತ್ತಿನಲ್ಲಿ ಗಂಡ ಹೆಂಡಿರಿಬ್ಬರೂ ತಮ್ಮ ಅದುವರೆಗಿನ ಸಂಗಾತಿಗೆ ತಮ್ಮ ಕೊನೆಯ ಮಾತುಗಳನ್ನು ಬರೆಯಬೇಕೆಂದು ಕುಳಿತರು. ಹೊಟ್ಟೆಯ ಕಾವೆಲ್ಲವನ್ನೂ ಕಕ್ಕಿಬಿಡುವಂತೆ ಭರ್ತಿಯಾಗಿ ಎರಡುಮೂರು ಪುಟಗಳ ದೋಷಾರೋಪಣೆಯನ್ನು ದಾಖಲಿಸಿದ್ದಾದ ಮೇಲೆ ಇಬ್ಬರಿಗೂ ಅನ್ನಿಸಿತು.. ನಾಲ್ಕಾರು ಮಾತುಗಳಲ್ಲಿ ಆತ ಅಥವಾ ಆಕೆಯ ಒಳ್ಳೆಯ ವಿಚಾರಗಳನ್ನು ಸ್ಮರಿಸಿ, ಅದಕ್ಕಾಗಿ ಕೃತಜ್ಞತೆ ಅರ್ಪಿಸಿ ಪತ್ರ ಮುಗಿಸುವುದು ಧರ್ಮ ಅಥವಾ ಶಿಷ್ಟಾಚಾರವೆಂದು! ಬರೆಯತೊಡಗಿದ ಮೇಲೆ.. ಎರಡಲ್ಲ, ಮೂರಲ್ಲ, ಐದಲ್ಲ.. ಮೈಮರೆತು ಪ್ರತಿಪುಟಕ್ಕೂ ಕಣ್ಣಹನಿಗಳ ಕಾಣಿಕೆ ನೀಡುತ್ತಾ ಎಷ್ಟು ಬರೆವುದು..? ಎಷ್ಟು ಬಿಡುವುದು..? ಎಂದುಕೊಳ್ಳುವಾಗ.. ಪ್ರೇಮಕಾವ್ಯವೇ ಆಗಿ ರೂಪು ತಳೆಯುತ್ತಿದ್ದ ಪತ್ರದ ಮೊದಲಿನ ಉದ್ದೇಶವೇನೆಂದು ಇಬ್ಬರಿಗೂ ಮರೆತೇ ಹೋಗಿತ್ತು! ಮೊದಲೆರಡು ಪುಟಗಳ ಹರಿದು ಪ್ರೇಮಕಾವ್ಯವನ್ನಷ್ಟೇ ಒಪ್ಪಿಸಿ, ಉಸಿರಿಗೆಡೆಯಿಲ್ಲದೆ ಬಿಗಿದಪ್ಪಿ ಕಣ್ಣೀರ ಓಕುಳಿಯಾಡಿ, ಉಪ್ಪುಮುತ್ತುಗಳ ಕೊಟ್ಟುಕೊಳ್ಳುವಾಗ...!? ಅರಿತೆವೇನು ನಾವು ನಮ್ಮ ಅಂತರಾಳವ..? ಎಂಬಂತೆ ಒಬ್ಬರನ್ನೊಬ್ಬರು ನೋಡಿಕೊಳ್ಳುವಾಗ..! ಅರಿಯಲೇನಿಹುದು..? ಇಬ್ಬರ ಪತ್ರದ ಸಾರವೂ ಒಂದೇ ಆಗಿರುವಾಗ..? ಒಳಗಿನ ಭಾವತೀವ್ರತೆಯನ್ನು ಹೊರಹಾಕಲು ಪದಗಳು ಸಾಲಲಿಲ್ಲವೆಂಬಂತೆ.. ಪದಗಳೂ ಹೇಳದೆ ಉಳಿದ ಎಷ್ಟೋ ಮಾತುಗಳನ್ನು ಕಣ್ಣುಗಳು ಆಡುತ್ತಾ..! ಇಬ್ಬರೂ ಕಣ್ಣುಗಳಿಗೆ ಕಣ್ಣುಗಳ ನೆಟ್ಟುಕೊಂಡು ಅದ ಓದುತ್ತಾ..!! ಕಣ್ಣುಗಳು ತುಂಬಿ ಮಸುಕುಮಸುಕಾಗಿ..!! ಈ ಓದಿಗದು ಅಡ್ಡಿಯಲ್ಲ..!!

136. ಮರುಹುಟ್ಟನ್ನು ಪಡೆಯಲು!

ಮರುಹುಟ್ಟನ್ನು ಪಡೆಯಲು ಸಾಯಲೇಬೇಕೆಂದಿಲ್ಲ...! .....ಎಂದವಳ ಅರಿವಿಗೆ ಬಂದದ್ದು, ವೇಗವಾಗಿ ತಾನು ತಬ್ಬಿಬ್ಬುಗೊಳ್ಳುವಂತೆ ಸವರಿಕೊಂಡು ಹೋದ ಬಸ್ಸು ತನ್ನ ಮೇಲೆ ಹರಿದುಹೋಗಿದ್ದಿದ್ದರೆ ಇಂದಿಗೆ ತಾನು ಸತ್ತು ಒಂದು ದಿನ ಕಳೆದಿರುತ್ತಿತ್ತು ಎಂಬ ವಿಚಾರ ಹುಟ್ಟಿದಾಗಿನಿಂದ! ಮುಂಭಾಗಿಲಲ್ಲಿ ಚಾಚಿ ಹರಡಿಕೊಂಡು ನಳನಳಿಸುತ್ತಿದ್ದ ತುಳಸಿಯು ಬಾಡಿ, ಎಲೆಗಳು ಒಣಹಾಕಿದ ಬಟ್ಟೆಗಳಂತೆ ಜೋತುಬಿದ್ದು, ಮುರುಟಿಕೊಂಡು, ಒಣಗಿ ಒಂದೊಂದೇ ಕಡ್ಡಿಗಳನ್ನು ಕಿತ್ತು, ಕಡೆಗೆ ಕಳಾಹೀನವಾಗಿ ಕಾಣಬಾರದೆಂಬ ಕಾರಣಕ್ಕೆ ಬುಡದವರೆಗೆ ಮುರಿದು ಹಾಕಿದ ಗಿಡದ ಬೀಜಗಳು ಉದುರಿ ಅಲ್ಲಿಯೇ ಹತ್ತಾರು ದಿನಗಳ ನಂತರ ಸಣ್ಣಸಣ್ಣ ಹಸಿರು ಕಣಗಳಂತೆ ಕಾಣುತ್ತಾ ಮುಗ್ಧ ನೋಟದೊಂದಿಗೆ ಮೇಲೇಳುವ ಸಸಿಗೆ ಅದೆಂಥಹಾ ಚೈತನ್ಯ..!? ಸೊರಗಿದ ಕೆನ್ನೆಗಳಲ್ಲಿ ಗುಳಿಬೀಳುವ ಹಾಗೆ ಮಾಡುವ ಅದಮ್ಯ ಶಕ್ತಿ..!! ಹಾಂ.. ಆತುಕೊಂಡು ಸೂರಿನ ಕಡೆಗೆ ನೋಡಿದಾಗಲೆಲ್ಲಾ ಕಾಣುವ ಆ ಜಾಡು ತೆಗೆಯಲು ಯಾಕಿಷ್ಟು ಆಲಸ್ಯ..? ಹಾಗೇ ಅದೊಂದು ನಂದಿಹೋದ ಬಲ್ಬು ಬದಲಿಸಿ, ಕಿಟಕಿಯ ಪರದೆಯೊಂದನ್ನು ಸರಿಸಿಬಿಟ್ಟರೆ ಕಣ್ಣಿನ ಗುಡ್ಡೆಗಳಿಗಂಟಿಕೊಂಡ ಮಬ್ಬು ಕಳೆದು ಬೆಳಕು ಹರಿದಂತೆ..!!

137. ಪಾರಿವಾಳಗಳೊಂದಿಗೆ ಪೈಪೋಟಿ

ಆ ದೇವಾಲಯದ ಮುಂದಿನ ಆವರಣದಲ್ಲಿ ಹಾರಾಡಿಕೊಂಡಿರುವ ಪಾರಿವಾಳಗಳ ಗುಂಪಿಗೆ, ಬರುವ ಭಕ್ತಾದಿಗಳಲ್ಲಿ ಉದಾರಿಗಳಾದ ಬಹುತೇಕರು ಮಂಡಕ್ಕಿಯನ್ನು ಕೊಂಡು ಅವುಗಳಿಗೆ ಉಲ್ಲಾಸದಿಂದ ಎರಚಿ ಸಂಭ್ರಮಿಸುತ್ತಾರೆ. ಚಪ್ಪಲಿ ಕಾಯುವ, ಭಿಕ್ಷೆಯೆತ್ತುವ ಅಪ್ಪ ಅಮ್ಮಂದಿರ ಮಡಿಲುಗಳನ್ನು ಬಿಟ್ಟುತಿರುಗುವ, ಮೇಲಂಗಿ ಇರದ, ಮಾಸಲು ನಿಕ್ಕರು, ಲಂಗಗಳ ಪುಟ್ಟ ಮಕ್ಕಳು ಸುತ್ತಲೂ ನಿಂತು ಆಗೆಲ್ಲಾ ಕೇಕೆ ಹಾಕುತ್ತಾರೆ. ಆ ಉದಾರಿ ಆಸಾಮಿಗಳು ಹೋದ ಮೇಲೆ, ಅವರೆರಚಿದ ಮಂಡಕ್ಕಿಯನ್ನು ಪಾರಿವಾಳಗಳೊಂದಿಗೆ ಪೈಪೋಟಿಗೆ ಬಿದ್ದಂತೆ ಕೇಕೆ ಹಾಕಿದ ಪುಟ್ಟಮಕ್ಕಳು ಬಾಚಿಕೊಂಡು ಮುಕ್ಕುತ್ತಾರೆ! ಆಗೆಲ್ಲಾ ಆ ತಿರುಕ ಅಪ್ಪ ಅಮ್ಮಂದಿರು ತಮ್ಮ ಮಕ್ಕಳ ಪರಾಕ್ರಮವನ್ನು ಕಂಡು ಅಭಿಮಾನದಿಂದ ಕೇಕೆ ಹಾಕುತ್ತಾರೆ!

138. ಅರಳಿನಿಂತ ಮಾವಿನಮರ

ಅದಾವ ನೆನಪಿನ ಸೆಳವಿನೊಂದಿಗೋ ಅಮ್ಮ ರಸ್ತೆಯ ಆ ತಿರುವಿನ ಪುಟ್ಟ ಕಾಂಪೌಂಡಿನ ಮನೆಯ ಮುಂದೆ ತನ್ನೆರಡು ಕಾಲುಗಳನ್ನು ಟಾರು ನೆಲಕ್ಕೆ ತಾಕಿಸಿ ಸ್ಕೂಟಿಯನ್ನು ನಿಲ್ಲಿಸಿ 'ನೆನಪಿದೆಯಾ ಪುಟ್ಟು ನಿನಗೆ? ನೀನು ನಾಲ್ಕನೇ ಕ್ಲಾಸಿನಲ್ಲಿರುವಾಗ ನಾವಿದ್ದ ಬಾಡಿಗೆ ಮನೆ..!' ಎಂದು ನನಗೆ ತೋರಿಸಲು ನಿಲ್ಲಿಸಿದಳೆಂಬಂತೆ, ಆದರೆ ನಿಜಕ್ಕೂ ಕೆಲಕಾಲ ಎ.ಟಿ.ಎಂ ನಲ್ಲಿ ಹಣ ಡ್ರಾ ಮಾಡಲು ಸಾಧ್ಯವಾಗಲಿಲ್ಲವೆಂಬ ಬೇಸರದಿಂದಲೋ, ಟೈಲರು ಶಾಪಿನಲ್ಲಿ

ಬಟ್ಟೆಯನ್ನು ಕಟ್ಟು ಮಾಡಿ ಹಾಗೇ ಉಂಡೆ ಕಟ್ಟಿ ಇಟ್ಟಿದ್ದನೆಂಬ ಸಿಟ್ಟಿನಿಂದಲೋ ತನ್ನನ್ನು ತಾನು ಪಾರುಮಾಡಿಕೊಂಡು ತನ್ಮಯಳಾಗಲು ಹಾಗೆ ನಿಂತು ನೋಡತೊಡಗಿದಳು. ನಾನವಳಿಗೆ ಉತ್ತರಿಸಲೇಬೇಕೆಂದೇನೂ ಇರಲಿಲ್ಲವಾಗಿ ಸುಮ್ಮನೆ ಕೂತೇ ಕೊರಳು ಹೊರಳಿಸಿ ನೋಡಿದೆ. ಅಲ್ಲಿ ಎತ್ತರಕ್ಕೆ ಅರಳಿ ನಿಂತ ಮಾವಿನ ಮರವನ್ನು ಕಂಡು, ಆ ದಿನ ಇಳಿಸಂಜೆಯ ಹೊತ್ತಿನಲ್ಲಿ ಖಾಲಿಯಿದ್ದ ಕಾಂಪೌಂಡಿನ ಗೋಡೆಯ ಮೇಲೆ ಕೂತು ನಾನೂ, ಪಮ್ಮಿಯೂ, ರೇಣುವೂ ಮಾವಿನ ಹಣ್ಣುಗಳನ್ನು ಪೈಪೋಟಿಯಿಂದ ತಿಂದು ಓಟೆಗಳನ್ನು ಎಸೆದು, ನಂತರ ಇದೇ ಅಮ್ಮನಿಂದ ಹೊಡೆಸಿಕೊಂಡು ತೊಟ್ಟಿಯಿಂದ ನೀರು ಹೊತ್ತು ತಂದು ನಾಲ್ಕಾರು ಕಡೆಗಳಲ್ಲಿ ಎಸೆದ ಓಟೆಗಳನ್ನು ಪುನಃ ಆದು, ನೆಲದಲ್ಲಿ ಹಳ್ಳ ಮಾಡಿ ಹೂತು, ಗುರುತುಮಾಡಿ, ಸುಮಾರು ದಿನಗಳವರೆಗೆ ನೀರೆರೆದು ತಿಂಗಳು ಕಳೆಯುವುದರೊಳಗೆ ಮನೆ ಖಾಲಿ ಮಾಡಿಬಿಟ್ಟ ನೆನಪು ತುಂಬಿಕೊಂಡಿತು. ಹಿಂದೆಯೇ ಮಾವಿನಮರದ ಎಲೆಗಳು ಗಾಳಿಗೆ ತೂಗಿ ಅದೇನೋ ಒಂದು ಬಗೆಯ ಆನಂದ ಕಣ್ಣು ಮುಖಗಳಲ್ಲಿ ತುಂಬಿಕೊಂಡು..! ಅಮ್ಮ ಸ್ಕೂಟಿಯನ್ನು ಸ್ಟಾರ್ಟ್ ಮಾಡಿದ ನಂತರವೂ ಹಿಂದೆಯೇ ನೋಡುತ್ತಾ ತಿರುವು ದಾಟಿದ ಮೇಲೆಯೂ..! ಹೊಟ್ಟೆಯಲ್ಲೇನೋ ಒಂದು ಬಗೆಯ ಸಂಕಟವಾಗಿ ಕಣ್ಣು ತುಂಬಿಕೊಂಡಿತು.. ಅದೇಕೆಂದು ತಿಳಿಯಲಿಲ್ಲ!

139. ಹಾದು ಹೋಗುವ ನೆನಪುಗಳು

ಅದೆಷ್ಟು ಅಚ್ಚುಕಟ್ಟಾಗಿ ಅವ ದುಂಡುದುಂಡಾಗಿ ಹೆಚ್ಚಿ ಜೋಡಿಸುತ್ತಿದ್ದ ಅನಾನಸ್ಸಿನ ಹೋಳುಗಳನ್ನು..? ಸೌತೆಯನ್ನೂ ಹಾಗೆಯೇ ನೀಳನೀಳವಾಗಿ ಹೆಚ್ಚಿ ಜೋಡಿಸಿ.. ಖಾರದಪುಡಿಯನ್ನೂ, ಪುಡಿಯುಪ್ಪನ್ನೂ ಬಿರಟೆಯ ಪುಟ್ಟ ಬಾಟಲುಗಳಿಂದ ಉದುರಿಸಿ..? ಪ್ರತಿದಿನವೂ ಸಂಜೆಯ ವೇಳೆ ಬಸ್ ಸ್ಟಾಂಡಿನಲ್ಲಿ ನಿಂತು ಬಸ್ಸಿಗೆ ಕಾಯುವಾಗಲೆಲ್ಲಾ ಅವನ ಪುಟ್ಟ ಗಾಡಿಯತ್ತಲೇ ಗಮನ! ಅದನೆಂದೂ ಕೊಂಡು ತಿಂದದ್ದಿಲ್ಲ..! ಆದರದೇನೋ ಆತ ಹಾಗೆ ತನ್ಮಯವಾಗಿ ಹೆಚ್ಚಿ ಜೋಡಿಸುವುದನ್ನೇ ಬಸ್ಸು ಬರುವವರೆಗೂ ನೋಡುತ್ತಾ ನಿಲ್ಲುವುದು ಅವಳಿಗೊಂದು ಪವಿತ್ರ ಕಾಯಕ! ಏನೋ ತನ್ನೊಳಗೆ ಸಂಸ್ಕಾರವಾದಂತಹ ಭಾವನೆ! ಹೊಗೆಯುಗುಳುತ್ತಾ ಬರುವ ತನ್ನ ಕೇರಿಯ ಬಸ್ಸು ಎಂದೂ ವಿಪರೀತ ರಶ್ಶಿನದೇ.. ಒಮ್ಮೆ ಏರಿಕೊಂಡ ಮೇಲೆ ಹೊರಳಿ ನೋಡುವುದಿರಲಿ, ಭದ್ರವಾಗಿ ತಾನು ಕಾಲೂರಿ, ಕೈಗಳಲ್ಲಿ ಕಂಬಿಗಳನ್ನು ಹಿಡಿದಿದ್ದೇನೆಯೇ ಎಂಬ ಏಕಮಾತ್ರ ಧ್ಯಾನದೊಂದಿಗೆ ಇಳಿಯುವವರೆಗೆ ನಿಂತಿರಬೇಕು! ಆದರೆ ಆ ದಿನ ಮಾತ್ರ ಅವಳಿಗೆ ಹಾಗೆ ನಿಂತಾಗಲೂ ಸೌತೇಕಾಯಿ, ಅನಾನಸ್ಸುಗಳನ್ನು ಹೆಚ್ಚಿ ಜೋಡಿಸುವ ಯುವಕನ ಮುಖ ಕಣ್ಣ ಮುಂದೆ ಸುಳಿಯಿತು. ಎಂದೂ ನೆನಪಿಗೆ ಬಾರದ, ಎಂದೋ ಕಣ್ಮರೆಯಾಗಿ ಹೋದ ಹಿರಿಯಣ್ಣ ಇದೇ ರೀತಿ ಆಗಾಗ ಮನೆಗೆ ಸೌತೇಕಾಯಿ, ಅನಾನಸ್ಸುಗಳನ್ನು ತಂದು ತಮ್ಮನ್ನೆಲ್ಲಾ ಸುತ್ತಲೂ ಕೂಡಿಸಿಕೊಂಡು ಹೆಚ್ಚಿ, ಉಪ್ಪು ಮೆಣಸುಪುಡಿಗಳನ್ನು ಹಾಕಿ ಕೊಡುತ್ತಿದ್ದನಲ್ಲವೇ ಎಂಬ ನೆನಪಾಯಿತು. ಕೈಗಳಿಂದ ಭದ್ರವಾಗಿ ಬಸ್ಸಿನ ಕಂಬಿಗಳನ್ನು ಹಿಡಿದಿದ್ದೇನೆಯೇ ಎಂದೊಮ್ಮೆ ಖಾತ್ರಿ ಮಾಡಿಕೊಂಡು ಆ ಸೌತೇಕಾಯಿ ಮಾರುವವನ ಕಡೆಗೆ ಹೊರಳಿ ನೋಡುವಂತೆ ತಿರುಗಿದಳು.. ಚಲಿಸುತ್ತಿದ್ದ ಬಸ್ಸಿನಿಂದ ರಸ್ತೆ ಬದಿಯ ಉಬ್ಬುತಗ್ಗುಗಳು, ಹಳ್ಳಗಳು, ಚರಂಡಿಗಳು, ಸೇತುವೆಗಳು, ಕಸ ತುಂಬಿದ ಫುಟ್‌ಪಾತುಗಳು, ಧೂಳು ಮೆತ್ತಿದ ಕಂಗೆಟ್ಟ ಮರಗಳು, ಪಾನಿಪುರಿಯ ಗಾಡಿ, ಹೂಮಾರುವ ಹೆಂಗಸು, ಬಿದಿರು ನೇಯುವ ಹಳ್ಳಿಗರು, ಕಾಲಿಗೆ ಚಪ್ಪಲಿಯಿರದ ಪಾದಚಾರಿಗಳು ಸರಸರನೆ ಹಿಂದಿಂದಕ್ಕೆ ಹಾದು ಹೋಗುವುದು ಕಾಣುತ್ತಿತ್ತು!

140. ಉಪೇಕ್ಷಿತ

ಎಲ್ಲವೂ ಮುಗಿದೇ ಹೋಯಿತೆಂಬಂತೆ ಅದೇಕೆ ಹಾಗೆ ಕೈಕೊಡವಿಕೊಂಡು ಎಲ್ಲರನ್ನೂ ಧಿಕ್ಕರಿಸಿ ಅಷ್ಟು ಮಾತಾಡಿಬಿಟ್ಟನೋ..? ತನ್ನನ್ನೆಲ್ಲರೂ ಉಪೇಕ್ಷಿಸಿ ಬಿಟ್ಟರೆಂದೂ, ತಂಗಿಯ ಮದುವೆಯ ವಿಚಾರದಲ್ಲಿ ತನ್ನ ಅಭಿಪ್ರಾಯವನ್ನೇ ಯಾರೂ ಕೇಳಲಿಲ್ಲವೆಂದೂ, ಎಂದೂ ತನಗೆ ಕಾಫಿ ಕೊಡದೆ ಹೊರಗೆ ಕಳಿಸದ ಅತ್ತಿಗೆ ಮುಖ ತಿರುಗಿಸಿಕೊಂಡು ಒಳನಡೆದು ಬಿಟ್ಟರೆಂದೂ, ಅಪ್ಪಯ್ಯ ಎಂದಿನ ಉದಾಸೀನದ ಜೊತೆಗೆ ಉಳಿದವರೂ ತುಚ್ಛವಾಗಿ ಕಾಣುವ ರೀತಿಯಲ್ಲಿ ಚೌಕ ಕೊಡವಿ ಹೆಗಲಿಗೆ ಹಾಕಿಕೊಂಡು ಟಿ.ವಿಯ ಕಡೆಗೆ ತಿರುಗಿಬಿಟ್ಟರೆಂದೂ, ಅಣ್ಣ ಬೇಕೆಂದೇ ಐನೂರರ ನೋಟು ನೀಡಿ ಎಲ್ಲರೆದುರಿಗೆ ಚಿಲ್ಲರೆ ಬೇಡಿ, ಇಲ್ಲವೆಂದಾಗ ಸೊಟ್ಟಗೆ ನಕ್ಕು ಜೇಬಿಗೆ ಹಾಕಿಕೊಂಡು ಹೋದನೆಂದೂ, ಮದುವೆ ನಿಶ್ಚಯವಾದ ತಂಗಿ.. ಎಂದೂ ತನ್ನೆದುರು ತನ್ನ ಮುಂದಲೆ ಕೂದಲು ಸುರಳಿಯಾಗಿ ಸುತ್ತಿಕೊಂಡು ತೂಗದ ಹಾಗೆ ನೋಡಿಕೊಳ್ಳುತ್ತಿದ್ದವಳು.. ಎದೆಯುಬ್ಬಿಸಿಕೊಂಡು ಕನ್ನಡಿಯ ಮುಂದೆ ನಿಂತು ತಾನೇ ಬಾಚಣಿಗೆಯಲ್ಲಿ ಗುಂಗುರು ಸುರಳಿ ಮಾಡಿಕೊಂಡು ತನ್ನನ್ನು ಕಂಡೂ ಕಾಣದಂತೆ ಹೈಹೀಲ್ಡು ಮೆಟ್ಟಿಕೊಂಡು ಹೋದಳೆಂದೂ, ಎಲ್ಲಕ್ಕಿಂತ ಮುಖ್ಯವಾಗಿ ಹೆತ್ತಮ್ಮನೂ ಕೂಡ ಆ ದಿನ ತಿಂಡಿ ತಿನ್ನೆಂದು ಎರಡನೆ ಬಾರಿಗೆ ಒತ್ತಾಯಿಸಿ ಹೇಳಲಿಲ್ಲವೆಂದು.. ಬಹಳ ನೊಂದುಬಿಟ್ಟವನಂತೆ, ಎಲ್ಲರನ್ನೂ ಕಳೆದುಕೊಂಡುಬಿಟ್ಟವನಂತೆ, ಅತೀವ ಅವಮಾನ, ಸಂಕಟದಿಂದ ಎಲ್ಲರ ಜಾತಕಗಳನ್ನೂ ಕಳಚಿಟ್ಟಂತೆ, ಒದರಿ ಬಿಸಾಡಿದಂತೆ, ಉಗುಳೂ ನುಂಗದ ಹಾಗೆ ಸುಮಾರು ಹೊತ್ತು ಕಾಲುಗಳ ಕೀಲು ನೋಯುವವರೆಗೂ ಮಾತನಾಡಿದವನು ಚಪ್ಪಲಿ ಮೆಟ್ಟಿಕೊಂಡು ಹೊರಟುಹೋದ! ದಿನ, ವಾರ, ತಿಂಗಳು, ವರ್ಷ.... ಬರಲೇ ಇಲ್ಲ! ಮನೆಯವರೆಲ್ಲ ಸಿಕ್ಕ ಸಿಕ್ಕ ಅವನ ಸ್ನೇಹಿತರಲ್ಲೆಲ್ಲಾ ವಿಚಾರಿಸುತ್ತಲೇ ಇರುತ್ತಾರೆ.. ಕಡೆಯ ಪಕ್ಷ ಅವನಿದ್ದಾನೆಯೋ, ಇಲ್ಲವೋ ಅದೂ ಕೂಡ ಆ ಮನೆಯವರಿಗೆ ಇದುವವರೆಗೂ ಗೊತ್ತಿಲ್ಲ!

141. ಎದುರಾಳಿ

ಅದೊಂದು ಕಾಡುಜನರ ಕಾಳಗ. ಅವನು ತನ್ನ ಶತೃ ವಿರೋಧಿ ಗುಂಪಿನಲ್ಲಿದ್ದಾನೆಂದೇ ಕಾಳಗಕ್ಕೆ ಸೇರಿದ್ದು! ಹೇಗಾದರೂ ಅವನನ್ನು ತಾನು ಎದುರಿಸುವ ಸಂದರ್ಭ ಏರ್ಪಟ್ಟೇ ಏರ್ಪಡುತ್ತದೆಂದೂ, ತನ್ನಿಂದಲೇ ಅವನ ವಧೆಯಾಗುತ್ತದೆಯೆಂದು..! ಆದರೆ ಗುಂಪಿನ ಕೊನೆಯ ಹಂತದ ಪುಡಿ ಕಾಲಾಳುಗಳಲ್ಲಿ ಒಬ್ಬನಾಗಿ ಸೇರಿಕೊಂಡಿದ್ದಾತನಿಗೆ, ಸೆಣೆಸುತ್ತಾ, ಸೆಣೆಸುತ್ತಾ, ಹಂತ ಹಂತವಾಗಿ ತನ್ನ ಪರಾಕ್ರಮವನ್ನು ತೋರುತ್ತಾ ಕಾಳಗದ ಕೊನೆಯ ಘಟ್ಟದ ವೇಳೆಗೆ ಹತ್ತಾರು ಪ್ರಮುಖ ಹೊಡೆದಾಟಗಾರರ ಪೈಕಿ ಒಬ್ಬನಾಗಿ, ಅವರೆಲ್ಲಾ ತೀರಿಕೊಂಡು ಕೊನೆಗೊಬ್ಬನೇ ಉಳಿದುಕೊಂಡು, ವಿರೋಧಿ ಬಣದ ಮೇಲೆ ಜಯ ಸಾಧಿಸಿದರೂ ತನ್ನ ವೈರಿಯನ್ನು ಎದುರುಗೊಳ್ಳಲು ಆಗಲೇ ಇಲ್ಲವಲ್ಲ ಎಂದು ಪರಿತಪಿಸುತ್ತಲೇ ತನ್ನ ಬಣದ ಮುಖ್ಯನಾಯಕನ ಅಮೃತಹಸ್ತದಿಂದ ಪದಕವನ್ನು ಪಡೆಯಲೋಸುಗ ಅವನ ಕುಟೀರದ ಮೆಟ್ಟಿಲುಗಳನ್ನು ಹತ್ತಿ ಎದುರುಗೊಳ್ಳುತ್ತಾನೆ..! ಯಾರನ್ನು ತಾನು ಎದುರುಗೊಳ್ಳಲು ಆಗಲಿಲ್ಲವಲ್ಲ ಎಂದು ಪೇಚಾಡಿಕೊಂಡಿದ್ದನೋ ಅದೇ ಶತೃವೇ ಅವನ ಕುಂಟುನಾಯಕನಾಗಬೇಕೇ..!? ಗುಂಪಿಗೆ ಸೇರಿಕೊಳ್ಳುವಾಗ ಸಾಧಾರಣ ಕಾಲಾಳಾಗಿ ಸೇರಿಕೊಂಡದ್ದರಿಂದ ತನ್ನೊಡೆಯನನ್ನು ನೋಡುವ ಅವಕಾಶ ಅವನಿಗೆ ಆ ಹಿಂದೆ ದಕ್ಕಿರಲಿಲ್ಲ! ಶತೃವಿಗಾಗಿಯೇ ಕಾದಾಡಿ, ಶತೃವಿನಿಂದಲೇ ಮೈದಡವಿಸಿಕೊಂಡು, ಭುಜತಟ್ಟಿಸಿಕೊಂಡು, ಪದಕಪಡೆದುಕೊಳ್ಳುವ ವಿಧಿಬರಹ ಯಾರಿಗುಂಟು..? ಯಾರಿಗಿಲ್ಲ..? ಎಂದುಕೊಳ್ಳುತ್ತಲೇ ಪದಕ ಪಡೆದು, ನಡುವಿಗೆ ಇರಿದೇಬಿಡುವ ಕಲ್ಪನೆ ಒಮ್ಮೆ ಮನಸ್ಸಿನಲ್ಲಿ ಸುಳಿಯಿತು! ಹಾಕಿರುವ ಬಟ್ಟೆ ಅವನದು.. ಉಂಡು ಬಂದ ರೊಟ್ಟಿಯೂ ಅವನದೆಂದು ವಿವೇಕ ಹೇಳಿತು..! ಕೆಲಕ್ಷಣ ಒಳಸರಿದ ಮನಸ್ಸು ತಿಳಿವಿಗೆ ಬಂದು, ಪ್ರಜ್ಞೆ ಜಾಗೃತವಾಯಿತು! ಓರೆಯ ಕತ್ತಿಯನ್ನು ಒಡೆಯನ ಕಾಲಬಳಿಯಿಟ್ಟು, ಬಾಗಿ ನಮಸ್ಕರಿಸಿ ಮೇಲೆದ್ದ!!

142. ಸಂಶೋಧಕ

ಅವನು ಇತಿಹಾಸಪುಟಗಳಲ್ಲಿ ಎರಡನೇ ನಾಗಾರ್ಜುನ ದೇವದೇವನ ಹುಡುಕಾಟದಲ್ಲಿ ತೊಡಗಿದ್ದ. ಅವನು ಮಾಡಿದ ಯುದ್ಧಗಳು, ಪಡೆದ ಬಿರುದುಗಳು, ಕಟ್ಟಿಸಿದ ದೇವಾಲಯಗಳು, ಭವನಗಳು.. ಬಳಸಿದ ಖಡ್ಗ, ಬಿಲ್ಲುಬಾಣಗಳು, ಇತರೆ ಆಯುಧಗಳು.. ಅವುಗಳ ಹೆಸರುಗಳು..! ಅವನ ತಲೆಮಾರು, ಆಪ್ತರು, ಒಡಹುಟ್ಟಿದವರು, ಹೆಂಡತಿಯರು, ಇಷ್ಟ ದಾಸಿಯರು, ಮಕ್ಕಳು.. ವಿಷವಿಕ್ಕಲು ಹವಣಿಸಿದ ದಾಯಾದಿ, ಇರಿದು ಕೊಲ್ಲಲು ಸಂಚು ರೂಪಿಸಿದ ಒಡಹುಟ್ಟಿದ ಸಹೋದರ, ಗೃಹಬಂಧನಕ್ಕೆ ಒಳಪಡಿಸಲು ಯತ್ನಿಸಿದ ಹೊಟ್ಟೆಯಮಗ..! ಅವನು ಧರಿಸುತ್ತಿದ್ದ ಉಡುಪುಗಳು, ಕಿರೀಟ, ಪೇಟಗಳು, ಮೆಟ್ಟುಗಳು, ಮುತ್ತಿನ ಹಾರಗಳು, ಚಿನ್ನದುಂಗುರಗಳು, ವಜ್ರದ ಕಡಗ, ಪಚ್ಚೆಕಲ್ಲಿನ ಕಿವಿಯ ಆಭರಣ.. ಇಷ್ಟಪಡುತ್ತಿದ್ದ ಗಂಧಲೇಪನಗಳು, ಶಯನಗೃಹದ ಅಲಂಕಾರ..! ಅವನು ಕಡೆಗೆ ಕಗ್ಗೊಲೆಯಾದ ತನ್ನದೇ ಅಂತಃಪುರದ ದೊಡ್ಡ ಗವಾಕ್ಷಿಯ ಮರೆ.. ಹರಿದ ರಕ್ತದೋಕುಳಿ.. ಕಿಬ್ಬೊಟ್ಟೆಯೊಳಗೆ ನುಸುಳಿದ ಪುಟ್ಟ ಚೂರಿ..! ಆಗ ಅವನು ಧರಿಸಿದ್ದ ಉಡುಪು, ಹಾಕಿಕೊಂಡಿದ್ದ ಕವಳ, ಮೀಸೆಯ ಕೆಳಗಾದ ದೊಡ್ಡ ತರಚುಗಾಯ..! ಇಷ್ಟೆಲ್ಲವನ್ನೂ ಸಂಶೋಧನೆ ಮಾಡುತ್ತಾ, ದಾಖಲಿಸುತ್ತಾ ತನ್ನ ಜೀವಿತದ ಅಮೂಲ್ಯ ಇಪ್ಪತ್ತೆರಡು ವರ್ಷಗಳನ್ನು ಕಳೆದ ಮೇಲೆ ಆತ, ಎರಡನೇ ನಾಗಾರ್ಜುನ ದೇವದೇವನ ಅರಮನೆಯ ಅಂತಃಪುರದ ಆತನ ಖಾಸಗಿ ಕುರ್ಚಿಯಲ್ಲಿ ಕುಳಿತು ಮೇಜಿನ ಮೇಲೆ ತಾಮ್ರದ ಹಾಳೆಯಿಟ್ಟುಕೊಂಡು, ಕಬ್ಬಿಣದ ಚೂಪಾದ ಕಡ್ಡಿಯಿಂದ ಬ್ರಹ್ಮಿಲಿಪಿಯಲ್ಲಿ ಮರಣ ಶಾಸನವನ್ನು ಕೊರೆಯುತ್ತಿದ್ದ! ಆದದ್ದು ಕಗ್ಗೊಲೆಯಲ್ಲ, ಆತ್ಮಹತ್ಯೆಯೆಂದು ಸಂಶೋಧಕನಿಗೆ ಮನದಟ್ಟಾಗಿತ್ತು..! ಆದರವನು ಆಗ ಸಂಶೋಧಕನಾಗಿ ಉಳಿದಿರಲಿಲ್ಲವೆಂಬುದೇ ವಿಪರ್ಯಾಸ! .....ಅವನು ಎರಡನೇ ನಾಗಾರ್ಜುನ ದೇವದೇವನೇ ಆಗಿಹೋಗಿದ್ದ!!

143. ವೀಣೆ

ಅವನಿಗೆ ಉಲ್ಲಾಸವೆನಿಸಿದಾಗಲೆಲ್ಲಾ, ನನ್ನ ಕನವರಿಕೆಯಾದಾಗಲೆಲ್ಲಾ ನನ್ನನ್ನು ಅನಾಮತ್ತಾಗಿ ಎತ್ತಿಕೊಂಡು ತೊಡೆಯ ಮೇಲೆ ಮಲಗಿಸಿಕೊಂಡು, ತೊಟ್ಟ ಉಡುಪನ್ನು ಕಳಚಿ, ಒಮ್ಮೆ ಮೈಯೆಲ್ಲಾ ಕೈಯಾಡಿಸಿ, ಅಣುಅಣುವಾಗಿ ಮುಟ್ಟಿಮುಟ್ಟಿ ರೋಮಾಂಚಿತನಾಗುತ್ತಾನೆ! ಅವನಿಗೆ ಉಲ್ಲಾಸವೆನಿಸಿದಾಗ ಮಾತ್ರ ಹೀಗೆ..!

ಮೊನ್ನೆ ಯಾವುದೋ ಸಮಾರಂಭವೊಂದಕ್ಕೆ ಹೋಗಿ, ಅಲ್ಲಿ ಯಾರಿಂದಲೋ ಏನೋ ಬೇಸರವಾಯಿತೆಂದು ನನ್ನನ್ನೆಳೆದು ತೊಡೆಗೇರಿಸಿಕೊಂಡವನು ಇನ್ನೇನು ರಮಿಸುತ್ತಾನೆಂದು ನಾನೆಣಿಸಿದರೆ ಇಲ್ಲ..! ಸರ್ರನೆ ತಳ್ಳಿಬಿಟ್ಟ..! ರಭಸದಿಂದ ಮೂಲೆಗೆ ದೂಡಿಬಿಟ್ಟ! ನಡುರಾತ್ರಿಯ ಒಂದು ಹೊತ್ತಿನಲ್ಲಿ ಪುನಃ ನನ್ನ ಬಳಿಗೆ ಬಂದು ಮೈದಡವಿ, ನನ್ನ ನಡುವಿನ ಮೇಲೆ ಮುಖವಿಟ್ಟು ಬಿಕ್ಕಿಬಿಕ್ಕಿ ಅತ್ತುಬಿಟ್ಟ! ಕೆಲವೊಮ್ಮೆ ಹೀಗೂ ಆಗುವುದು...! ಆದರೆ, ಸಂಭ್ರಮದಿಂದ ನನ್ನ ಬಳಿಸಾರುವ ಬಹುತೇಕ ವೇಳೆಗಳಲ್ಲಿ ಅವನು ಅಪಾರ ಮಮತೆ, ಅನುರಾಗಗಳಿಂದಲೇ ಬರುತ್ತಾನೆ..! ನನ್ನನ್ನು ಸಂಪೂರ್ಣವಾಗಿ ತನ್ನ ವಶವಾಗಿಸಿಕೊಂಡು ನನ್ನ ಮೈಮರೆಸಿ, ತಾನೂ ಮೈಮರೆತು ಸೋತು ಶರಣಾಗಿಬಿಡುತ್ತಾನೆ..! ನಾನೂ ಅವನೊಂದೊಂದು ಸ್ಪರ್ಶಕ್ಕೂ ನುಣ್ಣನೆ ಶಬ್ದಹೊರಡಿಸುತ್ತಾ, ಮುಲುಗರೆಯುತ್ತೇನೆ..! ಹೂಂಗುಟ್ಟುತ್ತೇನೆ..! ಮುದಗೊಳ್ಳುತ್ತೇನೆ..! ನಲಿಯುತ್ತೇನೆ..!ವಿಜೃಂಭಿಸುತ್ತೇನೆ..!! .....ನಾನೊಂದು ವೀಣೆ!!!

144. ಗೊಂದಲ

ಅವನೆಷ್ಟರಮಟ್ಟಿಗೆ ನನ್ನ ಹಾಗೆಯೇ ಇದ್ದಾನೆಂದರೆ ಕಣ್ಣು, ಮೂಗು, ಕಿವಿ, ಕುತ್ತಿಗೆಗಳು ಇರಲಿ, ನಗುವುದೂ, ಅಳುವುದೂ, ಕೆಮ್ಮುವುದೂ, ಬಿಕ್ಕಳಿಸುವುದೂ ನನ್ನಂತೆಯೇ ಎಂದರೆ ನಂಬುತ್ತೀರಾ..? ಉಪಯೋಗಿಸುವ ಪೆನ್ನೂ ಒಂದೇ ತೆರನಾದದ್ದು, ಬಳಸುವ ಕಾಗದವೂ ಒಂದೇ ತೆರನಾದದ್ದಾದರೆ ಹೋಗಲಿ ಎನ್ನಬಹುದು..! ಆದರೆ ಹಸ್ತಾಕ್ಷರವೂ ಒಂದೇ ತೆರನಾದದ್ದಾದರೆ ಹೇಗಾಗಬೇಡ..? ನಾನು ಜೇಬಿಗೆ ಕೈ ಹಾಕುವ ಹೊತ್ತಿಗೇ ಅವನೂ ತನ್ನ ಕೈ ಇಳಿಬಿಡುತ್ತಾನೆ! ನಾನು ಶರ್ಟಿನ ಗುಂಡಿಯನ್ನು ತಗುಲಿಸಿಕೊಳ್ಳುವ ಏಕಕಾಲಕ್ಕೇ ತಾನೂ

ತೊಟ್ಟುಕೊಳ್ಳುತ್ತಾನೆ! ಏಕಕಾಲಕ್ಕೆ ಯೋಚಿಸುವ ವಿಚಾರವೂ, ಆಡುವ ಮಾತೂ ಒಂದೇ ಆದರೆ ಹೇಗೆ..? ಕಡೆಗೆ ಈ ಸಾಲುಗಳನ್ನು ಬರೆದವನು ಅವನೋ, ನಾನೋ ಗೊಂದಲಗೊಳ್ಳುತ್ತಿದ್ದೇನೆ!!

145. ಆಪೀಸರ್!

ನಡುರಾತ್ರಿಯೇ ಎದ್ದು, ಮೊಂಡುಹಿಡಿಯುತ್ತಿದ್ದ ಬತ್ತಿ ಸ್ಟೌವಿನ ಬತ್ತಿಗಳನ್ನೆಲ್ಲಾ ಒಂದೊಂದೇ ಕಡ್ಡಿಗಳಿಂದ ಹಿಡಿದೆಳೆದು ಮೇಲೆತ್ತಿ, ಇರದ ಸೀಮೇಯೆಣ್ಣೆಯಿಂದಾಗಿ ಕೆಂಪೆಗೆ ಉರಿಯುತ್ತಿದ್ದಾಗ, ಆಗಾಗ ಸ್ಟೌವಿನ ಮೇಲಿದ್ದ ಕಾವಲಿ ಕೆಳಗಿಳಿಸಿ, ಪುನಃ ಬತ್ತಿ ಮೇಲೆತ್ತಿ ಸುಡಿಸುತ್ತಾ, ಮಂಡಿ ನೋವಿಗೆ ಎಡಗಾಲು ಚಾಚಿ ನೀವಿಕೊಳ್ಳುತ್ತಾ ರೊಟ್ಟಿ ಸುಟ್ಟು, ಪಲ್ಲೆಯೊಂದಿಗೆ ಚಪ್ಪಟೆ ಡಬ್ಬಿಗೆ ಹಾಕಿ, ಬಾಟಲಿ ತೊಳೆದು ನೀರು ತುಂಬಿಕೊಟ್ಟು, ಸೀರೆಗೆ ಒದ್ದೆ ಕೈ ಸೀಟಿಕೊಂಡು, ನಿದ್ದೆಗಣ್ಣಿ ಮಸುಕು ಬೆಳಕಿನಿಂದಲೇ ಕೈಬೀಸಿ ಟಾಟಾ ಹೇಳಿ ಕದವಿಕ್ಕಿಕೊಂಡ ಪತ್ನಿಯ ಮೂಗುತಿಯೇ ಹೊಳೆಯುತ್ತಿತ್ತು ಸೂರ್ಯನ ಪ್ರಕಾಶ ಬೆಳಕಿನಲ್ಲಿ ಕೆಲಸದ ನಿಮಿತ್ತ ಹಡಗಿನಲ್ಲಿ ದೂರ ತೀರಕ್ಕೆ ಸಾಗುತ್ತಿದ್ದ ಪತಿಯ ಕಣ್ಣುಗಳಲ್ಲಿ! ಗಂಟಲಲ್ಲೇನೋ ನೋವು ಕಂಡು, ಉಗುಳು ನುಂಗಿದರೂ ತೀರದೆ, ಆಕೆ ಬಿರಟೆ ಭದ್ರಪಡಿಸಿ ಕಳುಹಿಸಿದ್ದ ಬಾಟಲಿಯ ನೀರನ್ನು, ಸಾಗರದ ಉಪ್ಪುನೀರಿನ ನಡುವೆ ಬಾಯಿಗೆ ಹಾಕಿಕೊಳ್ಳುವಾಗ ಅದೇನೋ ಒಂದು ಬಗೆಯ ಚಿತ್ತ ಶಾಂತಿ..! ಕಣ್ಣಾಳಲ್ಲಿ ತೇವ..! ಕೈಕೈಹಿಡಿದುಕೊಂಡು ಕಿಲಕಿಲನೆ ನಗುತ್ತಾ ಕುಣಿಯುತ್ತಾ ತಮ್ಮ ಪ್ರವಾಸದ ಸಂತಸ ಅನುಭವಿಸುತ್ತಿದ್ದ ಇತರ ಪ್ರಯಾಣಿಕರನ್ನು ನೋಡುತ್ತಾ ಮೂಲೆಯಲ್ಲಿ ಮುದುಡಿ ಕುಳಿತಿದ್ದ ಅವನಿಗೆ ಸೀಮೆಯೆಣ್ಣೆಯಿಲ್ಲದೆ ಈ ದಿನ ಮಕ್ಕಳ ಹೊಟ್ಟೆಗೆ ಏನು ಮಾಡಿಯಾಳು ಆಕೆಯೆಂಬ ಚಿಂತೆಯೇ ಸುಳಿಸುಳಿದು ಸುಡುತ್ತಿತ್ತು!! ತಕ್ಷಣವೇ ಹೊಳೆವ ಸೂರ್ಯನ ದಿಟ್ಟಿಸಿ ಕಣ್ಣು ಮಿಣುಕಿಸುವನು..! ಅವನಿಗೆ ಗೊತ್ತು.. ಅವಳು ಸಾಧಾರಣಳಲ್ಲವೆಂದು..! ಗಂಡ ಮಕ್ಕಳಿಗಾಗಿ ಏನಾದರೂ ಮಾಡಿಯೇ ತೀರುವಳೆಂದು..!! ತಾನು ಆಗಾಗ ಆಪೀಸರ್ ಎಂದು ರೇಗಿಸುವ ಪದದ ಅರ್ಥ ಧೈರ್ಯವೆಂದೂ, ಶಕ್ತಿಯೆಂದೂ.. ಅವನಿಗೆ ಗೊತ್ತು!!

146. ಶಬರಿ

ಅವಳು ಅವನಿಗಾಗಿ ಎಷ್ಟೋ ದಿನಗಳವರೆಗೆ ಕಾದಳು. ಪ್ರೀತಿಯಿಂದ ತಿಳುಗುಲಾಬಿ ಬಣ್ಣದ ಉಲ್ಲನ್ ದಾರ ತಂದು ಅವನಳತೆಗೊಂದು ಸ್ವೆಟರ್ ಹೆಣೆಯುವಳು. ದಿನಕ್ಕೊಂದರಂತೆ ಪ್ರತಿದಿನವೂ ಅವನಿಗಾಗಿ ಒಂದೊಂದು ಪತ್ರ ಬರೆದು, ತಾನೇ ಓದಿಕೊಂಡು, ಕ್ರಮವಾಗಿ ಫೈಲಿನಲ್ಲಿ ಹಾಕಿಟ್ಟುಕೊಳ್ಳುವಳು. ದಿಂಬಿನ ಕವರಿನ ಮೇಲೆ ಸ್ವೀಟ್ ಡ್ರೀಮ್ಸ್ ಎಂದು ಬಣ್ಣದ ದಾರದಲ್ಲಿ ಕಲಾತ್ಮಕವಾಗಿ ಹೊಲೆಯುವಳು. ಅವನ ಹಳೆಯ ಭಾವಚಿತ್ರವನ್ನು ನೋಡಿಕೊಂಡು, ಅದರಂತೆಯೇ ದೊಡ್ಡದಾಗಿ ಕ್ಯಾನ್ವಾಸಿನ ಮೇಲೆ ತೈಲವರ್ಣದಲ್ಲಿ ಬಿಡಿಸಿ, ಮಲಗುವ ಕೋಣೆಯಲ್ಲಿ ತೂಗುಹಾಕುವಳು. ಅವನ ಪ್ರತೀ ಹುಟ್ಟುಹಬ್ಬಕ್ಕೂ ಗುಡಿಗೆ ಹೋಗಿ ಅರ್ಚನೆ ಮಾಡಿಸಿಕೊಂಡು ಬರುವಳು. ಅವನಿಗೆ ಇಷ್ಟವಾಗುವ ಹಾಡುಗಳನ್ನು ಮತ್ತೆಮತ್ತೆ ಟೇಪ್ ರೆಕಾರ್ಡರ್ ನಲ್ಲಿ ಹಾಕಿ ಅದರೊಂದಿಗೆ ತಾನೂ ಗುನುಗಿಕೊಳ್ಳುತ್ತಾ ಕಲಿಯುವಳು. ಸೀರೆ ಉಡುವುದನ್ನೇ ಅಭ್ಯಾಸಮಾಡಿಕೊಳ್ಳುವಳು. ಅವನಿಗೆ ಹಿಡಿಸದ ಡೀಪ್ ನೆಕ್ ರವಿಕೆ ಮತ್ತೆ ಹೊಲೆಸಿಕೊಳ್ಳುವುದೇ ಬಿಟ್ಟುಬಿಡುವಳು. ಕೈಯಿಗೆ ಹಾಕಿಕೊಂಡ ಮೆಹೆಂದಿಯ ಬಣ್ಣ ಹಳದಿಯಾಗುತ್ತಿದ್ದಂತೆ, ಅದರ ಮೇಲೆ ಹೊಸ ಎಳೆ ಹಾಕಿಕೊಳ್ಳುವಳು. ಕಾಸಿಗೆ ಕಾಸು ಕೂಡಿಸಿಟ್ಟು ಅವನಿಗಾಗಿ ಒಂದು ಉದ್ದನೆಯ ಮರದ ಬುಕ್ ಶೆಲ್ಫ್ ಮಾಡಿಸುವಳು. ಆಧ್ಯಾತ್ಮ, ವೇದಾಂತ, ವಿಜ್ಞಾನ ಮುಂತಾಗಿ ಆತ ಇಷ್ಟಪಡುವ ವಿಷಯಗಳ ಪುಸ್ತಕಗಳನ್ನೆಲ್ಲಾ ಕೊಂಡುತಂದು ಅದರಲ್ಲಿ ಜೋಡಿಸುವಳು. ದಿನವೂ ಮನೆ ಖರ್ಚುವೆಚ್ಚದ ಲೆಕ್ಕವನ್ನು ಜ್ಞಾಪಿಸಿಕೊಂಡು ತಪ್ಪಿಲ್ಲದೆ ಬರೆದಿಡುವಳು. ತಾವಿಬ್ಬರೂ ಗಲ್ಲಕ್ಕೆ ಗಲ್ಲಕೊಟ್ಟು ತೆಗೆಸಿಕೊಂಡ ಕಪ್ಪುಬಿಳುಪು ಪೋಟೋವನ್ನೇ ತನ್ನ ಲೆಕ್ಕದ ಪುಸ್ತಕದಲ್ಲಿಟ್ಟುಕೊಂಡು, ಆಗಾಗ ನೋಡುವಳು. ಅವನು ಓದುವ ಕನ್ನಡ ಮತ್ತು ಇಂಗ್ಲೀಷಿನ ಹದಿನಾಲ್ಕು ದಿನಪತ್ರಿಕೆಗಳನ್ನು ದಿನವೂ ಹಾಕಿಸುವಳು. ಬೆಳಗ್ಗೆಗೊಂದು, ಸಂಜೆಗೊಂದು ಮಲ್ಲಿಗೆಯ ದಂಡೆ ಮುಡಿಗೇರಿಸಿಕೊಳ್ಳುವಳು. ನಿತ್ಯವೂ ಬೇಳೆಯ ಪಾಯಸ ಮಾಡುವಳು. ಮನೆ ಚೊಕ್ಕಟವಾಗಿಡುವಳು. ತಂಬೂರಿ ಸದಾ ಶೃತಿಯಲ್ಲಿಟ್ಟುಕೊಳ್ಳುವಳು. ಅವನಿಗಾಗಿ ಇಷ್ಟೆಲ್ಲಾ ಮಾಡುತ್ತಾ ಮಾಡುತ್ತಾ, ಆಗಾಗ ಬಾಲ್ಕನಿಗೆ ಬಂದು ನಿಂತು ರಸ್ತೆಯ

ದೂರದ ತಿರುವಿನಲ್ಲಿ ಆತ ಕಾಣಿಸಬಹುದೆಂಬ ಆಸೆಯ ಕಣ್ಣುಗಳಿಂದ ನೋಡುವಳು...! ಹೀಗೇ ವರ್ಷವಾಯಿತು.. ಎರಡು ವರ್ಷಗಳಾದುವು.. ವರ್ಷಗಳು ಒಂದರಮೇಲೊಂದರಂತೆ ಉರುಳಿದವು.. ಅವನು ಬರಲೇ ಇಲ್ಲ! ಏಕೆಂದರೆ ಅವನು ಎಂದೋ ಸತ್ತು ಹೋಗಿದ್ದ!! ...ಅವಳು ಕಾಯುತ್ತಲೇ ಇದ್ದಳು ಬೇಸರಿಸಿಕೊಳ್ಳದೆ..! ಏಕೆಂದರೆ ಅವಳಿಗೆ ಗೊತ್ತಿತ್ತು ಅಗಾಧವಾದ ಸಮುದ್ರದ ಅಲೆಗಳ ಮಧ್ಯೆ ಕೊಚ್ಚಿಕೊಂಡು ಮುಳುಗಿಹೋದವನು ಹೊರಬರಲು ಬಹಳ ತಡವಾಗುತ್ತದೆಂದು.. ಆದರೆ ಬಂದೇ ಬರುತ್ತಾನೆಂದು..!!

147. ಒಂದು ಪೆನ್ನಿಗಾಗಿಯೇ?

ಅವನು ಎರಡು ಬಸ್ಸುಗಳನ್ನು ಹಿಡಿದು, ಬದಲಿಸಿಕೊಂಡು ಮೂರೂವರೆಗಂಟೆ ಪ್ರಯಾಣಿಸಿ, ಸುಮಾರು ಎರಡು ಮೈಲಿಗಳಷ್ಟು ನಡೆದು, ಸಂದುಗೊಂದುಗಳಲ್ಲಿ ಅಡ್ರೆಸ್ ಹಿಡಿದು ವಿಚಾರಿಸಿಕೊಂಡು ಅಲೆದು, ಚಪ್ಪಲಿ ಕಿತ್ತುಕೊಂಡು, ಬಾಯಿತೆರೆದುಕೊಂಡ ಬಟ್ಟೆಯಪಿನ್ನನ್ನು ಕೂಡಿಸಿ ಹಾಕಿಕೊಳ್ಳಲಾಗದೆ ಹಾಗೇ ಕಷ್ಟಪಡುತ್ತಾ, ಬೆವರಿನಿಂದ ಮೈಗಂಟಿಕೊಳ್ಳುತ್ತಿದ್ದ ಬನಿಯನ್ನನ್ನು ಶರ್ಟಿನ ಮೇಲಿನಿಂದ ಕೈಹಾಕಿ, ಹಗುರವಾಗಿ ಬನಿಯನ್ನನ್ನು ಹಿಡಿದುದೆಳೆದುಕೊಳ್ಳುತ್ತಾ, ಕೊರಳು ಬಗ್ಗಿಸಿ ಶರ್ಟಿನೊಳಕ್ಕೆ ಉಫ್ ಉಫ್ ಎಂದು ಆಗಾಗ ಗಾಳಿ ಹಾಕಿಕೊಳ್ಳುತ್ತಾ, ಉಗುಳು ನುಂಗಿಕೊಂಡು ಬಾಯಿಯನ್ನು ತೇವ ಮಾಡಿಕೊಳ್ಳುತ್ತಾ, ದಾರಿಯಲ್ಲೆಲ್ಲೋ ಬೈಕು ಗುದ್ದಿಸಿಕೊಂಡು ಮೊಣಕಾಲ ತರಚುಗಾಯಕ್ಕೆ ಉಗುಳು ಹಚ್ಚಿಕೊಂಡು, ಆ ಉರಿಯನ್ನು ಆಗಾಗ ಕಾಲು ಕೊಡವಿ ನಿವಾರಿಸಿಕೊಳ್ಳಲು ಯತ್ನಿಸುತ್ತಾ, ಗಲ್ಲಿಯ ಮನೆಯನ್ನು ಹುಡುಕಿಕೊಂಡು ಬಂದದ್ದು.. ಮುಕ್ಕಾಲು ಇಂಕು ಕರಗಿದ್ದ, ಇದ್ದ ಲೆಟೆರುಗಳನ್ನು ತಿದ್ದಿ, ಕಿತ್ತು, ಅಳಿಸಿ, ಐ ಲವ್ ಇಂಡಿಯಾ ಎಂದು ಕೆತ್ತಿದ್ದ ಹಳೆಯ ರೆನಾಲ್ಡ್ಸಿನ ಒಂದು ಖಾಲೀ ಪೆನ್ನಿಗಾಗಿಯೇ ಎಂದು ಅವನ ಟ್ಯುಟೋರಿಯಲ್ಸಿನ ಟೀಚರು ಅಚ್ಚರಿಗೊಂಡರು! ಆದರದು ಆತನ ಗತಿಸಿಹೋಗಿದ ಪ್ರೇಯಸಿ ಕೊಟ್ಟಿದ್ದ ಕೊನೆಯ ನೆನಪಿನ ಕಾಣಿಕೆಯೆಂದು ಅವರಿಗೆ ಹೇಗೆ ತಿಳಿಯಬೇಕು..!?

148. ಗುರುತು ಹತ್ತಿತು!

ಅವನು ಜೊತೆಯಲ್ಲೇ ರೈಲಿನಲ್ಲಿ ಬಂದ, ವಿಮಾನದಲ್ಲೂ ಹಾರಿದ, ಮಾರುಕಟ್ಟೆಯಲ್ಲೂ ಕಾಣಿಸಿದ, ದೇವಾಲಯದಲ್ಲಿ ಪಕ್ಕದಲ್ಲಿಯೇ ನಿಂತು ಕೈಮುಗಿದ, ಕೊಳದಲ್ಲಿ ಮೈಮೇಲೆ ನೀರು ಚಿಮ್ಮುವಂತೆ ಎರೆಚಿದ, ಅವಳು ಕುಡಿದ ಕಬ್ಬಿನ ಹಾಲಿಗೆ ಅವನೇ ಹಣ ಕೊಟ್ಟ, ಇಷ್ಟ್ಯಾಕೆ.. ಬೆವರಿನಲ್ಲಿ ಕಲಸಿಕೊಂಡ ಬಿಂದಿಯುನ್ನು ತುದಿಯುಗುರಿನಿಂದ ಸರಿಪಡಿಸಿದ ಕೂಡಾ..! ಇಷ್ಟಾದರೂ ಆತನಾರೆಂದು ಅವಳು ಮಿಕಿಮಿಕಿ ನೋಡುತ್ತಲೇ ಇದ್ದಳು! ಅವನೊಂದು ಗುಳಿಗೆ ಬಾಯಿಗೆ ಹಾಕಿ, ನೀರು ಕುಡಿಸಿ ಆಕೆಯ ಕರವಸ್ತ್ರದಿಂದಲೇ ನಾಜೂಕಾಗಿ ತುಟಿ, ಕೆನ್ನೆಗಳ ಒರೆಸಿದ ಮೇಲೆ ಅವಳಿಗೆ ಗುರುತು ಹತ್ತಿತು ಅವನು ತನ್ನ ಗಂಡನೆಂದು! ನೆನಪಾಯಿತು ತಾನೊಬ್ಬಳು ಮಾನಸಿಕ ರೋಗಿಯೆಂದು! ಅವನ ಶರ್ಟಿನ ಕಾಲರ್ ಹಿಡಿದು ಮುಸಿಮುಸಿ ಅತ್ತು ಕಣ್ಣು ಒರೆಸಿಕೊಂಡಳು! ಅವನು ಎಂದಿನಂತೆ ತಲೆ ನೇವರಿಸಿದ, ಕುದುರೆ ಗಾಡಿಯಲ್ಲಿ ಸುತ್ತು ಹಾಕಿಸಿದ!

149. ಏಳುಮಲ್ಲಿಗೆ ತೂಕದ ರಾಜಕುಮಾರಿ

ಬುಡ್ಡಣ್ಣನಿಗೆ ಅವನಜ್ಜಿ ಚಿಕ್ಕಂದಿನಿಂದಲೂ ಲೆಕ್ಕವಿರದಷ್ಟು ರೋಚಕ ಜನಪದ ಕಥೆಗಳನ್ನು ಹೇಳಿದ್ದಳು. ಇಂತಹ ಕಥೆಗಳಲ್ಲೆಲ್ಲಾ ಒಬ್ಬ ಏಳುಮಲ್ಲಿಗೆ ತೂಕದ, ಸಾಮಾನ್ಯವಾಗಿ ರಾಜನಿಗೆ ಒಬ್ಬಳೇ ಮಗಳೋ, ಅಥವಾ ಕಿರಿಯ ಮಗಳೋ ಆದ ಒಬ್ಬಳು ರಾಜಕುಮಾರಿ ಇರುತ್ತಿದ್ದಳು, ಅವಳನ್ನು ಅಪಹರಿಸುವ, ಕಿರುಕುಳ ನೀಡುವ ಒಬ್ಬ ಮಾಂತ್ರಿಕನೋ, ರಾಕ್ಷಸನೋ ಇರುತ್ತಿದ್ದ, ಅಪಾರ ಸಾಹಸಗಳನ್ನು ಮಾಡಿ, ಆ ದುಷ್ಟನನ್ನು ನಾಶಗೊಳಿಸಿ, ಅವಳನ್ನು ಕಷ್ಟದಿಂದ ಬಿಡಿಸಿ ತಂದು, ರಾಜನಿಂದ ಅವಳನ್ನೂ, ಅವಳೊಂದಿಗೆ ಅರ್ಧ ರಾಜ್ಯವನ್ನೂ ಪಡೆಯುವ ಸಾಹಸೀ ಬಡ ಹಳ್ಳಿಯ ಯುವಕನಿರುತ್ತಿದ್ದ. ಬುಡ್ಡಣ್ಣನಿಗೆ ಎಷ್ಟರಮಟ್ಟಿಗೆ ಆ ಕಥೆಗಳು ಒಂದು ಬೃಹತ್ ಜಗತ್ತನ್ನು ನಿರ್ಮಿಸಿಕೊಟ್ಟಿದ್ದವೆಂದರೆ ಆತ ಹೆಚ್ಚು ವಾಸ್ತವಕ್ಕಿಂತ ಕಲ್ಪನೆಯಲ್ಲಿಯೇ ಬದುಕುತ್ತಿದ್ದ. ಮದುವೆಯ ವಯಸ್ಸು ಮೀರುತ್ತಿದೆಯೆಂದು ಮನೆಯಲ್ಲೆಲ್ಲರೂ ಮೂದಲಿಸುತ್ತಿದ್ದರೂ ತನಗಾಗಿ ನೀಳಕೂದಲನ್ನು ತನ್ನ ಮಾಳಿಗೆಯ ಗವಾಕ್ಷಿಯಿಂದ ಇಳಿಬಿಟ್ಟು ಕಾಯುತ್ತಿರುವ ರಾಜಕುಮಾರಿಯೊಬ್ಬಳು ಇದ್ದಾಳೆಂದೇ ಆತ ತನಗೆ ನೆರೆಕೂದಲು ಬಂದ ಮೇಲೂ ಭ್ರಮಿಸುತ್ತಿದ್ದ! ಒಂದು ದಿನ ಆ ಊರಿಗೊಂದು ಹೊಸ ನಾಟಕದ ಕಂಪನಿಯೊಂದು ಬಂದು ಬೀಡುಬಿಟ್ಟಿತು. ಅದರಲ್ಲೊಬ್ಬಳು ನಟಿಗೆ ನಾಟಕದಲ್ಲಿ ಬಣ್ಣ ಹಚ್ಚುವ ಕಾರಣಕ್ಕಾಗಿಯೇ ಇನ್ನೂ ಮದುವೆಯ ಯೋಗ ಕೂಡಿಬಂದಿರಲಿಲ್ಲ. ಆ ಊರಿಗೆ ನಾಟಕದ ಕಂಪನಿ ಬಂದು ಹಲವು ದಿನಗಳಾದ ಮೇಲೆ ಬುಡ್ಡಣ್ಣನನ್ನು ಅವನ ಸ್ನೇಹಿತ ಬಲವಂತ ಪಡಿಸಿ ನಾಟಕಕ್ಕೆ ಆ ದಿನ ಕರೆದೊಯ್ದಿದ್ದ. ನಟಿ ರಾಜಕುಮಾರಿಯ ವೇಷ ತೊಟ್ಟು ಸ್ವಯಂವರ ಮಂಟಪದಲ್ಲಿ ಮಾಲೆಹಿಡಿದು ನಿಲ್ಲುವ ಪ್ರಸಂಗವೊಂದು ನಾಟಕದಲ್ಲಿದ್ದಿತು. ಇದ್ದಕ್ಕಿದ್ದಂತೆ ಬುಡ್ಡಣ್ಣ ದಿಢೀರನೆದ್ದವನೇ

'ರಾಜಕುಮಾರೀ, ನನ್ನ ರಾಜಕುಮಾರೀ.. ಇಗೋ ಬಂದೆ' ಎನ್ನುತ್ತಾ ವೇದಿಕೆಯತ್ತ ಧಾವಿಸಿಬಿಟ್ಟ! ಅವನ ಹಿನ್ನೆಲೆಯನ್ನು ಊರಿಗೆ ಬಂದ ಮೂರು ತಿಂಗಳಿನಲ್ಲಿ ಚೆನ್ನಾಗಿ ಅರಿತುಕೊಂಡಿದ್ದವಳು ಯಂತ್ರದ ತುದಿಯಲ್ಲಿ ಸುತ್ತುತ್ತಿದ್ದ ಮೀನಿನ ಕಣ್ಣಿಗೆ ಬಾಣ ಬಿಟ್ಟ ಅರ್ಜುನನ ಪಾತ್ರಧಾರಿಗೆ ಮಾಲೆ ಹಾಕಿ ವರಿಸುವ ಬದಲು ಬುಡ್ಡಣ್ಣನಿಗೆ ಮಾಲೆ ಹಾಕಿಬಿಟ್ಟಳು! ವೇದಿಕೆಯ ಮೇಲೆ ಕಲ್ಲು ತೂರುತ್ತಾ ಜನ ಗುಲ್ಲೆಬ್ಬಿಸುತ್ತಿದ್ದರೆ, ಬುಡ್ಡಣ್ಣ ಆಕೆಯೊಂದಿಗೆ ಅದೆಲ್ಲಿಗೆ ಹೋಗಿಬಿಟ್ಟನೋ..!? ಯಾವ ಪುಷ್ಪಕ ವಿಮಾನದಲ್ಲಿ ಕೂರಿಸಿಕೊಂಡು ಚಂದ್ರತಾರೆಯರನ್ನು ತೋರಿಸುತ್ತಾ, ಏಳುಬೆಟ್ಟ, ಏಳುಸಮುದ್ರಗಳನ್ನು ದಾಟಿಸುತ್ತಾ ಕರೆದೊಯ್ದುಬಿಟ್ಟನೋ.. ಮತ್ತೆ ಊರಿಗೆ ಮರಳಲೇ ಇಲ್ಲ!!

150. ಹಲ್ಲು ಬಿದ್ದ ಕನಸು

ಕನಸೊಂದು ಬಿತ್ತು ಅವಳಿಗೆ, ತನ್ನ ಮೈತುಂಬಾ ನೆರಿಗೆಗಳ ಲಂಗ ದೊಡ್ಡ ಗುಪ್ಪೆಯಂತೆ ಕಾಣುವ ಪರಿಯಲ್ಲಿ ಸರಸರನೆ ಕಥಕ್ಕಿನ ಭಂಗಿಯಲ್ಲಿ ತಿರುತಿರುಗಿ ಕೂರಲು ಹೋದ ಕ್ಷಣ ದೊಪ್ಪನೆ ಬಿದ್ದು ತನ್ನ ಮುಂದಿನ ಹಲ್ಲು ಮುರಿದುಕೊಂಡ ಹಾಗೆ..! ಮಾರನೆಯ ದಿನ ಬೆಳಗ್ಗೆ ಎಚ್ಚರವಾದ ತಕ್ಷಣವೇ ಕಣ್ಣು ತಿಕ್ಕಿಕೊಳ್ಳುತ್ತ ಕನ್ನಡಿಯ ಮುಂದೆ ನಿಂತು ಹಲ್ಲು ಬಿಟ್ಟಳು! ಎಲ್ಲಾ ಹಲ್ಲುಗಳೂ ಭದ್ರವಾಗಿಯೇ ಇದ್ದುವು! ದೊಡ್ಡದಾಗಿ ನಗುತ್ತಾ ಪಕ್ಕಕ್ಕೆ ಹೊರಳಿದಳು. ಸಿಂಕಿನಲ್ಲಿ ಬಾಯಿ ತೊಳೆಯುತ್ತಿದ್ದ ಏಳೂವರೆ ವರ್ಷ ವಯಸ್ಸಿನ ಪಾಪು ಹಲ್ಲು ಬಿದ್ದಿದ್ದೆಯೆಂದು ಕಣ್ಣುಗಳಿಂದ ಹನಿಮುತ್ತುಗಳನ್ನು ಉದುರಿಸುತ್ತಾ ನಿಂತಿದ್ದಳು! ದೊಡ್ಡದಾಗಿ ತೆರೆದ ಬಾಯಿಗೆ ತೆಂಗಿನ ಕರಟ ತುರುಕಿದ ಹಾಗಾಗಿ ಗಕ್ಕನೆ ನಗು ನಿಲ್ಲಿಸಿ ಮಿಕಿಮಿಕಿ ನೋಡಿದಳು!

151. ಅನುಪಮ ರೂಪವತಿ

ಜಾನ್ ಪೀಟರನೊಬ್ಬ ಚಿತ್ರಕಲಾವಿದ. ಹೆಣ್ಣೊಬ್ಬಳ ಒಂದು ಪಾರ್ಶ್ವದ ಮುಖವನ್ನು ತನ್ನೆಲ್ಲಾ ಚಿತ್ರಗಳಲ್ಲಿ ನಿಂತಿರುವಂತೆ, ಕೂತಿರುವಂತೆ, ಅಂಗಡಿಯಲ್ಲಿ ಏನೋ ಕೊಳ್ಳುತ್ತಿರುವಂತೆ, ಬೆಟ್ಟದ ತುದಿಯ ಮರದ ರೆಂಬೆ ಹಿಡಿದು ನಿಂತಿರುವಂತೆ, ಚರ್ಚಿನಲ್ಲಿ ಕ್ಯಾಂಡಲ್ ಬೆಳಗುತ್ತಿರುವಂತೆ, ಸ್ವೆಟರ್ ಹಾಕುತ್ತಿರುವಂತೆ, ನದಿಯಲ್ಲಿ ಅವಳೇ ಹುಟ್ಟು ಹಾಕಿ ತೆಪ್ಪ ನಡೆಸುತ್ತಿರುವಂತೆ, ಆರಾಮ ಕುರ್ಚಿಯಲ್ಲಿ ಕುಳಿತು ಓದುತ್ತಿರುವಂತೆ.. ಹೀಗೆ ಭಿನ್ನಭಿನ್ನವಾಗಿ ಚಿತ್ರಿಸಿ ಕೆಲಕಾಲದ ನಂತರ ಅವುಗಳ ಪ್ರದರ್ಶನ ಏರ್ಪಡಿಸಿದ್ದ. ಆ ಚಿತ್ರಗಳಲ್ಲಿ ಕಾಣುವ ರೂಪಸಿಯ ಕುರಿತು ಹೇಳುತ್ತ ರೈಲು ಬಂಡಿಯ ಕಿಟಕಿಯಲ್ಲಿ ಇಣುಕುತ್ತಿರುವಂತೆ ಕಾಣುವ ಅವಳ ಮುಖದ ಚಿತ್ರವಿದ್ದ ಕಡೆ ಬೆರಳು ಮಾಡಿ, 'ಹೀಗೆ ಒಮ್ಮೆ ಕಂಡಳು. ಆ ನಂತರ ಉಳಿದೆಲ್ಲಾ ಚಿತ್ರಗಳಲ್ಲಿಯೂ ಅದೇ ಮುಖವನ್ನೇ ಕಡೆಯಲು ಯತ್ನಿಸಿದೆ' ಎಂದ. ಆ ದಿನ ರಾತ್ರಿ ಮುಖ ಸುಟ್ಟು ಕರಕಲಾಗಿದ್ದ ಹೆಂಗಸೊಬ್ಬಳು ಬಂದು ಬಾಗಿಲು ಬಡಿದು ಕಲಾವಿದನ ಹಸ್ತಾಕ್ಷರ ಬೇಡಿದಳು. ಕಾದುಕೊಂಡಿದ್ದವನಂತೆ ಅವನು ಅವಳನ್ನು ಸಮೀಪಿಸಿ ಮುಖದ ಮೇಲಿನ ಪರದೆಯನ್ನು ರಪ್ಪನೆ ಎಳೆದು ಹಾಕಿದ. ಅವಳ ಮುಖದ ಒಂದು ಪಾರ್ಶ್ವ ಚಿತ್ರಗಳಲ್ಲಿನ ಅನುಪಮ ರೂಪವತಿಯದಾಗಿತ್ತು!

152. ದುಃಸ್ವಪ್ನಗಳು

ದುಃಸ್ವಪ್ನಗಳು ಬೀಳುತ್ತವೆಯೆಂದು ಅವನು ಮನೋವೈದ್ಯರನ್ನು ಸಂಪರ್ಕಿಸಿದ. ಉದಾಹರಿಸಿರೆಂದ ವೈದ್ಯರಿಗೆ ಕೊನೆಗಾಣದ ಕತ್ತಲ ಕೊಳವೆಯೊಳಗೆ ಉಸಿರುಗಟ್ಟಿ ಬೀಳುತ್ತಿರುವ ಹಾಗೂ ಕೋರೆಹಲ್ಲುಗಳ ಕಪ್ಪು ಮನುಷ್ಯನೊಬ್ಬ ಬೆನ್ನಟ್ಟಿ ಬಂದು ಕುತ್ತಿಗೆ ಹಿಡಿದೆತ್ತಿದ ಎರಡು ಕನಸುಗಳನ್ನು ಸಂಕ್ಷಿಪ್ತವಾಗಿ ಹೇಳಿದ. ವಾರ ಕಳೆದು ಪುನಃ ಹೋದಾಗ, ನೆಲಮಾಳಿಗೆಯಲ್ಲಿ ಕಂಡ ಎರಡು ಕತ್ತರಿಸಿದ ಕಾಲುಗಳು, ನೀಲಿ ಕಣ್ಣುಗಳ ಕಪ್ಪು ಬೆಕ್ಕು ಮುಖದ ಮೇಲೆ ಪರಚಿ ಹೋದದ್ದು, ಕಾಡ ಹಾದಿಯಲ್ಲಿ ಹೊರಳಿ ನೋಡಿದ ನೀಳ ಕೂದಲಿನ ಪಾದವಿಲ್ಲದ ಹೆಂಗಸು, ಸೇತುವೆ ಮೇಲೆ ಚಲಿಸುತ್ತಿದ್ದ ಬಸ್ಸು ಪಕ್ಕಕ್ಕೆ ಹೊರಳಿಕೊಂಡದ್ದು, ಚಾಪೆಯ ಅಡಿಯಿಂದ ಹರಿದು ಬಂದ ನಾಗರ, ಹೂಕುಂಡದ ಒಳಗಿನಿಂದ ಹೊರ ಚಾಚಿದ ಕೈ.. ಹೀಗೆ ವಿಭಿನ್ನವೂ ದೀರ್ಘವೂ ಆದ ಕನಸುಗಳನ್ನು ವಿವರಿಸಿದ. ಮುಂದಿನ ಭೇಟಿಗೆ ಬರುವಾಗ ಬೀಳುವ ಕನಸನ್ನೆಲ್ಲಾ ಬರೆದು ತನ್ನಿರೆಂಬ ವೈದ್ಯರ ಸಲಹೆಯ ಮೇರೆಗೆ ಕಲ್ಪನೆಗೂ ನಿಲುಕದ, ಅನೂಹ್ಯವಾದ ತಿರುವುಗಳ ಅನೇಕ ಕನಸುಗಳ ಸಂಗ್ರಹವನ್ನೇ ರಚಿಸಿ ತಂದು ವೈದ್ಯರಿಗೆ ಅರ್ಪಿಸಿದ. ಅದ್ಭುತ ರೋಚಕ ಕಥೆಗಳ ದೊರೆಯಾದ. 'ಸಾಮಾನ್ಯವಾಗಿ ಬಿದ್ದ ಕನಸು ಎದ್ದ ಗಳಿಗೆಗೆ ನೆನಪಿನಲ್ಲಿರುವುದಿಲ್ಲ' ಎಂಬುದು ಅವನ ಅರಿಕೆಯ ಮೊದಲ ಸಾಲಾಗಿತ್ತು!

153. ನಿಶ್ಚಿತಾರ್ಥ

ನಿಗಿನಿಗಿ ಹೊಳೆಯುವ ಸೀರಿಯಲ್ ಲೈಟುಗಳ ಬೆಳಕಿನ ಮಂಟಪ.. ಹೇಗೆ ಕಾಣುವುದದು ಟೆರೆಸ್ಸಿನ ಮೇಲೆ ನೀಲಾಕಾಶದ ಕೆಳಗೆ ಇಂದ್ರನ ಅಮರಾವತಿಯಂತೆ! ನಡುವೆ ಶೋಭಿಸುವ ಮಗನೂ, ಅವನ ಕೈ ಹಿಡಿದು ನಿಂತ ನೀಳಕಾಯದ ಹೆಣ್ಣೂ ಕಾಣುವುದಿಲ್ಲವೇ ಇಂದ್ರ ಶಚಿದೇವಿಯರಂತೆ..? ನಿನ್ನದೇನು ಸಡಗರ.. ಅವನ ತೊಡೆಗೆ ಹಾಕಿಕೊಂಡು ಎಣ್ಣೆ ನೀವಿ, ನೀರೆರದ ಅಕ್ಕರೆಯೇ ಈಗಲೂ ಚಿಮ್ಮುವುದು! ಬಂದ ನೆಂಟರಿಷ್ಟರೆಲ್ಲರೊಂದಿಗೆ ಗಲಗಲ ಮಾತು, ನಗೆ, ಭುಜಗಳಿಗೊತ್ತಿಕೊಂಡು ಕ್ಲಿಕ್ಕಿಸಿಕೊಳ್ಳುವ ಫೋಟೋ.. ಇಂತಹ ತಿನಿಸು ತಿಂದು ರುಚಿ ಹೇಳಲೇಬೇಕೆಂದು ಸ್ನೇಹದ ಒತ್ತಾಯ ಮಾಡುತ್ತಾ ನೀಲಿ, ಕೆಂಪು ಶರಟು ಸೀರೆಗಳ ನಡುವೆ ನಿಂತು.. ಅದರ ಬೆನ್ನಿಗೇ ಯಾರಿಗೋ ತಾಂಬೂಲ ಕೊಟ್ಟು, ಅವರ ಕಂಕುಳ ಮಗುವಿನ ಮುಡಿಗೊಂದು ಗುಲಾಬಿ ಸಿಕ್ಕಿಸಿ, ಗಲ್ಲ ಚಿವುಟಿ.. ವೀಲುಛೇರಿನ ಮೇಲೆ ಕುಳಿತ ಹಿರಿಯಜ್ಜಿಯ ಗದ್ದಲದ ನಡುವೆಯೇ ನಡೆಸಿಕೊಂಡು ಓರೆಗೆ ಕೂರಿಸಿ, ಕಲಸಿದನ್ನದ ಬಟ್ಟಲು ಕೈಗಿಟ್ಟು, ನೀರು ಕುಡಿಸಿ.. ನಡುನಡುವೆ ಮಗನ ಮನಗೆದ್ದ ಪೋರಿಯ ಸೀರೆ, ನೆಕ್ಲೆಸ್ಸುಗಳ ಸರಿಪಡಿಸಿ, ಕಣ್ಣಿಗಿಟ್ಟ ಕಪ್ಪು ಹರಡದಂತೆ ಸೆರಗತುದಿಯಿಂದ ಅತೀವ ಏಕಾಗ್ರತೆಯೊಂದಿಗೆ, ಒಸರುವ ಕಾಳಜಿಯಿಂದ ತೀಡಿ ತಿದ್ದಿ ಸಣ್ಣದು ಮಾಡಿ.. ಹೋಗಿಬರುವೆವೆಂದ ಆಪ್ತರ ನಡುವಿನ ಮೆಟ್ಟಲಿನವರೆಗೆ ಬಿಟ್ಟು ಬಂದು.. ಬಂದವರೆಲ್ಲ ಹೋಗುವವರೇ.. ಎಷ್ಟೆಂದು ಹತ್ತಿ ಇಳಿಯುತ್ತಿ.. ಆಯಾಸವಾಗುವುದಿಲ್ಲವೇ? ನಿನಗೆ ನಾನು ಕಾಣುವುದಿಲ್ಲವೇ..? ಮಗನಿಗೆ ಜೊತೆಯಾಯಿತು! ಇನ್ನು ನಿನಗೆ ನಾನು.. ನನಗೆ ನೀನು..! ಈ ಬಾರಿ ಚಾಚಿದ ನನ್ನ ಕೈಯ ಪಕ್ಕಕ್ಕೆ ತಳ್ಳಿ ನೀ ನಡೆದು ಬಿಡುವುದಿಲ್ಲವೆಂಬ ನಂಬಿಕೆಯಿಂದ ನಾನು ಕೈಯ ಚಾಚಿದೆ! ಅದ ಸುಳ್ಳು ಮಾಡದೆ ಮೆಟ್ಟಿಲುಗಳ ಮರೆಯ ಕತ್ತಲಲ್ಲಿ ನೀನು ಒಡ್ಡಿದ ಹಸ್ತ ಅದೆಷ್ಟು ಬೆಚ್ಚಗಿತ್ತೇ..?

ನಡುಗುತ್ತಿತ್ತು.. ಬೆವೆತಿತ್ತು..! ಕಣ್ಣುಗಳಲ್ಲಿ ಬಹುಕಾಲ ಜೊತೆಗೂಡಿ ಬಾಳಿಬದುಕಿದ
ನೆನಪುಗಳೆಲ್ಲವೂ ಕೂಡಿ ಮೆರವಣಿಗೆ ಹೊರಟದ್ದು ಒಡೆದು ಕಾಣುತ್ತಿತ್ತು..! ಮಗನ
ಕೈಹಿಡಿದು ನಿಂತ ಬಾಲೆಯ ಪ್ರಾಯವೇ ಕಾಣುವುದಲ್ಲ ನಿನ್ನ ಕೆನ್ನೆಗಳಲ್ಲಿ..?
ಕಣ್ಣು ತುಂಬಿ ಹೊರಚೆಲ್ಲಿದ ಹನಿಗಳಲ್ಲಿ ಅದೆಷ್ಟು ಪ್ರೇಮವಿದೆ..! ಭದ್ರವಾಗಿ
ಹಿಡಿದುಕೋ ನನ್ನ ಕೈಯ.. ಕತ್ತಲು.. ಮೆಟ್ಟಿಲುಗಳು ಕಾಣುವುದಿಲ್ಲ.. ಬಿದ್ದೀಯೆ
ಜೋಕೆ..! ಬಳಲಿಕೆಯಾದರೆ ತಲೆಯ ನನ್ನ ಭುಜದ ಮೇಲೆ ಒರಗಿಸು.. ಹೆದರಬೇಡ..
ನಾನಿರುವೆ..!

154. ವಿಸ್ಮಯ!

ಕೆಲವೊಮ್ಮೆ ಭಾವಕ್ಕೆ ಭಿನ್ನವಾಗಿಯೂ, ಹೊಳೆದ ಕಲ್ಪನೆಗೆ ಹೊರತಾಗಿಯೂ, ಅರ್ಥವ್ಯಾಪ್ತಿಯನ್ನು ಮೀರಿ ಹೊಸನೆಲೆಗಳ ಕಂಡುಕೊಳ್ಳುತ್ತಲೂ, ಇಷ್ಟೆಯೇ ಎಂದರೆ ಅಷ್ಟಾಗಿ, ಅಷ್ಟು ಎಂದು ಕೊಂಡರೆ ಏನೂ ಇಲ್ಲವಾಗಿ, ಒಳಗನ್ನೇ ಇಲ್ಲವಾಗಿಸುತ, ಒಳಗಿನ ತರ್ಕಗಳಿಗೆ ಹೊಸ ಒಗಟುಗಳ ಸವಾಲೆಸೆಯುತ್ತಾ, ಹೆಮ್ಮರವಾಗಬೇಕಾದ ಪರಿಕಲ್ಪನೆ ಮೊಟಕಾಯಿತಲ್ಲಾ ಎಂದು ಚಿಂತಿಸಿದರೆ, ಅಲ್ಲಲ್ಲವೆಂದು ಪುಟ್ಟ ಪುಟ್ಟ ಬೊಗಸೆ ಕಣ್ಣುಗಳಲ್ಲಿ ಮಿಕಿ ಮಿಕಿ ನೋಡುತ್ತಾ, ಕಿರಿದಾದ ಭತ್ತಾಸು ಬಣ್ಣದ ತುಟಿಯರಳಿಸುತ್ತಾ, ಪೀಚು ದಾಳಿಂಬೆ ಬೀಜಗಳ ಹಲ್ಲುಗಳ ಕಾಣಿಸುತ್ತಾ, ಪಕಪಕನೆ ನಕ್ಕು ಬಿಡುವ ಮುದ್ದು ಕಥೆಗಳ ಪರಿಗೆ ವಿಸ್ಮಯಗೊಳ್ಳದೆ ಅನ್ಯಮಾರ್ಗವಿಲ್ಲ! ರೆಟ್ಟೆ

ಜಡೆಗಳ, ಮೋಟು ಕಾಲಿನ ಕಥೆಗಳು ಕರೆದೊಯ್ದು ಅಭೂತಪೂರ್ವವಿಶ್ವಕ್ಕೆ ಕಾಲಿಟ್ಟು ದಿಗ್ಗನೆ ತಿರುಗಿ ನೋಡಿದರೆ ಹಿಂದಿನದು ಏನೂ ಕಾಣದಲ್ಲ! ನಡೆದ ಹಾದಿಯ ಗುರುತು ಹತ್ತಲೆಂದು ದಾರಿಯುದ್ದಕ್ಕೂ ಒಂದು ಕಡಲೆ ತಿಂದು, ಒಂದು ಕಡಲೆ ಎಸೆಯುತ್ತಾ ಬಂದಿದ್ದರೆ, ಅವನ್ನೂ ಆದು ಕೊಂಡು ಮುಕ್ಕಿವೆಯಲ್ಲ ಕಥೆಗಳು..!!

155. ಪ್ರಭಾವ

ಅವನು ತಾನು ನೋಡಿದ ಚಿತ್ರದಲ್ಲಿನ ನಾಯಕನಿಗೆ ಪ್ರೇಯಸಿ ಇದ್ದಂತೆ ತನಗೂ ಇದ್ದಿದ್ದರೆ ಹೇಗಿರುತ್ತಿತ್ತೆಂದು ಕಲ್ಪಿಸಿಕೊಂಡ. ಮರ ಸುತ್ತುತ್ತಾ, ತಬ್ಬಿ ಮೈಮರೆಯುತ್ತಾ, ಕೈಹಿಡಿದು ಕುಣಿಯುತ್ತಾ, ಕೆನ್ನೆಗೆ ಕೆನ್ನೆ ತಾಕಿಸಿಕೊಂಡು ಹಾಡುತ್ತಾ ಎಂಥಾ ಸೊಗಸೆನ್ನಿಸಿತು. ಮೇಜಿನ ಮೇಲಿನ ಪೇಪರು, ಪೆನ್ನುಗಳನ್ನು ಎಳೆದುಕೊಂಡು ಇಲ್ಲದ ಪ್ರೇಯಸಿಗೊಂದು ಐದಾರು ಸಾಲಿನ ಪತ್ರ ಬರೆದು ಆನಂದಿಸಿದ. ಚಿತ್ರದಲ್ಲಿ ಪುಂಡನೊಬ್ಬ ಅವಳ ಕೈಹಿಡಿದೆಳೆದಾಗ ನಾಯಕ ಹೇಗೆ ಹೊಡೆದ..? ಥಟೀರನೆ ಪಕ್ಕದಲ್ಲಿದ್ದ ಕಂಬಕ್ಕೆ ಹೊಡೆದ. ಬೆರಳುಗಳಿಗೆ ತೀರಾ ಪೆಟ್ಟು ಬಿದ್ದು ನೋವಾಯಿತು. ತೊಡೆಗಳ ನಡುವೆ ಬಲಗೈಯ ಹಸ್ತವನ್ನಿಟ್ಟುಕೊಂಡು ಕೆಲಕಾಲ ನೋವು ಶಮನ ಮಾಡಿಕೊಂಡ. ಆ ಚಿತ್ರ ಎಷ್ಟು ಪ್ರಭಾವ ಬೀರಿತ್ತೆಂದರೆ ಮತ್ತೆ ಮತ್ತೆ ಚಿತ್ರದ ವಿವರಗಳನ್ನು ಮೆಲುಕು ಹಾಕತೊಡಗಿದ. ನಾಯಕನ ತಾಯಿ ಸತ್ತಂತೆ ತನ್ನ ತಾಯಿ ಸತ್ತಿದ್ದರೆ..? ಗಂಭೀರವಾದ! ಊಹಿಸಿಕೊಂಡು ಗದ್ಗದಿತನಾದ. ತನ್ನ ಬೀರುವಿನಲ್ಲಿದ್ದ ಆಕೆಯ ಪೋಟೋವನ್ನು ಎದೆಗೊತ್ತಿಕೊಂಡು ದುಃಖ ತಾಳಲಾರದೆ ಬಿಕ್ಕಿ ಬಿಕ್ಕಿ ಅಳತೊಡಗಿದ. ಛೇ..! ತಾನೆಂಥಹಾ ಮೂರ್ಖ..! ತನ್ನಮ್ಮ ಚೆನ್ನಾಗಿಯೇ ಇದ್ದಾರಲ್ಲವೆ ಎಂದುಕೊಂಡು ಸಮಾಧಾನ ಮಾಡಿಕೊಂಡ. ಕಿಟಕಿಯ ಕಡೆಗೆ ಆಕಸ್ಮಿಕವಾಗಿ ಹೊರಳಿನೋಡಿದ. ಹೊರಗೆ ಮರದ ಚಾಚಿದ ಕೊಂಬೆ ಕಂಡಿತು. ಹಾಂ.. ಚಿತ್ರದಲ್ಲಿ ಹೀಗೇ ಖಳನಾಯಕ ಕೊಂಬೆಯೇರಿ, ಕಿಟಕಿಯ ಗಾಜು ಒಡೆದುಕೊಂಡು ಒಳ ನುಗ್ಗಿ ನಾಯಕನನ್ನು ಕೊಲ್ಲಲು ಯತ್ನಿಸುತ್ತಾನಲ್ಲವೇ..? ಬಾರೋ.. ದಡಿಯಾ..! ಒಂದು ಕೈ ನೋಡಿಕೊಂಡೇ ಬಿಡುವೆನೆಂದು ಮೇಜಿನ ಮೇಲಿದ್ದ ಮರದ ಹೂದಾನಿ ತೆಗೆದುಕೊಂಡು ಎಲ್ಲಾ ಕಿಟಕಿಗಳ ಗಾಜನ್ನೂ ಒಡೆದು ಹಾಕಿದ. ಸಾಹಸಿಯಂತೆ ಎದ್ದೆದ್ದು ನೆಗೆದು, ಸುತ್ತಲಿನ ಗೋಡೆಗಳ

ಮೇಲೆಲ್ಲಾ ತನ್ನಕೊಳೆಯಾದ ಕಾಲಿನಿಂದ ಮುದ್ರೆಗಳನ್ನು ಒತ್ತಿದ. ಒಡೆದು ಪುಡಿಯಾಗಿದ್ದ ಗಾಜಿನ ಚೂರುಗಳ ಮೇಲೆ ಲಕ್ಷ್ಯವಿಲ್ಲದಂತೆ ನಡೆದು, ಒದ್ದು, ಕುಣಿದು ಕಾಲುಗಳಿಂದ ರಕ್ತ ಸೋರಿ ಅಂಬೋ ಎಂದು ಬಿದ್ದುಕೊಂಡ! ಅಂದ ಹಾಗೆ ಅವನಿಗಿನ್ನೂ ಹದಿನೈದು ವರ್ಷ ವಯಸ್ಸಾಗಿತ್ತು! ಅದು ಅವನು ನೋಡಿದ ಮೊದಲ ಚಿತ್ರವಾಗಿತ್ತು!

156. ಪಂಡಿತ

ಅವನು ಸಾಲ ಬಾಧೆ, ದಾಂಪತ್ಯ ಕಲಹ, ವಶೀಕರಣ, ಮಾನಸಿಕ, ಆರೋಗ್ಯ ಸಮಸ್ಯೆಗಳಿಗೆ ಬಾಯಿಗೆ ವಿಭೂತಿಹಾಕಿ, ಕುತ್ತಿಗೆಗೆ ತಾಯತ ಕಟ್ಟುತ್ತಿದ್ದ! ಕೋರ್ಟು ಅವನ ಮನೆಯನ್ನು ಮುಟ್ಟುಗೋಲು ಹಾಕಿಕೊಂಡಿತು.. ಅಳಿಯ ಮಗಳನ್ನು ತವರಿಗೆ ಅಟ್ಟಿದ.. ಕಿರಿ ಮಗ ಸದಾ ದೆವ್ವ ಹೊಕ್ಕಂತೆ ಕೂರತೊಡಗಿದ.. ಹೆಂಡತಿ ಮನೆಯ ಪರಿಸ್ಥಿತಿಗೆ ಸೊರಗಿ, ಹುಚ್ಚು ಹುಚ್ಚಾಗಿ ಮಾತನಾಡತೊಡಗಿದಳು.. ಇವನು ಹಾಸಿಗೆ ಹಿಡಿದು ಮಲಗಿದ..! ಅವನ ಸುತ್ತಲೂ ವಿಭೂತಿ ತುಂಬಿದ ಮಡಕೆಗಳಿದ್ದುವು! ತಾಯತಗಳು ತೂಗುತ್ತಿದ್ದುವು! ಬೆನ್ನಿಗೂ, ಕುತ್ತಿಗೆಗೂ ಒತ್ತುತ್ತಿದ್ದ ರುದ್ರಾಕ್ಷಿ ಮಣಿಹಾರಗಳ ತೆಗೆದು ಪಕ್ಕಕ್ಕಿಟ್ಟು ಮಲಗಿದರೆ ಮಾತ್ರ ನಿದ್ರೆ ಹತ್ತುತ್ತಿತ್ತು!! ಕನಸಿನಲ್ಲೆಲ್ಲಾ ತನ್ನ ಮುಂದೆ ಸದಾ ತೂಗುವ ಬುರುಡೆಗಳ ಮಾಲೆಯ ಒಂದೊಂದೇ ಬುರುಡೆಗಳು ಇಣುಕುತ್ತಾ ಆಗಾಗ ಬೆಚ್ಚಿಬೀಳುತ್ತಿದ್ದ!!

157. ಸೈಕಲ್ಲೂ.. ಮಳೆಯೂ.. ಮಣ್ಣೂ..

ಮಗಳ ಗೌನನ್ನು ಎತ್ತಿಕಟ್ಟಿ ಸೈಕಲ್ಲಿನ ಮೇಲೆ ಕೂರಿಸಿ, ಹಿಂದಿನಿಂದ ಸೀಟು ಹಿಡಿದು ತಳ್ಳುತ್ತಾ, ನಿಧಾನ ನಿಧಾನವೆಂದು ಕೂಗುತ್ತಾ, ತುಳಿ ತುಳಿಯೆಂದು ಬೆನ್ನಸವರುತ್ತಾ, ಅವಳು ನೆಲದ ಮೇಲೆ ತನ್ನ ಬಿಳಿ ಮೃದುಪಾದಗಳ ತಡವರಿಸಿ ತುಳಿಯುತ್ತಾ, ಪೆಡಲ್ಲಿನ ಮೇಲೆ ಕಾಲಿರಿಸಿದೊಡನೆ ನೂಕಿ ಇದೋ ಎಷ್ಟು ಚೆನ್ನಾಗಿ ಓಡಿಸುವೆಯೆಂದು ಹೊಗಳುತ್ತಾ, ಅಷ್ಟುದೂರ ಸಾಗಿದ ಮೇಲೆ ಕೈ ಬಿಟ್ಟು ಅವಳು ತನ್ನ ಪಾಡಿಗೆ ಮೈಮರೆತು 'ಇಟ್ಸ್ ಥ್ರಿಲ್ಲಿಂಗ್ ಅಮ್ಮಾ..' ಎಂದು ಕೂಗಿಕೊಂಡು ಇಳಿಜಾರಿನಲ್ಲಿ ಮೆಲ್ಲನೆ ಬ್ರೇಕು ಹಿಡಿದು ಒಬ್ಬಳೇ ಸಾಗುವಾಗ, ನಾನು ರೆಟ್ಟೆ ಜಡೆಗಳ ಹಾಕಿಕೊಂಡು ಒಂದೇ ಒಂದು ಮಿಠಾಯಿಗಾಗಿ ಮೆಟ್ಟಿಲುಗಳ ಮೇಲೆಲ್ಲಾ ಹಾಯಿಸಿಕೊಂಡು ಜುಮ್ಮೆಂದು ಸೈಕಲ್ತುಳಿದ ನೆನಪಾಗಿ.. ಅವಳೆಲ್ಲಿ ಬೀಳುವಳೋ ಎಂಬ ಆತಂಕದಲ್ಲಿ ಹಿಂದಿಂದೆ ಓಡುತ್ತಾ ಇಳಿಜಾರಿನಲ್ಲಿ ಇಳಿಯುತ್ತಾ ಬಾಲ್ಯಕ್ಕೇ ಇಳಿಯುತ್ತಿದ್ದೆ! ಹಿಂದೆಯೇ ಮಳೆಯು ಶುರುವಾಗಿ ನಡೆನಡೆಯೆಂದು ಅವಳನ್ನವಸರಿಸಿದರೂ, ನಾನೇ ಕುಂಟುತ್ತಾ ಮಳೆಯಲಿ ನೆನೆದ ಮಣ್ಣವಾಸನೆ ಆಘ್ರಾಣಿಸಿಕೊಂಡು.. ಹಿಡಿ ಹಿಡಿ ಕೈಲಿಡಿದು ತಿಂದ ನೆನಪು ಕಣ್ಣ ತುಂಬಿಕೊಂಡು.. ಅದೇಕೋ ಬಾಗಿಲಿಗೆ ಬರುವ ವೇಳೆಗೆ ಕಣ್ಣಂಚಲಿ ನೀರು!!

158. ಮೂಲಕೃತಿ

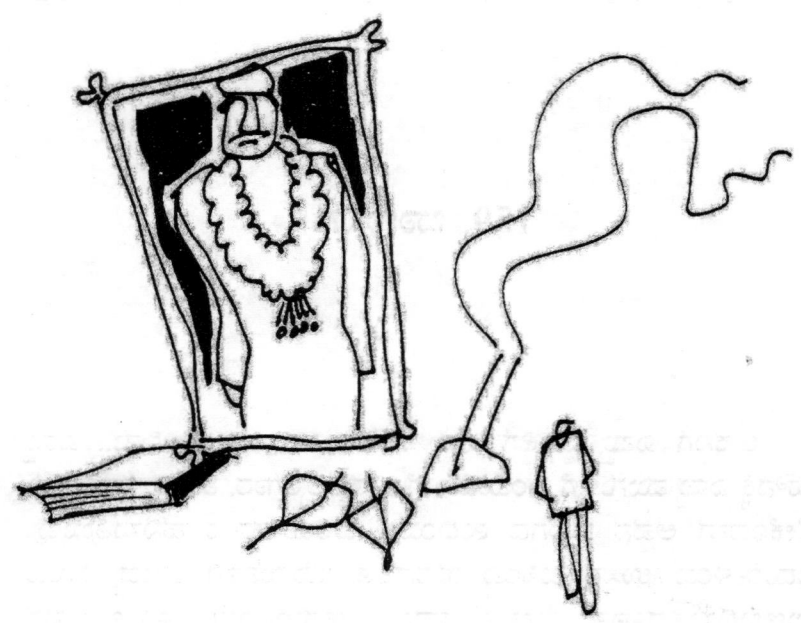

ಆತ ತನ್ನ ಪೂರ್ವಿಕರೊಬ್ಬರ ಅಲಭ್ಯವಾದ ಕೃತಿಯನ್ನು ಪ್ರಕಟಿಸಲು, ಇಡೀ ದೇಶವನ್ನೇ ಸುತ್ತಿ, ಕೋಶವನ್ನೆಲ್ಲಾ ಓದಿ, ತಿಳಿದವರಿಂದೆಲ್ಲಾ ಶಕ್ತ್ಯಾನುಸಾರ ಮಾಹಿತಿ ಸಂಗ್ರಹಿಸಿ, ದೊರೆತ ಆಕೃತಿಯ ಸಣ್ಣಸಣ್ಣ ತುಣುಕುಗಳನ್ನೆಲ್ಲಾ ಒಟ್ಟುಗೂಡಿಸಿ ಅಂತಿಮ ರೂಪಕೊಟ್ಟು, ವೇದಿಕೆಯ ಮೇಲೆ ಮುತ್ತಾತನ ತಾತನ ಊಹೆಯ ತೈಲವರ್ಣದ ಚಿತ್ರಪಟಕ್ಕೆ ಮಾಲೆ ಹಾಕಿ ದೀಪ ಬೆಳಗಿಸಿ ಪ್ರಕಟಿಸಿ ವಾರಕಳೆದ ಮೇಲೆ ಮುದ್ರಿತ ಪುಸ್ತಕಗಳ ಕಟ್ಟನ್ನು ಪೇರಿಸಲು ಅಟ್ಟದಲ್ಲಿ ಜಾಗ ಮಾಡುವಾಗ ತಾಳೇಗರಿಯ ಮೂಲಕೃತಿಯ ಪ್ರತಿ ಸಿಗಬೇಕೇ..? ಪೇಚಾಡಿಕೊಂಡು ಓದಿದರೆ

ಅದು ತಾನು ಬೆವರಿಳಿಸಿ ಪ್ರಕಟಿಸಿದ ಕೃತಿಗಿಂತ ಭಿನ್ನವಾಗಿರಬೇಕೇ..? ಹೇಗೆ ತಾಳಿಕೊಳ್ಳುವುದು ಮೂಗಿನ ತುದಿಯ ಉರಿಯನ್ನು..? ತಾನು ಪ್ರಕಟಿಸಿದ ಮುದ್ರಿತ ಪುಸ್ತಕದ ಮುಖಪುಟದ ಊಹೆಯ ಮುತ್ತಾತನ ತಾತನ ಮೇಲೆ ಕುಳಿತ ಧೂಳನ್ನು ಪಟಪಟನೆ ಸದ್ದು ಮಾಡಿ ಕೊಡವಿ ಝಾಡಿಸಿದ! ಲಭ್ಯವಾದ ಕೃತಿಯನ್ನು ಅಟ್ಟದಲ್ಲಿಯೇ ಕವುಚಿಟ್ಟು ಇಳಿದು ತನ್ನ ಕೋಣೆಯಲ್ಲಿ ಹೊದ್ದು ಮಲಗಿದವ ಕನಸಿನಲ್ಲಿ ತೈಲವರ್ಣದ ಚಿತ್ರಪಟದಿಂದೆದ್ದು ಬಂದ ಅಜ್ಜ ತಾಳೇಗರಿಯ ಮೂಲಕೃತಿಯನ್ನು ಕೈಲಿಡಿದು ಮೈಕಿನ ಮುಂದೆ ನಿಂತು ಅವನನ್ನು ದೂಷಿಸುತ್ತಿದ್ದ!!

159. ಬಾಣಸಿಗ

ಅವನಿಗೆ ಎಷ್ಟು ಮಾತಿಗೆ ಎಷ್ಟು ಮೌನ ಎಂಬುದು ತಿಳಿದಿತ್ತು.. ಎಷ್ಟು ಮೌನಕ್ಕೆ ಎಷ್ಟು ಮುಗುಳ್ನಗೆ ಎಂಬುದೂ ಗೊತ್ತಿತ್ತು. ಶೃಂಗಾರ, ಶಾಂತ, ಕರುಣಗಳು ಬೇಕೆಂದಾಗ ಅವನ ಮೊಗದ ತುದಿಯಲ್ಲಿ ಬಂದು ಭಾವ ಹನಿಸುತ್ತಿದ್ದುವು. ಎದುರಾಳಿಯ ಉಸಿರ ಬಿಸಿಯ ಹದವರಿತು ಮೆದುವಾಗಿ ಮುದ್ದೆ ತಿರುವಿ ಉಣಬಡಿಸುತ್ತಿದ್ದನಾತ. ಮೆಣಸು, ಖಾರ, ಒಣಶುಂಠಿಗಳೇ ನಿತ್ಯವೂ ಅವನ ಪಾಲಿಗೆ ದಕ್ಕುತ್ತಿದ್ದರೂ, ಬೆಚ್ಚನೆಯ ಕಷಾಯ ಕಾಯಿಸಿ ತಣ್ಣಗೆ ಹೀರುತ್ತಿದ್ದನವನಿಗೆ ಜಗಳವೂ ಇರಲಿಲ್ಲ; ರೋಗದ ಸುಳಿವೂ ಇರಲಿಲ್ಲ!

160. ಸಂತೆಯೊಳಗೆ

ಸಾಲುಸಾಲಾಗಿ ಪೇರಿಸಿದ ಕಡಲೆಪುರಿ, ಬತ್ತಾಸು, ಮಿಕ್ಚರ್ರುಗಳ ನಡುವೆ ಸೇರು ಹಿಡಿದು ನಿಂತವರು.. ಹಿಂದೆಯೇ ಬೋಂಡಾ, ಪಕೋಡಗಳ ಕರಿಯುತ್ತಾ, ಮಾಸಿದ ಬಟ್ಟೆಯಲಿ ಕೈ ಒರೆಸಿಕೊಂಡು ಕಾಗದದಲ್ಲಿ ಪೊಟ್ಟಣ ಕಟ್ಟಿಕೊಡುತ್ತಾ ನಿಂತವರು.. ಬೇಕೆಂದೇ ಗೂಳಿಗಳಂತೆ ಗುದ್ದಿಕೊಂಡು ಹೋಗುವ ಮಂದಿ.. ಬಳೆಯಂಗಡಿಯಲ್ಲಿ ಕಣ್ಣುನೆಟ್ಟುಕೊಂಡ ಹೆಂಗಳೆಯರು.. ಅವರುಗಳ ಕೈ ಹಿಡಿದ ಅಥವಾ ಸೊಂಟದಿಂದ ಕಾಲುಗಳನ್ನು ಇಳಿಬಿಟ್ಟು ಕೂತ ಮಕ್ಕಳನ್ನು ಸೆಳೆಯಲು ಅಲ್ಲಿಯೇ ಟಿಕಾಣಿ ಹೊಡೆದು ಕಿವಿಯ ಬಳಿಯೇ ಪೀ.. ಪಿಪೀ ಎಂದು ಬಲೂನು

ಊದುವ ಬಲೂನು ವ್ಯಾಪಾರಿಗಳು.. ಅರೆಕ್ಷಣದಲ್ಲಿಯೇ ಮಿಠಾಯಿಯಲ್ಲಿ ವಾಚು, ಉಂಗುರ, ಬಳೆಗಳನ್ನು ಮಾಡಿ ತಾಯಿಯೊಬ್ಬಳು ಎತ್ತಿಕೊಂಡ ಮಗುವಿಗೆ ತೊಡಿಸಿಯೇಬಿಟ್ಟು ಕಾಸುಕಿತ್ತುಕೊಂಡು, ಸೈಕಲ್ಲಿನಲ್ಲಿ ಕಡ್ಡಿಯನ್ನು ಕಟ್ಟಿಕೊಂಡು ಬಂದ ಬೊಂಬಾಯಿ ಮಿಠಾಯಿ ಮಾರುವವನು.. ಎಳನೀರು ಗಾಡಿಯವನೊಂದಿಗೆ ಚೌಕಾಸಿ ಮಾಡುತ್ತಾ ನಿಂತ ಮೀಸೆಯವನು.. ಹೆಂಗಸೊಬ್ಬಳ ಕೊರಳ ಸರ ಕಸಿದುಕೊಂಡು ಓಡಿದ ಕಳ್ಳ.. ಅವನ ಹಿಂದೆ ಓಡಿದ ತಿಳಿದ, ತಿಳಿಯದ ಮಂದಿ.. ತಾನು ಮುಡಿದ ಹೂವ ಆಗಾಗ ಮುಟ್ಟಿ ಮುಟ್ಟಿ ನೋಡಿಕೊಳ್ಳುತ್ತಿದ್ದ ಮೊದಲ ಬಾರಿಗೆ ಸೀರೆಯುಟ್ಟ ಬಾಲೆ.. ಮಸಾಲೆ ಸೋಡಾ ಅಂಗಡಿಯ ಮುಂದೆ ಗದ್ದಲದಲ್ಲಿಯೂ ತಬ್ಬಿಕೊಂಡು ಮಾತನಾಡಿಸುತ್ತಾ ಪಕ್ಕದವರನ್ನು ಪರಿಚಯಿಸುತ್ತಿದ್ದ ಕಾಲರಿನವನು.. ತೂಗಿದ ಬಾಳೇಗೊನೆಯಿಂದ ಕರಿಯಾದುದನ್ನು ಮಾತ್ರ ಕಿತ್ತು ಬೇರ್ಪಡಿಸುತ್ತಿದ್ದ ಅಂಗಡಿಯವ.. ಯಾವುದೋ ಹಳೆಯ ಹಿಂದಿ ಹಾಡನ್ನು ತನ್ನ ಮೊಬೈಲಿನಲ್ಲಿ ಜೋರಾಗಿ ಹಾಕಿಕೊಂಡು ಕಲ್ಲೊಂದರ ಮೇಲೆ ಕೂತು ಹೆಣ್ಣು ಮಕ್ಕಳಿಗೆ ಮೆಹೆಂದಿ ಹಾಕುತ್ತಿದ್ದ ಯುವಕ.. ಅಮ್ಮನ ಕಾಣದೆ ದಿಕ್ಕೆಟ್ಟು ಅಳುತ್ತಾ ಮಿಠಾಯಿ ಮಾರುವವನ ಮುಂದೆ ನಿಂತ ಪುಟ್ಟ ಪೋರ.. ನೆಂಟರಾರೋ ಕಂಡರೆಂದು ಬಗ್ಗಿ ನಡೆದು ಅಂಗಡಿಯೊಂದರ ಮರೆಯಲ್ಲಿ ಮುಖ ತಿರುಗಿಸಿ ಕೊಂಡು ನಿಂತ ಸಿರಿವಂತರು.. ರಾಟೇ ತೊಟ್ಟಿಲಲ್ಲಿ ಕುಳಿತ ನವದಂಪತಿಗಳು.. ಎದುರು ಬದಿರು ಹೂವಿನಂಗಡಿಗಳಲ್ಲಿ ಕುಳಿತು ಮಾರಿಗಿಷ್ಟೆಂದು ಕೂಗುತ್ತಾ ತನ್ನ ಗಿರಾಕಿಯನ್ನು ಅನ್ಯಾಯವಾಗಿ ಸೆಳೆದೆಯೆಂದು ಹೊತ್ತಿಕೊಂಡ ಜಗಳ.. ಹುಡುಗಿಯೊಬ್ಬಳ ಜಡೆ ಹಿಡಿದೆಳೆದನೆಂದು ಧರ್ಮದೇಟು ತಿಂದ ನೆರೆಗೂದಲ ಆಸಾಮಿ.. ಕೊಂಡವಸ್ತುವಿಗೆ ಹೆಚ್ಚು ಬೆಲೆಯಾಯಿತೆಂದು ಹಿಂದಕ್ಕೆ ನೀಡುತ್ತಿದ್ದ ಗೃಹಿಣಿ.. ಯಾರದೋ ಅಳು.. ಯಾರದೋ ಕೇಕೆ.. ಯಾರದೋ ಆಕಳಿಕೆ.. ಯಾರದೋ ಭಾಷಣ.. ಯಾರದೋ ಚೀತ್ಕಾರ.. ಯಾರದೋ ತಲ್ಲಣ.. ಯಾರದೋ ಮೌನ..!!

❖❖❖